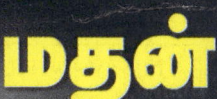

விகடன்
பிரசுரம்

மதன்

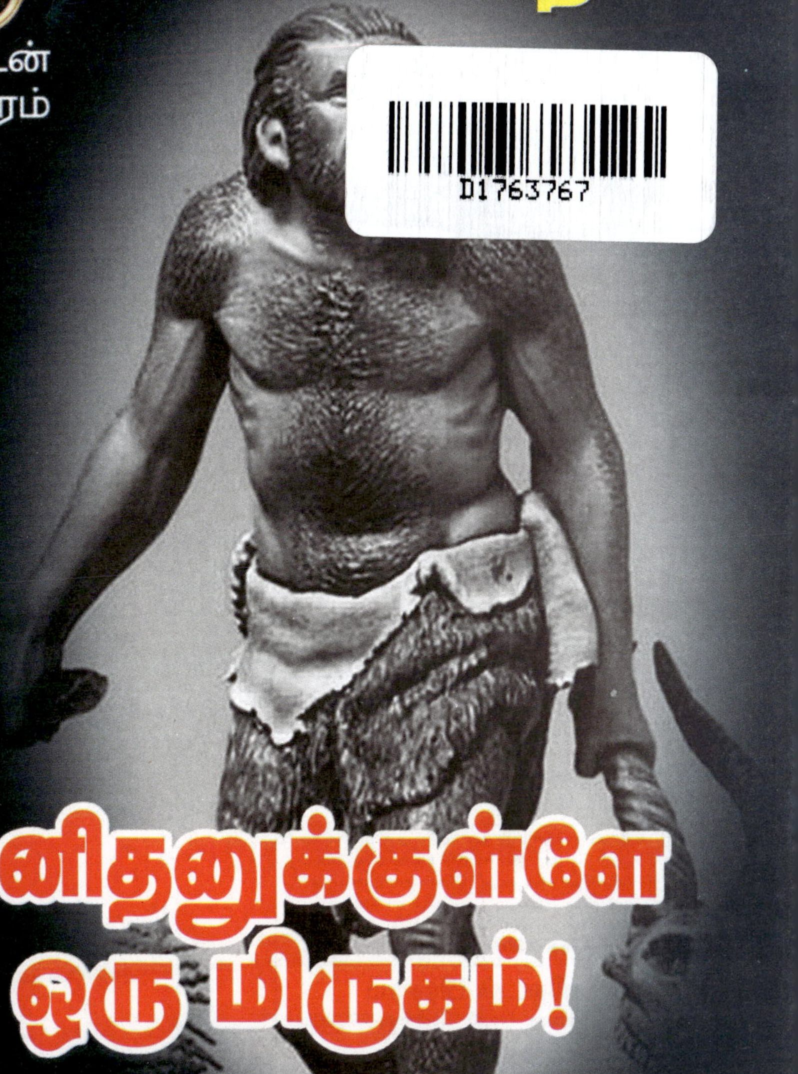

மனிதனுக்குள்ளே ஒரு மிருகம்!

Title : MANITHANUKKULLAE
ORU MIRUGAM
© MADHAN

ISBN : 81-89780-55-7

விகடன் பிரசுரம்: 63

நூல் தலைப்பு:
மனிதனுக்குள்ளே ஒரு மிருகம்!

நூல் ஆசிரியர்:
© மதன்

நூல் வடிவமைப்பு:
திருமலை, கி.தாமஸ்

முதற்பதிப்பு : ஏப்ரல், 2005
பத்தொன்பதாம் பதிப்பு : டிசம்பர், 2024

விலை : ₹ 330

பதிப்பாளர்:
பா.சீனிவாசன்

துறைத் தலைவர்:
எம்.அப்பாஸ் அலி

முதன்மைப் பொறுப்பாசிரியர்:
அ.அன்பழகன்

தலைமை உதவி ஆசிரியர்:
ப.சுப்ரமணி

தலைமை வடிவமைப்பு:
மா.முகமது இம்ரான்

இந்தப் புத்தகத்தின் எந்த ஒரு பகுதியையும் பதிப்பாளரின் எழுத்துபூர்வமான முன் அனுமதி பெறாமல் மறுபிரசுரம் செய்வதோ, அச்சு மற்றும் மின்னணு ஊடகங்களில் மறுபதிப்பு செய்வதோ காப்புரிமைச் சட்டப்படி தடை செய்யப்பட்டதாகும். புத்தக விமரிசனத்துக்கு மட்டும் இந்தப் புத்தகத்திலிருந்து மேற்கோள் காட்ட அனுமதிக்கப்படுகிறது.

விகடன் பிரசுரம்
757, அண்ணா சாலை, சென்னை-600 002.

மொபைல்: 80560 46940 / 95000 68144
Website: http://books.vikatan.com
e-mail: books@vikatan.com

என்னுரை

ஆனந்த விகடனில், மாலியில் தொடங்கி ராஜு, கோபுலு என்று வழிவழியாக வந்த ஒளிமயமான நகைச்சுவை ஓவியர் மற்றும் கார்ட்டூனிஸ்ட்களில் மதன் முக்கியமான அங்கம்.

பொதுவாக கார்ட்டூனிஸ்ட்கள் நேரில் பழகும்போது ரொம்பவே சீரியஸான மூடில்தான் இருப்பார்கள் என்ற ஒரு எண்ணம் உண்டு. மதன் அதற்கு முற்றிலும் விதிவிலக்கு. தான் இருக்கும் சூழலையே ஒட்டுமொத்தமாக நகைச்சுவை வெள்ளத்தில் தோய்த்தெடுக்கிற குணாதிசயம் இயற்கையிலேயே வாய்க்கப் பெற்றவர் மதன்.

ஆனந்த விகடன் வெளியீடுகளின் இணையாசிரியராக அவர் பொறுப்பு வகித்தபோது, அவரிடமிருந்து வெளிப்பட்ட பன்முகத் திறமைகள் என்னை ஒவ்வொரு சந்தர்ப்பத்திலும் வியப்புக்குள்ளாக்கும். அப்படித்தான் 'வந்தார்கள்... வென்றார்கள்' மூலம் தேர்ந்த சரித்திர ஆசிரியராகவும் தன்னை வெளிப்படுத்தி என் வியப்பைக் கூட்டினார் மதன்.

ஜூ.வி-யில் எழுதிய அந்தத் தொடரின் மூலம், கடந்த காலத்தின் பரிமாணத்தை சுவைபட படம் பிடித்துக் காட்டும் தேர்ந்த எழுத்தாளராக தன்னை வெளிப்படுத்திக் கொண்ட அவர், மனிதனின் மூளைக்குள் மனவியல் ரீதியாக புகுந்து பார்த்து எழுதிய இன்னொரு தொடர்தான் 'மனிதனுக்குள்ளே ஒரு மிருகம்!' மிகநுட்பமாக திரட்டிய தகவல்களைத் தனக்கே உரிய சிலிர்ப்பூட்டும் எழுத்து நடையில் தொகுத்து, வாசகர்களின் ஆரவாரமான வரவேற்பை இந்தத் தொடரிலும் அள்ளிக்கொண்டார் மதன்.

இந்த விஞ்ஞான, வரலாற்று பெட்டகத்தை ஒரு புத்தகமாக – புத்துணர்வு மிக்க வடிவமைப்பில் வாசகர்களின் கைகளுக்கு கொண்டு சேர்ப்பதில் மிகுந்த பெருமை அடைகிறேன்.

புத்தகம் பற்றி சொல்ல தனியாக வார்த்தைகள் தேவையில்லை... படிக்கத் துவங்கினாலே உங்களுக்கு இதன் அருமை புரிந்துவிடும்.

அன்புள்ள,

எஸ். பாலசுப்ரமணியன்

ஆசிரியர்,
ஜூனியர் விகடன்

முன்னுரை

வாசகர்களே, உங்கள் எல்லோருக்குமே 'உயிர்கள் அனைத்தும் கடலில் இருந்துதான் தோன்றின' என்கிற உண்மை தெரிந்திருக்கும்.

ஆனால், அது நம் கண்ணுக்குத் தெரியும் ஒரே ஒரு கடல் அல்ல... இரண்டு கடல்கள் என்பது தெரியுமா? ஒன்று – உடலை உருவாக்கிய வெளிப்படையான கடல். மற்றது – மனதைத் தயாரித்த மறைமுகக் கடல்!

மனிதனின் மூளைக்குள் கொடூரமான 'வன்முறை செல்'களைப் படரவிட்டு, அவனை ஆக்கிரமித்த இந்த இன்னொரு கடலைப் பற்றி எழுதப் போவதாகத்தான் ஆசிரியர் எஸ்.பாலசுப்ரமணியன் அவர்களிடம் ஒப்புக்கொண்டேன். [என்னை உசுப்பிவிட்டு எழுத வைப்பதில் ஆசிரியர் முதன்மையானவர்! கார்ட்டூன் விஷயம் வேறு... 'தொடர்' என்று எழுதச் சொன்னால் தேவையில்லாமல் பயப்படுவேன்! ஆசிரியர் 'ரெடியா?' என்று (நான் ரெடியாவதற்கு முன்பே) கேட்டுவிட்டு தேதி, டெட்லைன் எல்லாம் சொல்லி, அறிவிப்பும் செய்துவிடுவார். உடனே எழுத ஆரம்பிக்க வேண்டும் என்கிற பரபரப்பு, என் உடலில் பிறகே பரவ ஆரம்பிக்கும்!]

இந்தத் தொடருக்காக நூலகங்களுக்கும் புத்தகக் கடைகளுக்கும் கிளம்பிச் சென்றபோதுதான், திகிலேற்படுத்தும் ஓர் உண்மை புரிந்தது. மனித வன்முறையைப் பற்றிய புத்தகங்கள் அங்கே ஆயிரக்கணக்கில், ராணுவ வீரர்களைப் போல வரிசையாக அலமாரிகளில் அணிவகுத்து என்னைப் பயமுறுத்தின!

தனிமனித வன்முறை பற்றியும் வன்முறைக்கான

மனோதத்துவ காரணங்கள் பற்றியும் யுத்தங்களைப் பற்றியும் இனவெறி – மதவெறி பற்றியும் தனிப்பட்ட கொலைகாரர்களைப் பற்றியும் சர்வாதிகாரிகளைப் பற்றியும் எத்தனையெத்தனை புத்தகங்கள்! எதைப் படிப்பது... எதை எழுதுவது... எதை விடுவது..?! தலை சுற்றியது!

மனித இனத்தோடு வன்முறையும் கூடவே வளர்ந்து, அரக்கரூபம் எடுத்த வரலாற்றை முழுவதுமாகப் படித்து முடிக்க, ஒரு மனித ஆயுள் போதாது. இது சத்தியம்!

'சரி, மிகமிக முக்கியமான சில புத்தகங்களை மட்டுமே தேர்ந்தெடுத்துப் படிப்போம்' என்று முடிவு கட்டினேன். ஏற்கெனவே, கடந்த ஆண்டுகளில் (இப்படி ஒரு தொடர் எழுதப் போகிறோம் என்றே தெரியாமல்!) நான் படித்திருந்த புத்தகங்களும் இருக்கவே இருக்கின்றன!

எழுதத் துவங்கியபோது, நான் முதலில் நினைத்துப் பார்த்தது – வாசகர்களைப் பற்றித்தான்! என்முன்னே வந்து நின்ற அவர்கள் சொன்னது இதுதான் –

"எங்களுக்கு எல்லா உண்மைகளும் தெரிந்தாக வேண்டும். எதையும் விட்டுவிடாதீர்கள். எதை விவரமாகச் சொல்ல வேண்டும், எதைச் சுருக்கமாகச் சொல்ல வேண்டும் என்பது உங்களுக்குத் தெரியும். எதை எழுதினாலும் 'ரம்பம்' போட மாட்டீர்கள், போரடிக்காமல் எழுதுவீர்கள் என்கிற நம்பிக்கை மட்டும் எங்களுக்கு உண்டு. 'மனிதனுக்குள்ளே ஒரு மிருகம்' என்று ஒட்டுமொத்தமாக ஒரு தலைப்புக் கொடுத்துவிட்டீர்கள்! அந்தத் தலைப்பை, உங்கள் தொடர் மூலம் அழுத்தந் திருத்தமாக நிரூபிக்க வேண்டும் என்பதே எங்கள் எதிர்பார்ப்பு. இதோ, நாங்கள் தயார்!"

நல்லது! நம்மைச் சுற்றிலும் நிகழ்ந்து வரும் வன்முறைகளைப் பற்றிப் பல கோணங்களில் நீங்கள் படித்திருப்பீர்கள், பார்த்திருப்பீர்கள்! மனிதர்கள் மேற்கொள்ளும் பல அக்கிரமங்களையும் கொடூரங்களையும் பற்றிப் படித்த பிறகு, உங்கள் மனதில் தோன்றும் ஒரு கேள்வி – 'ஏன் மனிதர்கள் இப்படி இருக்கிறார்கள்?' என்பதாகத்தான் இருக்கும்.

சிம்பிளான, அதேசமயம் சிக்கலான இந்தக் கேள்விக்கான பதில்களைத்தான், என்னால் முடிந்தவரை இந்தத் தொடரில் விவரிக்கப் போகிறேன்.

கூடவே, உங்களை எச்சரிக்கவும் வேண்டியிருக்கிறது!..

எந்தவொரு விஷயத்திலும் சற்று ஆழமாகப் போய்ப் பார்க்கும்போது ஏற்படும் உணர்வுகளும் அனுபவங்களும் சற்று வேறு மாதிரியானவை. 'உண்மை கசக்கும்' என்பது நிஜமான வார்த்தை!

நான் எழுதப்போவதும் கசப்பான உண்மைகள்தான். அதற்காக உங்களைத் தொய்வடையச் செய்யும் 'பெஸ்ஸிமிஸ்டிக்' ஆன ஒரு தொடர் இது இல்லை. வேண்டுமென்றே கலவரப்படுத்துவதற்காக எழுதப்படும் தொடரும் அல்ல..!

ஒரு மனித உடலுக்குள் வளர்ந்துவிட்ட கட்டி (Tumor) ஒன்றை 'ஸ்கேன்' பண்ணிப் பார்த்து ஆராய்ச்சி செய்தால்தான், அதை அகற்றுவதற்கான சிகிச்சைகளை மேற்கொள்ள முடியும்.

மனிதனுக்குள்ளே, அவனுடைய மூளையில் ஒரு பாதாள அறையில் அமர்ந்திருக்கும் கொடூரமான மிருகம், Tumor-ஐவிட ரொம்பச் சிக்கலானது.

சிலரிடம் கடைசிவரை அந்த மிருகம் வெறுமனே அமர்ந்துவிட்டு மரிப்பதும் உண்டு. சிலரிடம் அது அவ்வப்போது வெளிப்பட்டு தன் கோரப் பற்களைக் காட்டி லேசாக உறுமுகிறது. சிலரிடம் அது அரக்கத்தனமாக விஸ்வரூபமெடுத்து ஆக்கிரமிப்பு செய்கிறது. அப்போது மனிதன் முழுசாக அதன் கைப்பாவை ஆகிவிடுகிறான்!

அந்தப் பாதாள அறைக்குள் நாம் புகுந்து பார்த்துவிடுவோமா?! எதையுமே நேரில் பார்த்து, எடை போட்டுவிட்டால் உண்மை புரிந்துவிடும். நம்மைச் சிந்திக்கவைத்துத் தெளிவு தரக்கூடியது உண்மை மட்டுமே!

- மதன்

உங்களால் கற்பனை செய்ய முடியுமா?

இந்தியாவில் தேர்தல் வரும்போதுதான் கருத்துக் கணிப்பு, புள்ளிவிவரங்களுக்கெல்லாம் திடீர் மதிப்பு வரும். அமெரிக்காவுக்குப் 'புள்ளிவிவர நாடு' என்றுகூடப் பெயர் வைக்கலாம்! 'தெருவில் நடந்தவாறு பாப்கார்ன் சாப்பிடுகிறவர்கள் எத்தனை பேர்?' என்கிற புள்ளிவிவரம்கூட அங்கே கிடைக்கும்! ஆகவே, மனித சமுதாயத்தைப் பற்றிய பல தகவல்களுக்கு நாம் அமெரிக்காவுக்குப் போக வேண்டியிருக்கிறது.

பலவிதங்களில் மிகவும் முன்னேறிய ஜனநாயக வல்லரசாகத் திகழும் அமெரிக்காவுக்குள், அதன் ஜிகினா திரைகளையெல்லாம் விலக்கிக்கொண்டு போய்ப் பார்த்தால், பயத்தையும் பரிதாபத்தையும் ஏற்படுத்தும் அளவுக்குச் சில அவலமான உண்மைகள் மேடைமீது ஏறுகின்றன!

சாம்பிளுக்குச் சில...

கடந்த இருபதாண்டுகளில் நாலு கோடி தனிப்பட்ட அமெரிக்கர்கள் வன்முறைக்கு இரையாகி இருக்கிறார்கள். இருபத்திரண்டு விநாடிகளுக்கு ஒருமுறை ஒரு அமெரிக்கராவது கத்தியால் குத்தப்பட்டோ, துப்பாக்கியால் சுடப்பட்டோ செத்துப் போகிறார்.

உலக மக்கள் தொகையில் அமெரிக்காவின் பங்கு ஐந்து சதவிகிதம். ஆனால், உலகெங்கும் திரியும் தொடர் கொலைகாரர்களில் (Serial Killers) எழுபத்தைந்து சதவிகிதக் கொலை வெறியர்கள் வசிப்பது அமெரிக்காவில்தான்.

F.B.I. தரும் தகவல்படி, தற்போது சுமார் ஐந்நூறு சாடிஸம் மிகுந்த சீரியல் கொலைகாரர்கள் இன்னமும் போலீஸ் கையில் பிடிபடாமல் அங்கே வளைய வந்துகொண்டிருக்கிறார்கள்! அமெரிக்க போலீஸ், தங்கள் புத்திசாலித்தனத்தையெல்லாம்

பயன்படுத்தித் தேடித்தேடி, ஒருவழியாகப் பிடித்துச் சிறைக்குள் தள்ளியிருப்பது நூற்றுஅறுபது கொலைவெறியர்களை மட்டுமே!

ஆயிரம் வசதிகள் இருந்தும், வன்முறைக்கு நடுவில் அச்சத்தோடு அமெரிக்கர்கள் வாழ்ந்து கொண்டிருக்கிறார்கள். இந்தப் பயம் ஒரு 'அப்ஸெஷனாக' அங்கே தளும்பிக் கொண்டிருக்கிறது! ஹாலிவுட் சினிமாவிலும் இது எதிரொலிக்கிறது. அங்கே தயாரிக்கப்படும் படங்களில் எட்டுக்கு ஒரு படத்தில் மிருகத்தனமான கற்பழிப்புக் காட்சி உண்டு! ஒரு அமெரிக்கச் சிறுவனுக்குப் பதினெட்டு வயதாவதற்குள், அவன் நாற்பதாயிரம் கொலைகளை டெலிவிஷனில் பார்க்கிறான்.

இப்படிப்பட்ட புள்ளிவிவரங்கள் அமெரிக்காவிலும் சில ஐரோப்பிய நாடுகளிலும்தான் தயாரிக்கப்படுகின்றன என்பதால், மற்ற நாடுகளில் மனிதர்கள் சற்று மேம்பட்டவர்களாக இருப்பதாகத் திருப்திப் பட்டுக்கொள்ளத் தேவையில்லை!

வன்முறையின் அகோர அலைகள் அத்தனை உலக நாடுகளையும் சூழ்ந்துகொண்டிருக்கிறது. வன்முறை மனித இனம் முழுவதற்கும் பொதுவானது.

எல்லா நாடுகளிலும் தனிப்பட்ட (புலியைப் போல வலம்வரும்) கொலைகாரர்கள் உண்டு. மனிதர்கள் கூட்டமாக இருக்கும்போது வந்து சேரும் கொலைவெறி வேறு வகை! உலகெங்கும் கொலைகார ஆட்சியாளர்களும் வந்துபோகிறார்கள். முதலில், தனிப்பட்ட ஓரிரு பயங்கர மனிதர்களை உங்களுக்கு அறிமுகப்படுத்தப் போகிறேன். ஒரு தனி மனிதன் எந்த அளவுக்கு வன்முறையில் ஈடுபடுவான்?! உங்களால் கற்பனை செய்ய முடியுமா?

எச்சரிக்கை!

சற்று அதிகமான பயங்கரங்களை நுணுக்கமாக விவரிக்கும் 'பாரா'க்களின் துவக்கத்திலும் முடிவிலும் இந்தக் குறி '☞' '☜' இருக்கும். லேசான மனம் உள்ளவர்கள், அந்த பாராவை மட்டும் தவிர்த்துவிட்டுப் படிக்கலாம். அந்த பாராவை இன்னும் ஆர்வமாகப் படிக்க வைக்கும் ட்ரிக் இது என்று வாசகர்கள் தயவுசெய்து நினைக்க வேண்டாம்!

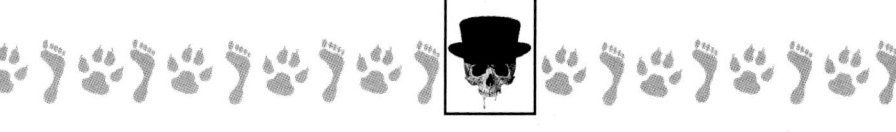

ஃப்ரிஜ் பயங்கரம்!

சில ஆண்டுகளுக்கு முன், அமெரிக்காவில் ரொம்ப காலமாக போலீஸ் கண்ணில் மண்ணைத் தூவி வந்த ஜெஃப்ரி டாமர் என்கிற கொலைகாரன், கடைசியில் ஒரு வழியாக போலீஸ் கையில் சிக்கிக்கொண்டான்.

தன்னந்தனியாகச் செயல்பட்ட டாமர், ஒரு சாடிஸ – செக்ஸுவல் கொலைகாரன். யாராவது ஒரு அப்பாவிப் பெண்ணை (அல்லது இளைஞனை) போகிற போக்கில் தேர்ந்தெடுத்து கடத்திக் கொண்டுபோய், பல மணி நேரம் விதவிதமாகச் சித்ரவதை செய்து, கடைசியாகக் கழுத்தை நெரித்து தீர்த்துக் கட்டிய பிறகு, அந்த உடலோடு செக்ஸ் வைத்துக்கொள்வது டாமருக்கு ரொம்பப் பிடிக்கும்!

☞ டாமர் பிடிபட்ட பிறகு, புறநகரில் – மரங்கள் சூழ்ந்த பகுதியில் இருந்த அவனுடைய கச்சிதமான வீட்டுக்குள் போலீஸார் நுழைந்து சோதனை போட்டார்கள். வீட்டுக்குக் கீழே இருந்த ஒரு பாதாள அறைக்குள் நுழைந்து பார்த்த துணிவு மிகுந்த காவலதிகாரிகள் அனைவரின் நெற்றிகளும் சரேலென்று வியர்க்க ஆரம்பித்தன. சிலர் வெளியில் ஓடிவந்து வாயிலெடுத்தார்கள்.

அங்கே... அறை முழுவதும், வெட்டப்பட்ட மனிதக் கை, கால், தலைகள் சிதறிக் கிடந்தன. ஆஸிட் நிரப்பப்பட்ட ஒரு பெரிய 'மீன்தொட்டிக்குள்' அழுகிப்போன (தலை, கை–கால்கள் இல்லாத) உடல்கள் மெதுவாக மிதந்து கொண்டிருந்தன. ஃப்ரிஜ் ஒன்றுக்குள் வரிசையாகத் தலைகள் அடுக்கப்பட்டிருந்தன! இன்னொன்றில், ஐஸ் படர்ந்து வெளுத்துப் போன நாலைந்து

மனித இதயங்கள், கூடவே கச்சிதமாக வெட்டப்பட்டு வைக்கப்பட்டிருந்த ஆண் உறுப்புகள் (தன் செக்ஸ் பசிக்காக இளைஞர்களையும் டாமர் விட்டு வைக்கவில்லை!).

மனித உடல் பகுதிகளைக் காய்கறிகளைப் போல சாப்பாட்டிலும் பயன்படுத்தினான் டாமர்!

போலீஸ் விசாரணையில், அவன் சாவதானமாகச் சொன்னான்– 'வீட்டில் இடமில்லை. எலும்புகள் ரொம்பச் சேர்ந்துவிட்டன. ஆகவே, அவற்றைச் சுத்தியலால் பொடியாக்கி, கிளிஞ்சல்களைப் போல மூட்டைகளில் கட்டி வைத்திருக்கிறேன். தலைகளைத் தனியே வெட்டி எடுத்துக் கொதிக்கும் நீரில் போட்டு, தோல்களை உரித்துத் துடைத்து, மண்டை ஓடுகளின்மீது சம்பந்தப்பட்டவரின் பெயர், வயது, கொலை செய்த தேதி போன்ற குறிப்புகளை எழுதி வைத்து விடுவேன்!'

டாமர் விலங்கிடப்பட்டு கோர்ட்டுக்கு அழைத்துச் செல்லப்பட்டபோது, கூடியிருந்த பெரும் கும்பலிலிருந்து ஒரு நிருபர் எட்டிப் பார்த்துக் குரூரமாக ஒரு கேள்வி கேட்டார்– 'டாமர், மனித உடலில் சுவையான பகுதி எது?'

'Biceps!' ('புஜம்') என்று பதில் வந்தது!

வாசகர்களே! டாமர் பற்றி விரிவான தனிப் புத்தகமே உண்டு. டாமர் வசித்த வீட்டில், அந்த அறைக்குள் போலீஸ் கண்ட காட்சியை மட்டுமே, அதையும் சுருக்கமாகத்தான் இங்கே விவரித்திருக்கிறேன்.

சற்று நுணுக்கமான விவரிப்புக்குக் காரணம், நான் உங்களிடம் ஒரு கேள்வி கேட்க விரும்பியதுதான்!

டாமர் கொடூரமானவனா (Bad) அல்லது மனநிலை பாதிக்கப்பட்டவனா (Mad)?

'இரண்டும்தான்!' என்று கோபத்துடன் நீங்கள் சொல்வது எனக்குக் கேட்கிறது!

ஸாரி, ஒன்றைத்தான் நீங்கள் சொல்ல வேண்டும். ஏனெனில், அதை முடிவு கட்டினால்தான், நீதிபதி அவனுக்குத் தண்டனை

டாமர்

வழங்க முடியும்!

ஒரு குற்றவாளி, தான் செய்த காரியத்துக்குப் பொறுப்பேற்க வேண்டும். தான் செய்வது குற்றம் என்பது தெரியாத அளவுக்கு அவனுடைய மனநிலை பாதிக்கப்பட்டிருந்தால், மரண தண்டனை வழங்க முடியாது.

கொலை செய்யவேண்டும் என்கிற வெறி வந்துவிட்டால், அவனால் தன்னைக் கட்டுப்படுத்திக்கொள்ள முடியாது என்றும், அந்தக் கட்டுப்பாடு அவனுடைய சக்திக்கு உட்பட்டதல்ல என்பதையும் மனோதத்துவ நிபுணர்கள் நிரூபித்தால்கூடப் போதும்... அவனுக்கு மரண தண்டனை தரமுடியாது!

திடீர் ஆவேசம் காரணமாக, விநாடியில் கத்தியை எடுத்து எதிரே இருப்பவரின் உடலுக்குள் செலுத்துவது வேறு. திட்டம் போட்டுக் காத்திருந்து ஒருவரைக் கொல்வது வேறு. அதுவே, மனநிலை பாதிக்கப்பட்டுக் கொலை செய்வது வேறு!

வாசகர்களுக்கு ஏற்படும் உணர்ச்சிகள் (Emotions) சட்டத்துக்குக் கிடையாது! அது மூளையை மட்டுமே பயன்படுத்தி, தீவிரமாக ஆராய்ந்து நீதி வழங்கும்!

"கொலைவெறி வந்தால், நம்மைப் போல அவனால் தன்னைக் கட்டுப்படுத்திக் கொள்ள முடியாது. உடனே கொலையைச் செய்தாக வேண்டும். அதற்கு அவன் காரணமல்ல... டாமர் சிந்திக்க முடியாத, ஒரு உருண்டு முன்னேறும் கொலைகார ராணுவ டாங்கி மாதிரி! அந்த

ஃப்ரிஜ்... உள்ளே?!

டாங்கி தானாக முன்னேறி உயிர்களைக் குடிக்கிறது. டாமர் அதற்குப் பொறுப்பல்ல..." என்று குற்றவாளியின் சார்பில் வக்கீல் வாதிட்டார்.

கொலையின்போது படிப்படியாக டாமர் மேற்கொண்ட அணுகுமுறை, அவனது ரசனை, மற்றும் 'சாதாரண' காலங்களில் அவன் மேற்கொண்ட அமைதியான வாழ்க்கை, அவனுடைய நகைச்சுவை உணர்வு (Biceps!)... இப்படிப் பல விஷயங்கள் டாமருக்கு எதிராகப் போனது!

"டாமருக்குத் தரவேண்டியது ட்ரீட்மென்ட் இல்லை.. பனிஷ்மென்ட்!" என்று ஜூரி ஏகமனதாகச் சொல்ல...

"தொடர்ந்து பதினைந்து ஆயுள் தண்டனைகளை ஒருசேர அனுபவிக்க வேண்டும்..." என்று தீர்ப்பு வழங்கினார் நீதிபதி (டாமர் வசித்த விஸ்கான்ஸின் மாநிலத்தில் மரண தண்டனை கிடையாது!).

சிறைப்பட்ட 950-வது நாளன்று ஒரு சக கைதி, 'டாமருக்குத் தரப்பட வேண்டியது மரண தண்டனைதான்' என்று முடிவு கட்டி, அவன் பாத்ரூமில் அசந்திருந்த சமயம் பார்த்து ஒரு இரும்புத் தடியால் டாமரின் தலையில் திரும்பத்திரும்ப அடித்துக் கொன்றான்!

'எங்களைப் போன்ற சாமானிய மனிதர்கள் வேறு... டாமர் போன்ற கொலை மிருகங்கள் வேறு... கொலை மிருகங்களையும்

சாமானிய மனிதர்களையும் ஒரே தராசில் எடை போடாதீர்கள்!' என்று ஆட்சேபிக்கும் வாசர்களே, சற்றுப் பொறுமையாக இருங்கள்!

இதையெல்லாம் படித்துவிட்டு நீங்கள் சற்றுப் பதற்ற மடைந்திருந்தால், நான் உங்கள்முன் வைக்கப்போகும் சில கேள்விகள், உங்களை மேலும் தர்மசங்கடப் படுத்தக்கூடும்!

பெரும்பாலான உலக மக்கள் அன்றாட வாழ்க்கையை ரொம்பச் சாதாரணமாக, அமைதியாகத்தான் கழிக்கிறார்கள். அவர்கள் யாரும் திருடுவதில்லை, கற்பழிப்பதில்லை, கொலை செய்வதில்லை – அநேகமாகக் கடைசி மூச்சுவரை!

அப்படியென்றால் மனித இனத்தில் டாமர் போன்றவர்களின் கொலைகாரப் பிரிவு வேறு, அமைதியாக வாழும் நல்லவர்களின் பிரிவு வேறு என்று அடித்துச் சொல்ல முடியுமா? சொல்லலாம்தான்... ஆனால், அது முழு உண்மையல்ல!

மனோதத்துவ நிபுணர்கள், 'வன்முறையாளர்களுக்கும் சாமானியர்களுக்கும் உள்ள இடைவெளி ரொம்பச் சின்னது' என்கிறார்கள். அதாவது, குறிப்பிட்ட ஒரு குற்றத்தைச் செய்ய வேண்டும் என்கிற எண்ணமே துளிர் விடாத ஒரு மனிதனைக் காட்ட முடியாது!

சரி, உங்கள் கையருகே ஒரு பட்டன் இருக்கிறது – ரிமோட் கண்ட்ரோல்! அதை நீங்கள் அழுத்தினால், உங்களுக்குப் பிடிக்காத ஒரு நபர் இன்றிரவு (இயற்கையாக!) இறந்துபோவார் என்றால், அந்த பட்டனைப் பயன்படுத்துவீர்களா?

உங்களுக்குத் தொல்லை கொடுக்கும் மேலதிகாரி, மிரட்டும் கடன்காரர், பிடிக்காத தலைவர், துரோகம் செய்த 'நண்பன்', உங்கள் வீட்டுப் பெண்களைக் கிண்டல் செய்த ரௌடி... இப்படி நீங்கள் வெறுக்கும் பலர் இருக்கக்கூடும். யோசித்துச் சொல்லுங்கள்..!

வாழ்க்கை முழுவதும் பல்லைக் கடித்துக்கொண்டு நாம் எல்லோருமே பொறுமை காக்கிறோம் என்பதுதான் உண்மை. அதீதக் கோபத்தில்கூடக் கத்தியை எடுத்து ஒருவரைக்

கொல்லும் அளவுக்கு நாம் போகமாட்டோம்!

அதுவே, அன்றாட வாழ்க்கையில் பல்வேறுவிதமான வன்முறைகளில் நாம் நாட்டம் காட்டுகிறோம் என்பதும் உண்மை!

கொலையெல்லாம் செய்யாத ஒரு சாமானிய மனிதன்தான், மனைவியை சாடிஸத்தோடு துன்புறுத்துகிறான். வயதான தாய், தந்தையருக்குச் சாப்பாடு போடுகிற ஒரே காரணத்துக்காக, மறைமுகமாகப் பலவிதங்களில் அவர்களை வேலை வாங்குகிறான்.

மருமகள்களைக் கொடுமைப்படுத்தும் மாமியார்கள் எத்தனை பேர்? வாயில்லாப் பூச்சியான கணவனின் தாயை ஏசித் துன்புறுத்தும் மருமகள்கள் எத்தனை பேர்?

உங்களைப் பிடிக்கவில்லை என்பதற்காகக் குரூரமாக நடத்தும் சாடிஸ மேலதிகாரிகள் உண்டா, இல்லையா?

குழந்தைகளைப் பணிக்கு அமர்த்தி, கேட்பாரில்லை என்பதற்காக அவர்களை அடித்துத் துன்புறுத்தும் முதலாளிகள் இருக்கிறார்களா, இல்லையா?

தன்னிடம் கல்வி கற்க வந்த சிறுமிகளைப் பாலியல் பலாத்காரம் செய்யும் ஆசிரியர்கள் பற்றி நீங்கள் கேள்விப்பட்டதில்லையா?

கெட்ட எண்ணத்தோடு உங்களை 'ஆட்கொள்ளும்' போலிச் சாமியார்கள் எத்தனை பேர்?

சற்று நெஞ்சைத் தொட்டு, மேற்கண்ட கேள்விகளுக்குப் பதில் சொல்லுங்கள்!

எடுத்த எடுப்பிலேயே இந்தக் கேள்விகளை வாசகர்கள் முன், நான் வைப்பதற்குக் காரணம் – பரபரப்புக்காக மட்டும் இந்தத் தொடரை நீங்கள் படிக்கக்கூடாது என்பதற்காகத்தான்!

வெளியே மனிதன், உள்ளே மிருகம்...

நாம் எல்லோருக்குள்ளேயும் இருண்ட பகுதிகள் உண்டு. அதற்குள்ளே புகுந்து பார்ப்பதை நாம் தவிர்த்தால், நம்மையே ஏமாற்றிக் கொள்கிறோம் என்று அர்த்தம்!

ஒவ்வொரு மனிதனும் தனக்குள் பதுங்கியிருக்கும் மிருகத்தைப் புரிந்து கொண்டால்தான் அதைக் கட்டுப்பாட்டுக்குள் கொண்டுவர முடியும்.

வரலாற்றைச் சற்றே புரட்டிப் பார்க்கும் போதெல்லாம், எல்லாவற்றையும் புறம் தள்ளிவிட்டு எத்தனை முறை அந்த மிருகம் கோரப் பற்களுடன் வெளியே பாய்ந்திருக்கிறது என்பதைத் தெரிந்து கொள்ள முடியும்! அந்தப் பாய்ச்சலால் உலகெங்கும் ஏற்பட்ட கொடூரமான சம்பவங்கள்

எத்தனையெத்தனை என்பதையும் தெளிவாகப் புரிந்து கொள்ளலாம்!

மனோதத்துவ மேதை ஸிக்மண்ட் ஃப்ராய்டு, 'எல்லா மனிதர்களுக்கு உள்ளேயும் வன்முறை உணர்வுகள் (Instincts of Aggression) இருக்கிறது. எப்படிப்பட்ட மோசமான குற்றத்தையும் செய்யத் தூண்டும் வெறி உணர்வு அவனுடைய ஆழ்மனதில் தங்கியிருக்கிறது. ஓரளவுக்கு அதைக் கட்டுப்படுத்துவது சமூகக் கட்டுப்பாடும் சமுதாயச் சட்டதிட்டங்களும் பின்விளைவுகளும் குற்ற

மனிதனுக்குள்ளே ஒரு மிருகம்!

உணர்வும்தான்!' என்கிறார்.

மொத்தத்தில், நாம் நல்லவர்களும் அல்ல... கெட்டவர்களும் அல்ல. வெளியே மனிதன், உள்ளே மிருகம் – இரண்டும் சேர்ந்த கலவைதான் நாம்! இந்த உண்மையை ஏற்றுக் கொள்ளாமல் முரண்டு பிடிப்பதில் அர்த்தமில்லை!

இந்த 'மிருகம்' எப்போது நம் மூளைக்குள் புகுந்து கொண்டது? பரிணாம வளர்ச்சியின் கட்டாயத்தின் பேரில் அது உள்ளே புகுந்து கொண்டதா? அல்லது, மனித மூளைக்குள் அந்த மிருகத்தை உருவாக்கக்கூடிய ரசாயனப் பொருள் ஏதேனும் இருக்கிறதா? அல்லது மூளைக்குள்ளே இயற்கை தயாரித்த மின்தொடர்புகளில் (Wiring) தவிர்க்க முடியாத தவறு ஏதேனும் நிகழ்ந்து விட்டதா என்பதெல்லாம் நாம் ஆராயவேண்டிய விஷயம்!

அறிவாற்றல் மிகுந்த சிறந்த மனிதர்கள்கூட, மனிதனுக்குள்ளே இருக்கும் மிருகத்தைப் புரிந்து கொண்டிருக்கிறார்கள்!

மனம் திறந்ததொரு பேட்டியில் வி.ஐ.பி. ஒருவர் சொன்னார் –

"என் கனவில், சில சமயங்களில் அழகிய பெண்கள் என்னை நெருங்கி வந்து கிளர்ச்சி ஏற்படுத்த முனைகிறார்கள். 'பக்குவமடைந்த நான் இதற்கு இடம் தரலாமா?' என்கிற உணர்வுதான் என்னைக் காக்கிறது. சில சமயம், கனவில் யாரோ வந்து என்னை முரட்டுத்தனமாகத் தாக்குகிறார்கள். நானும் தற்காப்புக்காக அவரைக் குத்தி வீழ்த்தத் தயாராகிறேன். நான் செய்வது தவறு என்று உடனே எனக்குப் புரிகிறது. கூச்ச உணர்வுடன் என்னைக் கட்டுப் படுத்திக் கொள்கிறேன். இப்படி இரண்டு வகை உணர்வுகளும் எனக்குள் போரிடுகின்றன..."

– இப்படிச் சொன்னவர் டென்ஸின் க்யோடா.

அதாவது, நம் வணக்கத்துக்குரிய தலாய்லாமா என்றால் உங்களுக்கு உடனே புரியும்!

ரொம்ப சிம்பிள்! வன்முறைக் கனவுகளும் பாலியல் கற்பனைகளும் எல்லா மனிதர்களுக்கும் உண்டு. அந்த உணர்வுகளைக் கட்டுப்படுத்தி, உள்ளுக்குள்ளே திமிறிக் கிளம்பும் சாத்தானுடன் போரிட்டு ஜெயிப்பவர்கள் சிறந்த மனிதர்களாக உருவெடுக்கிறார்கள். தலாய்லாமா போன்றவர்களால் ஒருபடி மேலே போய் அந்தப் போர்க்களத்தில் அழகிய நந்தவனத்தைக்கூட படைக்க முடிகிறது!

ஒரு உச்சக்கட்ட குற்றமாக மனித சமுதாயத்தால் கருதப்படுவது கொலை! இன்னொரு மனிதனின் உயிரைப் பறிப்பதை உலகின் எந்தப் பகுதியில் வசிக்கும் மனித இனமும் ஏற்றுக் கொண்டதில்லை. கொலை என்பது குற்றங்களுக்கெல்லாம் குற்றமாக (Crime of Crimes) நீதிமன்றங்களால் கருதப்படுகின்றன. மற்ற குற்றங்களையெல்லாம்விட கொலை, மனித சமுதாயத்தில் மிகவும் திகைப்பான முக்கியத்துவம் பெற்றிருக்கிறது. கொலை – மனிதனின் மனதில் அதிர்ச்சி, துயரம், கோபம் போன்ற பல உணர்ச்சிகளை ஏற்படுத்துகிறது. எந்த மதமும் கொலையை ஏற்றுக் கொள்ளவில்லை. இறைவனின் கட்டளைகளில் முக்கியமானது – கொல்லாதே (Thou shall not kill)!

'மனிதர்களிடையே கொலை என்பது மிகுந்த தர்மசங்கடத்தை ஏற்படுத்த இன்னொரு முக்கிய காரணம் – ஒரு கொலைகாரன் நம் ஆழ்மனதில் தங்கியிருக்கும் மிருகத்தை நினைவூட்டுகிறான்!' என்கிறார்கள் மனோதத்துவ அறிஞர்கள்.

சாதாரண மனிதனின் மனதில் வந்து போகும் வன்முறைக் கனவை, கொலைகார மனிதன் வெளிப்படுத்தி, செயல்படுத்திக் காட்டுகிறான்! இதுவே நமக்கும் கொலைகாரனுக்கும் உள்ள அந்த 'சின்ன' வித்தியாசம்! ஆகவேதான் கொலை (மற்ற உணர்ச்சிகளையும் சேர்த்து) மனிதர்களுக்கு ஒரு வித்தியாசமான ஆர்வத்தையும் ஏற்படுத்துகிறது. குறைந்தபட்சம் கொலை நிகழும் இடத்துக்காவது நாம் மெனக்கெட்டு சென்று வெறித்துப் பார்க்கிறோம். கொலை நிகழ்ச்சி பத்திரிகைகளில் பெரிய தலைப்புச் செய்தி ஆகிறது. கொலைகாரனைப் பார்க்க நீதிமன்றத்தில் பெருங்கூட்டம் கூடுகிறது. கொலைகாரர்களை

வைத்து எடுக்கப்படும் (Psycho, Silence of the Lambs போன்ற) திரைப்படங்கள் பெரும் வெற்றி பெறுகின்றன!

இத்தனைக்கும் கொலைகாரனுக்கு ஓநாய் போல ரத்தம் சொட்டும் கோரைப் பற்கள் இருக்கிறதா? அவனது கண்கள் வெறிபிடித்த வேங்கையை நினைவூட்டுகிறதா? அல்லது நம் புராண அரக்கர்களைப் போல அவன் கொடூரமாக, வாட்டசாட்டமாக காட்சியளிக்கிறானா?

உண்மையில், கொலைகாரர்களை முதன்முறையாக சந்தித்து 'பேட்டி' எடுக்கும் இளம் மனோதத்துவ மருத்துவர்களுக்கு, அந்தச் சந்திப்பு மிகுந்த வியப்பையும் குழப்பத்தையும் ஏற்படுத்துவதாக சீனியர் சைக்கியாட்ரிஸ்ட்டுகள் கூறுகிறார்கள்!

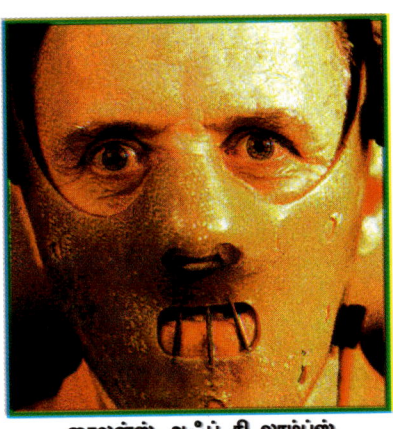

சைலன்ஸ் ஆஃப் தி லாம்ப்ஸ்

காரணம் – கொலைகாரன் நம்மைப் போன்ற ஒருவன்! இவ்வளவு அமைதியாக அமர்ந்திருக்கும் அவனால் கொடூரமாக ஐம்பது தொடர் கொலைகளை செய்ய முடிகிறது என்பதை இளம் 'சைக்கியாட்ரிஸ்ட்'டுகளால்கூட நம்ப முடியவில்லை. எதைக் கேட்டாலும் புன்னகையோடு பதில் சொல்கிறான். கனிவோடு, மரியாதையுடன் நடந்து கொள்கிறான். பக்கத்து வீட்டுக்காரர், அலுவலகத்தில் நம்மோடு பணிபுரிபவர், பள்ளி ஆசிரியர் இப்படிப் பலர் இதேபோலத்தான் மென்மையாகப் பழகுகிறார்கள். ஏன் இவனால் மட்டும் இப்படி?!

முன்பே சொன்னபடி, அந்த 'வன்முறை இடைவெளி' மிக மிக மெல்லியது என்பதுதான் காரணம்! நாம் அந்த

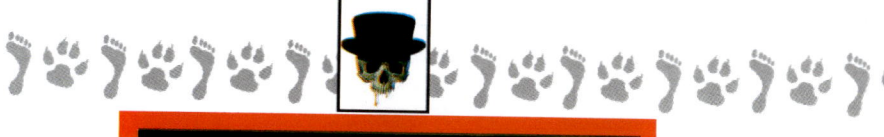

நீதிமன்றத்தில் ஜெப்ஃரி டாமர்...

இடைவெளியை தாண்டாமல் நிற்கிறோம். கொலைகாரன் தாண்டுகிறான்!

வெவ்வேறு விதமாக அதிர்ச்சியூட்டும் நூற்றுக்கணக்கான கொலைகாரர்களின் விதவிதமான அணுகுமுறை பற்றி மட்டுமே ஒரு பரபரப்பான தொடரை எழுத முடியும்! இது அப்படிப்பட்ட தொடர் அல்ல. ஆகவே, இரண்டு பேரை மட்டுமே சற்று ஆழமாக அலசுவோம். ஒருவன் – ஜெஃப்ரி டாமர். மற்றவன் – ஆண்ட்ரே சிக்காடிலோ! எதிரும் புதிருமாக இருந்த இருபெரும் வல்லரசுகளான அமெரிக்காவிலும் ரஷ்யாவிலும் பிறந்து வளர்ந்த இந்த இருவருமே சரிசமமாகக் கொடூரமானவர்கள்.

சிக்காடிலோவைப் பற்றி எழுதுவதற்குமுன்... இன்றிரவு மீண்டும் அவனைப் பற்றிய தகவல்களை ஒருமுறை வேகமாகப் படிக்க வேண்டியிருக்கிறது! இந்த நினைப்பே சற்று தர்மசங்கடமான உணர்வை ஏற்படுத்தி என் முகத்தை இறுக்கமாக்குகிறது...

‘இனி அவள் என் அடிமை...’

ஆண்ட்ரே சிக்காடிலோ, மிகவும் எளிமையாக தோற்றமளிக்கும் ஒரு பள்ளி ஆசிரியர்(ன்!).

மூக்குக் கண்ணாடி, கண்ணியமான உடை, கையில் ப்ரீஃப்கேஸ் – சிக்காடிலோவை நூலகங்களில் அதிகம் பார்க்கலாம். குறிப்பாக, ரஷ்ய இலக்கியத்தில் அவனுக்கு நல்ல ஈடுபாடு உண்டு!

மாஸ்கோ நகருக்கு அறுநூறு மைல் தெற்கே உள்ள ரோஸ்டோவ் என்னும் ஊரில் வசித்த சிக்காடிலோவைப் பற்றி ஊர்மக்கள் யாருமே தப்பாகக் கற்பனை செய்ததில்லை.

ரோஸ்டோவ் பல்கலைக்கழகத்தில் படித்து பட்டம் வேறு பெற்றவன் சிக்காடிலோ. நாற்பத்திரண்டு வயதாகும் வரை அவன் யாரையும் கொலை செய்ததில்லை என்பது குறிப்பிடத்தக்கது!

பிறகு, ஒரே ஒரு கொலை! ஒன்பது வயசு சிறுமி யெலீனாவிடம் நைஸாகப் பேச்சுக் கொடுத்து, புறநகர் பகுதிக்கு அழைத்துச் சென்று பாலியல் பலாத்காரம் செய்ய அவன் முயன்றபோது, அந்தச் சிறுமி சற்றுத் திமிறியிருக்கிறாள்...

அந்தச் சிறுமியின் கூச்சலை நிறுத்த வேண்டிக் கழுத்தை நெரித்துக் கொல்ல வேண்டியதாகப் போய்விட்டது. பிறகு சிக்காடிலோ அதற்காக ரொம்ப வருந்தினான்.

‘சே... இனி இப்படி ஒரு தவறு செய்யக்கூடாது’ என்று தனக்குத்தானே சத்தியம் செய்துகொண்டான். அதைக் கேட்டு அவனுக்குள் இருந்த மிருகம் லேசாக புன்னகைத்திருக்க

வேண்டும்!

ஆச்சரியம்! முன்னெச்சரிக்கையோடு, திட்டம் போட்டுச் செய்யாத கொலையாக இருந்தாலும், துப்புத் துலங்காததால் 'யெலீனா கேஸை' ரஷ்ய போலீஸ் மூடிவிட்டது.

இரண்டு ஆண்டுகள் சிக்காடிலோவுக்குள்ளே இருந்த 'மிருகம்' கம்மென்று காத்திருந்தது!

செப்டம்பர் 3-ம் தேதி, 1981. மாலை ஏழு மணி. லைப்ரரியிலிருந்து வெளிப்பட்ட சிக்காடிலோ, தன் காரில் ஏறிக்கொண்டான். மெள்ள காரை ஓட்டிச் சென்ற சிக்காடிலோவிடம் ஒரு பெருமூச்சும், கூடவே இனம் புரியாத கோபமும் தலைதூக்கியது.

'ஏன் நான் இப்படி இருக்கிறேன்? என் ஆண்மை முழுவதும் போய்விட்டதா? மனைவி என்னைப் பார்த்து எகத்தாளமாகச் சிரிக்கிறாள். என்ன அவமானம் இது!' என்கிற எண்ணங்கள் அவனுக்குள் அலைமோதின (இதெல்லாமே பிற்பாடு போலீஸிடம் அவன் நுணுக்கமாக விவரித்தது!).

ஸ்டீயரிங்மீது வெறுப்போடு தன் நெற்றியை ஒருமுறை மோதிக்கொண்டு நிமிர்ந்த சிக்காடிலோவின் பார்வை, அந்தப் பெண்ணின் மீது விழுந்தது. அவள் – லாரிஸா கெசென்கோ. பதினேழு வயது நிரம்பிய பள்ளி மாணவி...

சுருக்கமாகச் சொல்ல வேண்டுமானால், காரை நிறுத்தி இறங்கிய சிக்காடிலோ சுலபமாக அவளிடம் பேச்சுக் கொடுத்தான். பள்ளி ஆசிரியர் என்று தெரிந்தவுடன், அந்தப் பெண்ணும் நம்பிக்கையோடு பழகினாள்.

இருவரும் அருகேயிருந்த சூப்பர் மார்க்கெட் சென்று ஐஸ்க்ரீம் சாப்பிட்டார்கள். குளிர்பானம், சாக்லெட், பாப்கார்ன் வாங்கிக் கொண்டு வெளியேறினார்கள். கொஞ்ச தூரத்தில் இருந்த மரங்கள் அடர்ந்த தனிமையான பகுதிக்கு அந்தப் பெண்ணை அழைத்துச் சென்றான் அவன்.

அந்தப் பெண்ணைக் கொலை செய்கிற எண்ணமெல்லாம் அவனுக்கு அப்போது கிடையாது. 'யாராவது பெண்ணொருத்தி தன் ஆண்மைக்குப் புத்துயிர் தருவாளா?' என்கிற தயக்கமான

மனிதனுக்குள்ளே ஒரு மிருகம்! 23

எதிர்பார்ப்பு மட்டும்தான் சிக்காடிலோவுக்கு இருந்தது.

மனித நடமாட்டம் இல்லாத இடம். திடீரென்று ஒரு பரபரப்பு ஏற்பட்டு அவன் உடல் நடுங்கியது. உள்ளுக்குள் மிருகம் உறுமியது. தன் சட்டையைக் கழற்றிப் போட்டு நிமிர்ந்த அவன் புஜங்கள் முறுக்கேறின. மிரண்டுபோன அந்தப் பெண் பின்வாங்கியவாறு, 'என்ன இது?' என்றாள் கலவரத்துடன்.

தோள்களைக் குறுக்கிக்கொண்டு சற்றுத் தளர்ந்த நடையுடன் தன்கூட இதுவரை வந்த சிக்காடிலோ, சரேலென்று நிமிர்ந்தவுடன்தான் அவனது ஆறடி உயரமும் வலுவான தேகமும் லாரிஸாவுக்குப் பயமூட்டியது.

ஓநாயைப் போல உறுமியவாறு அந்தப் பெண் மீது பாய்ந்தான் சிக்காடிலோ.

லாரிஸாவைக் கீழே தள்ளினான். அவள் அலற ஆரம்பித்தாள். திடுக்கிட்ட அவன் மொத்தமாக மண்ணை அள்ளி அவள் வாய்க்குள் திணித்து, அவள் கூக்குரலை நிறுத்தினான். அவள் துடிப்பதையும் நடுங்குவதையும் பார்த்தவுடன், திடீரென்று அவனது ஆண்மை விழித்துக் கொள்ளத் துவங்கியது!

சிக்காடிலோவுக்கு மகா ஆச்சரியம்... மனைவியோடு இருந்தபோதெல்லாம், இந்த சிலிர்ப்பான உணர்வு துளியும் அவனுக்கு ஏற்பட்டதில்லை. இப்போதோ தன்னைப் பற்றிய சந்தேகமெல்லாம் போய்... இதோ, வெறிபிடித்த மகிழ்ச்சியில் மூழ்கிக் கொண்டிருக்கிறான் அவன்!

சில நிமிடங்களுக்குள் அந்தப் பெண் அவனுக்கு முழுசாக அடிமை! தன்னால் அவளை என்ன வேண்டுமானாலும்

சிறையில் சிக்காடிலோ...

செய்ய முடியும்! கீழே கிடந்த அவளை இறுக அணைத்து தூக்கி, அவள் உடலின் மேற்பகுதியெங்கும் பற்களால் கடித்துக் குதறித்தின்று... பிறகு நிதானமாக கழுத்தை மெள்ள நெரித்துக் கொன்று... பீறிட்ட ரத்தத்தை உறிஞ்சிக் குடித்தான் அவன்.

அந்தக் கணம் சிக்காடிலோ பரவசத்தின் உச்சத்துக்குப் போனான்!

குதறப்பட்ட அந்தப் பெண்ணின் உயிரற்ற உடல் கீழே கிடக்க, கழற்றிப் போட்டிருந்த அந்தப் பெண்ணின் உடைகளை வானத்தை நோக்கித் தூக்கியெறிந்தான் அவன். பிறகு, உன்மத்தத்துடன் அந்த உடலைச் சுற்றிப் பாடிக்கொண்டே நடனமாடினான்.

'என்னால் சாதிக்க முடியும். எனக்கு ஆண்மை வந்துவிட்டது! நான் உதவாக்கரை மனிதன் இல்லை. நான் ஜெயிப்பேன். யாரை வேண்டுமானாலும் கட்டளைக்குப் பணிய வைக்க என்னால் முடியும்' என்று தரையில் மண்டியிட்டு, இரு கரங்களையும் வானை நோக்கி உயர்த்தி, சிவந்து போயிருந்த வாயால் ஆனந்தக் கூச்சலிட்டான் சிக்காடிலோ.

இந்தவிதக் கொலைவெறியையும் கொலைகாரர்களின் மனநிலையையும் பிறகு ஆராய வேண்டியிருப்பதால்தான் எல்லாவற்றையும் ஓரளவுக்காவது விளக்கமாக விவரிக்க வேண்டியிருக்கிறது.

அதே சமயம்... இப்படிப்பட்ட ஒரு ரத்தப் பசி கொண்ட கொடூர மிருகம் தங்களிடையே சாவதானமாக வளைய வருகிறது என்கிற உண்மை ஊர்மக்களுக்குக் கொஞ்சமும் தெரியாமல், அவன் எதிர்பட்டபோதெல்லாம் கனிவோடு 'விஷ்' பண்ணிக்கொண்டிருந்தார்கள்.

தினமும் நூலகங்களில் பணிவாக அமர்ந்து புத்தகம் படித்துக்கொண்டிருந்த சிக்காடிலோவை போலீஸூம் சந்தேகப்படவில்லை!

ஒன்றல்ல, இரண்டல்ல... பன்னிரண்டு வருடங்களுக்கு போலீஸிடம் பிடிபடவில்லை ஆசிரியத் தோல் போர்த்திய அந்த வெறி கொண்ட ஓநாய்!

கடைசியில்... ஒரு சின்ன விஷயம் அவனை மாட்டிவிட்டது!

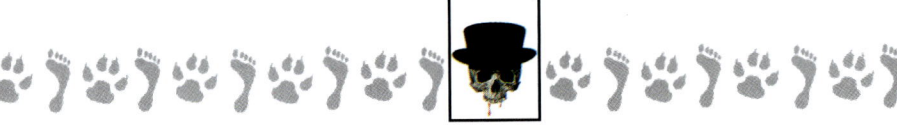

கொட்டாவி விட்ட கொலைகாரன்

மனித ரத்தப் பசிகொண்ட சிக்காடிலோ தொடர்ந்து கொலைவெறியோடு செயல்பட ஆரம்பித்து, ஐந்தாண்டுகளுக்குப் பிறகே ரோஸ்டோவ் ஊர் மக்களுக்கு போலீஸ் வெளிப்படையான எச்சரிக்கை விடுத்தது. ‘உங்களிடையே ஒரு பயங்கரமான கொலைகாரன் சாதாரணமாக வலம் வந்து கொண்டிருக்கிறான். அவனைப் பற்றிய அடையாளம் எதுவும் இதுவரை தெரியாததால் மக்கள் மிகுந்த எச்சரிக்கையோடு இருக்கும்படி கேட்டுக்கொள்கிறோம்.’

இந்த அறிவிப்பைக் கேட்டவுடன் ஊர் மக்கள் கதிகலங்கிப் போனார்கள். அப்போது கம்யூனிஸ்ட் ஆட்சியாக இருப்பினும் (எந்த செய்தியையும் அடக்கி வாசிக்க வேண்டும்!) எல்லாப் பத்திரிகைகளிலும் இது தலைப்புச் செய்தியாக வந்தது. போலீஸ் மகா பொறுமையுடன் இரண்டு லட்சம் சந்தேக கேஸ்களைப் பிடித்து தீவிரமாக விசாரித்து ரத்தப் பரிசோதனைகூட செய்தது. ஒன்பது வயது சிறுமி ஒருத்தியைக் கொன்றதற்காக 1978–ல் க்ராவ்சென்கோ என்பவனை போலீஸ் கைது செய்து, பிறகு நீதிமன்றம் அவனுக்கு மரண தண்டனை விதித்தது. அவன் இறப்பதற்குக் கடைசி நிமிடம் வரை ‘நான் நிரபராதி’ என்று கதறிக்கொண்டிருந்தான் (‘நான்தான் அந்தச் சிறுமி யெலீனாவை கொலை செய்தேன். என் முதல் கொலை அதுதான்!’ என்று பிற்பாடு சிக்காடிலோ ஒப்புக்கொண்டது வேறு விஷயம்!).

கொலைகள் தொடர்ந்தன..!

அந்த அப்பாவியைத் தொடர்ந்து இன்னொருவனை சந்தேகப்பட்டு கைது செய்து விசாரித்தது போலீஸ். பாவம், அந்த ஆள் அவமானப்பட்டுப் போய் தற்கொலை செய்துகொண்டான்.

கொலையாளி எங்கே மறைந்திருக்கிறான்?!

பிறகும் கொலைகள்..!

'கையாலாகாத காவல்துறை' என்று மக்கள் விமரிசிக்க ஆரம்பித்தார்கள். தர்மசங்கடப்பட்டுப்போன போலீஸ், புகழ்பெற்ற மனோதத்துவ நிபுணர், டாக்டர் அலெக்ஸாண்டர் புகானோவ்ஸ்கி என்பவரின் உதவியை நாடியது.

தீவிர விசாரணைக்கும், ஆழ்ந்த சிந்தனைக்கும் பிறகு புகானோவ்ஸ்கி கொலைகாரனின் 'குணநலன்களை' (Profile) ஒரு பேப்பரில் எழுதி போலீஸிடம் கொடுத்தார். அதிலிருந்த முக்கிய விஷயங்கள் மட்டும் இதோ!

'கொலைகாரன் இளைஞன் அல்ல. நாற்பது வயது நிரம்பியவன். அவனுடைய குழந்தைப் பருவம் மிகவும் கொடூரமாக இருந்திருக்கிறது. அன்பு என்பதே தெரியாமல் வளர்ந்தவன்.

அதீத தாழ்வு மனப்பான்மை (Inferiority complex) உண்டு. செக்ஸ் பிரச்னைகள் இருக்கும். ஆண், பெண் இருவரோடும் செக்ஸ் வைத்துக்கொள்ளும் ஆர்வம் உண்டு. திருமணமானவன். மூக்குக் கண்ணாடி அணிந்திருப்பவன். பள்ளி ஆசிரியராக இருக்கும் வாய்ப்பு இருக்கிறது!'

இதை வைத்துக்கொண்டு நகர் முழுவதையும் மஃப்டியில் போலீஸ் கண்காணிக்க ஆரம்பித்தது.

ஒரு நாள்...

பஸ் ஸ்டாப் அருகே ஒரு சிறுவன் கண்ணாடி அணிந்த, நடுத்தர வயதுள்ள ஒருவனோடு நடந்துபோய்க் கொண்டிருந்தான். இது சட்டென்று போலீஸ்காரர் ஒருவரின் பார்வையில் பட்டது. 'ஒருவேளை தந்தை, மகனாக இருக்குமோ?! பார்த்து விடுவோம்..' என்று அவர்களை மடக்கினார் அவர். 'இவர் என் அப்பா இல்லை, நண்பர். ஏன்? என்ன ஆச்சு?' என்றான் சிறுவன்!

சந்தேகத்தின் பேரில் சிக்காடிலோவை உடனே கைது

செய்தார் அந்த போலீஸ்காரர். ஆனால், தாங்கள் தேடிக்கொண்டிருக்கும் கொலைகாரன் இவன்தானா என்று ஒன்பது நாட்கள் தொடர்ந்து விசாரித்தும் சிக்காடிலோ துளியும் அசைந்து கொடுக்கவில்லை. 'சந்தேகப்பட்டு இரண்டு அப்பாவிகளைக் கொன்றீர்கள். அதுபோல என்னையும் கொல்லுங்கள்!' என்று அவன் அழுததோடு சரி!

பிறகு ஒரு போலீஸ் அதிகாரி, டாக்டர் புகானோவ்ஸ்கி கொலைகாரனைப் பற்றி ஊகித்து எழுதியிருந்த விஷயங்களை அவனுக்கு நிதானமாக படித்துக் காட்டினார். கவனத்துடன் அதைக் கேட்டுக்கொண்டிருந்த சிக்காடிலோ திடீரென்று வாய்தவறி 'அட.. அப்படியே இவ்வளவு கரெக்டாக என்னை விவரித்திருக்கிறாரே' என்று சொல்லித் தொலைத்து – மாட்டிக்கொண்டான்!

'இதோ, இவனேதான்!' சரேலென்று போலீஸ் எச்சரிக்கையானது. அதற்குப் பிறகு போலீஸுக்கு சிக்காடிலோ ரொம்ப சிரமம் கொடுக்கவில்லை. ஒரு பெருமூச்சுடன், 'சரி, எல்லாவற்றையும் சொல்கிறேன், கேளுங்கள்' என்று தன் கொலை வரலாறை சொல்ல ஆரம்பித்தான் அவன்.

மிகவும் பரிதாபமான, கொடூரமான குழந்தைப் பருவம் சிக்காடிலோவை திக்குமுக்காட வைத்திருக்கிறது. சிறுவயதில், சோவியத் ரஷ்யாவின் பகுதியான உக்ரேயினில் பஞ்சம் தலைவிரித்தாடியபோது நடந்த ஒரு பயங்கர சம்பவம்...

சிக்காடிலோவும் அவனுடைய பத்து வயது அண்ணனும் காட்டுப்பகுதியில் நடந்து வந்தபோது பஞ்சத்தில் தவித்த ஒரு கூட்டம், அவனுடைய அண்ணனைப் பிடித்துக் கொன்று, உடலை துண்டு துண்டாக்கி தீயில் வறுத்தெடுத்து சாவகாசமாக சாப்பிட்டக் காட்சியை, தப்பி ஓடுவதற்கு முன்பு நேரில் பார்த்தான் சிக்காடிலோ. அந்தக் குரூரமான காட்சி கடைசிவரை அவன் மனதை விட்டு அகலவில்லை. அவனுடைய தந்தை போர்க்கைதியானார். வீட்டில் பட்டினி. அம்மாவின் அன்பு துளிக்கூட கிடைக்கவில்லை. தினமும் அவனைப் போட்டு அடித்தாள். ஊர் பெண்கள் அவனை

ஏளனம் செய்தார்கள். திருமணத்துக்குப் பிறகு மனைவியும் அவனை மோசமாக நடத்தினாள். தொடர்ந்து ஒவ்வொரு இரவும் ஏசினாள்.

இரண்டு குழந்தைகளைப் பெற்றதோடு சரி.. பிறகு மனைவி மீது தாளாத வெறுப்பு சிக்காடிலோவுக்கு ஏற்பட்டது. கூடவே அவனுடைய ஆண்மை போய்விட்டது. தொழிற்சாலையொன்றில் வேலைக்குச் சேர்ந்த அவனை சக தொழிலாளர்களும், ஃபோர்மெனும் மிகவும் கேவலமாக நடத்தினார்கள். சிக்காடிலோவுக்கு தன்மீதும், சமூகத்தின் மீதும் இருந்த நம்பிக்கை அடியோடு போய்விட்டது. தன்னந்தனி ஆளாக ஆகிப்போனான் அவன்.

அதற்குப் பிறகுதான் குரூரமான செக்ஸ் கற்பனைகள் (Sexual Fantasies) அவனுக்குத் தோன்ற ஆரம்பித்தன. ஒரு கனவுலகத்தில் வாழ ஆரம்பித்தான் அவன். ஒரு நரகத்தைத் தனக்கென்று மனதுக்குள் சிருஷ்டித்துக் கொண்டான். அந்த நரகத்துக்கு, சாத்தானைப்போல அவன்தான் சர்வ வல்லமை கொண்ட அதிபதி!

தன் கனவுகளை அவன் நிஜமாக்க ஆரம்பித்தது பிறகுதான். இரண்டு கொலைகளை செய்தவுடன், தான் பிறந்த காரணம், தன் வாழ்க்கையின் அர்த்தம் அவனுக்கு விளங்கிப்போனது. கொலை.. கொலை.. தொடர்ந்து கொலைகள்!

சிக்காடிலோ பொய்யானதொரு தளர்ந்த நடையுடன் சென்று, புன்னகையுடன் பேச்சுக் கொடுத்து அழைத்துச் சென்று, (12 வருடங்களில்) குரூரமாக செய்த கொலைகளின் எண்ணிக்கை ஐம்பத்து மூன்று!

'அக்கறையோடு தொழிற்சாலையிலும், பள்ளிக்கூடத்திலும் பணிபுரிந்தேன். வெளியிலும் சரி, வீட்டிலும் சரி என்னைக் கேவலமாக நடத்தினார்கள். கொலை செய்ய ஆரம்பித்த பிறகுதான் நான் புது மனிதனாக ஆனேன். பிறகு என்னால் என்னைக் கட்டுப்படுத்திக் கொள்ள முடியவில்லை!' என்றான் சிக்காடிலோ கோர்ட்டில்.

அநேகமாக எல்லா சிறுவர்களையும், சிறுமிகளையும் 'பஸ்

ஸ்டாப்பில்'தான் தேர்ந்தெடுத்தான் சிக்காடிலோ. தனி இடத்துக்கு போனவுடன் மிருகம் விழித்துக்கொள்ளும். பிறகு சித்ரவதை... கொலை!

எடுத்தவுடன் கொலை செய்வதைத் தவிர்த்தான் அவன். உடலெங்கும் கத்தியால் சரமாரியாக குத்திப் பிறகு கத்தியை தூக்கிப்போட்டுவிட்டு, பற்களையும் நகங்களையும் பயன்படுத்துவான்.

☞'இரை'யின் கண்கள் அவனை 'டிஸ்டர்ப்' செய்தன. ஆகவே (உயிரோடு இருக்கும்போதே) கண்களை கத்தியால் தோண்டியெடுத்துப் பையில் போட்டுக்கொள்வான். பிறகு அந்தப் பகுதியிலிருந்து பீறிடும் ரத்தத்தை உறிஞ்சிக் குடிப்பான். அவன் முகமே ரத்தமயமாகிப் போனது. இறந்து கொண்டிருப்பவரின் நாக்கை இழுத்து வைத்து பல்லால் கடித்துக் குதறித் தின்பது அவனுக்கு ரொம்பப் பிடித்தது. கடைசியாக கொஞ்சநஞ்சம் இருக்கும் உயிரையும் கழுத்தை நெரித்துப் போக்கிவிட்டு பிறகு அந்த உடல்மீது அமர்ந்து சாவதானமாக சுயஇன்பத்தில் ஈடுபடுவான். அவன் ஆண்மை சிலிர்த்துக்கொண்டது இம்மாதிரி சூழ்நிலையில் மட்டுமே!☜

கண்களை தோண்டுவது, நாக்கைக் கடிப்பது போன்ற செயல்களெல்லாம் தனித்தன்மையானது. கொலையாளியின் கையெழுத்து (Signature) என்று இதற்கு துப்பறியும் நிபுணர்கள் பெயர் வைத்திருக்கிறார்கள்! இதை வைத்து, ஒரே ஆள்தான் எல்லா கொலைகளையும் செய்தானா என்று ஓரளவு கண்டுபிடிக்க முடியும்!

1992, அக்டோபர் 15. நீதிமன்றம் சிக்காடிலோவுக்கு மரண தண்டனை விதித்தது. நீதிபதி தீர்ப்பைப் படித்தபோது சற்றே (மனித இறைச்சி இல்லாததால்?) இளைத்துப் போயிருந்த சிக்காடிலோவின் ரியாக்‌ஷன் என்ன தெரியுமா? பக்கத்தில் இருக்கும் படத்தைப் பாருங்கள்!

வெளியே கூடியிருந்த கூட்டம் கோப வெறியில் இருந்தது. 'எங்களிடம் அந்த மிருகத்தை விட்டுவிடுங்கள். நாங்கள் பார்த்துக்

கொட்டாவி..!

கொள்கிறோம்!' என்று அவனை பீஸ்பீஸாக கிழித்துப் போடும் ஆத்திரத்துடன் மக்கள் கூச்சல் போட்டார்கள். போலீஸ் ஒரு மாதிரி அவனை பத்திரமாக சிறைக்கு அழைத்துச் சென்றபோது கூட்டத்தைப் பார்த்து சிக்காடிலோ, 'உங்களில் யாராவது ஒருவர் என்னுடைய நிலைமையைப் பார்த்து பரிதாபப்படுகிறீர் களா?' என்று எரிச்சலுடன் குரலை உயர்த்திக் கேட்டான்.

'பன்னிரண்டு வருஷம்... ஐம்பத்து மூன்று கொலைகள்! இத்தனை காலம் கோட்டை விட்டுவிட்டு போலீஸ் இப்போது காலரைத் தூக்கி விட்டுக்கொள்ள ஒன்றுமில்லை' என்று போலீஸ் மீது பாய்ந்தது கூட்டம். ஒருவழியாகக் கொலைகாரனைப் பிடித்த பிறகும் போலீஸுக்குக் கெட்ட பெயர்தான்!

1994, பிப்ரவரி 21. சிக்காடிலோவுக்கு மரண தண்டனை நிறைவேற்றப்பட்டது. அன்று அதிகாலை நீண்ட வராண்டா வழியாக அவனை நடக்கவைத்து மரண தண்டனைக்கான அறைக்கு அழைத்துச் சென்றார்கள். அங்கே நடுநாயகமாக மண்டியிட்டு அமர்ந்தான் அவன். 'ஏதேனும் சொல்ல விரும்புகிறாயா?' என்று கேட்டார் ஜெயில் அதிகாரி. நிமிர்ந்து சற்று யோசித்த சிக்காடிலோ, 'இறப்பதற்கு முன் ஒவ்வொருவரும் தங்கள் முத்திரையை உலகில் பதித்துவிட்டுப் போக வேண்டும். இல்லையென்றால், வாழ்க்கைக்கு அர்த்தம் இல்லை!' என்றான் சாவதானமாக.

சிக்காடிலோவின் பின்னந்தலையில் ஒரு 'ஆட்டோமேட்டிக்' துப்பாக்கியை வைத்து அழுத்தினார்கள். அதிலிருந்த சக்தி வாய்ந்த புல்லட், அவன் மூளையை சிதற அடித்தது.

ஒரு சீரியல் கொலைகாரன் எப்படி உருவாகிறான்? பிறவிக் கொலைகாரன் என்று யாரும் கிடையாது! தப்பாக நினைக்காதீர்கள்... உங்கள் பக்கத்து வீட்டில், எதிர்வீட்டில், ஏன் இதுவரை சாதாரணமாக இருந்த உங்கள் உறவினர்களில் ஒருவரேகூட கொடூரமான தொடர் கொலைகாரர் ஆகக்கூடும்! அதேசமயம், சில சூழ்நிலைகளை, பின்னணியை, குணநலன்களை வைத்து, கொலை செய்யக்கூடியவரை நாம் (ஓரளவுக்காவது) கணிக்கவும் முடியும்...

எப்படி...?!

காதலர்களை
எங்கே பார்த்தாலும் கொல்!

டாமர், சிக்காடிலோ போன்றவர்களை வகைப்படுத்தி, இது போன்ற கொலைகாரர்களுக்கு 'சீரியல் கில்லர்' என்று முதன்முதலில் பெயர் சூட்டியவர் FBI–யில் பணிபுரிந்த புகழ்பெற்ற துப்பறியும் நிபுணர் ராபர்ட் ரெஸ்லர்.

70–களில் நியூயார்க் நகரை கதிகலங்கடித்த ஒரு கொலைகாரன் டேவிட் பெர்கோவிட்ஸ். 'Son of Sam' என்று பத்திரிகைகள் அவனுக்கு பெயர் வைத்தன.

அவன் காதில் 'ஸாம்' என்பவரின் குரல் அவ்வப்போது ஒலிக்கும் (அவன் வசிக்கும் தெருவில் 'ஸாம்' என்பவர் போன் பூத் வைத்திருந்தார் என்றாலும், அவன் மூளைக்குள் கேட்கும் குரலுக்கும் அவருக்கும் சம்பந்தம் கிடையாது!). 'கிளம்பு' என்று அந்தக் குரல் அவ்வப்போது டேவிட்டுக்கு ஆணையிடும். டேவிட் காதுக்குள் 'ஸாம்' இட்ட கட்டளை – 'காதலர்களை எங்கே பார்த்தாலும் கொல்!' உடனே வெறித்த விழிகளுடன் டேவிட் கிளம்புவான்.

நியூயார்க் பூங்காக்கள், தெருக்கள்... எங்கேயாவது காருக்குள் காதல் ஜோடி தென்பட்டால் போதும், 'எக்ஸ்கியூஸ் மீ!' என்று ஒரு புன்னகையுடன், தனது இடது கையால் காரின் கதவுக் கண்ணாடியைத் தட்டுவான்.

கண்ணாடியை இறக்கியவுடன், டேவிட்டின் வலது கையில் உள்ள துப்பாக்கி வெளிப்படும். இருவரின் மூளையையும் சிதற அடித்துவிட்டு, தான்பாட்டுக்குப் போய்விடுவான். பல கொலைகளுக்குப் பிறகு, அவனை மடக்கிப் பிடித்தவர் ரெஸ்லர்.

'சீரியல் கில்லர்' என்று பெயர் சூட்டப்பட்ட முதல் ஆள் டேவிட்தான்!

'அமெரிக்காவில் ஆண்டுதோறும் சீரியல் கில்லர்களிடம்

மட்டும் சிக்கிக்கொண்டு கொலை செய்யப்படுபவர்கள் 3,500 பேருக்கு மேல்!' என்கிறார் ரெஸ்லர்.

டாமர் போன்ற தொடர் கொலைகாரர்கள் ஒரு விதம். ஒரே சமயம் தொடர்ந்து பலரைக் கொல்பவர்கள் வேறு விதம் (Mass Murderers). டிசம்பர் 7, 1993–ல் ஒரு நாள், பெர்கூஸன் என்னும் 35 வயது ஆசாமி ரயில்வண்டியில் ஏறி பயணிகளைப் பார்த்து 'ஹலோ' சொல்லிவிட்டுச் சரமாரியாகச் சுட்டதில் ஆறு பேர் இறந்தார்கள். டஜன்கணக்கில் படுகாயமடைந்தார்கள். அரை டஜன் போலீஸ் அவன்மீது விழுந்து அமுக்கிப் பிடித்துச் சுடுவதை நிறுத்தி அவனைக் கைது செய்தார்கள்.

ஹ்யூபர்ட்டி என்பவன் லாஸ்ஏஞ்சலீஸ் நகரில் மெக்டொனால்ட் ரெஸ்டாரண்ட்டுக்குள் நுழைந்து, 'ஒழிஞ்சு போங்கடா!' என்று கர்ஜித்துவிட்டு, இருபத்து மூன்று அப்பாவிகளைச் சுட்டுக் கொன்றான்.

விட்மென் என்பவன் டெக்ஸாஸ் பல்கலைக்கழகத்தில், ஒரு மணிக்கூண்டுமீது ஏறி நின்று கல்லூரி மைதானத்தில் பேசிக்கொண்டும் விளையாடிக் கொண்டுமிருந்த பத்து மாணவ – மாணவிகளைச் சுட்டுக் கொன்றான்.

சாதாரணமாக, இவர்கள் பலரைச் சுட்டுக் கொன்று விட்டுக் கடைசியில் தற்கொலையும் செய்துகொள்வார்கள். அல்லது போலீஸ் சூழ்ந்துகொண்டு, வேறுவழியில்லாமல் கொலைகாரனைச் சுட்டு வீழ்த்தும்.

இந்த வகைக் கொலைகளுக்குச் சக்தி வாய்ந்த, தொடர்ந்து சுடக்கூடிய துப்பாக்கி தேவை (ஆகவேதான், எப்போதாவது நம்ம ஊரில் இப்படி வெறிபிடித்து அப்பாவிகளைச் சுட்டுக் கொல்பவர் போலீஸ்காரராகவோ, ராணுவ வீரராகவோ இருக்கிறார்!).

இந்த வகைக் கொலைகாரர்களின் மனோதத்துவ நிலை சற்று மாறுபட்டது. நமக்கு திடீரென்று தாங்க முடியாத கோபம் வந்தால் தட்டு, டம்ளர், நாற்காலி, படங்களையெல்லாம் தூக்கிப் போட்டு உடைக்கிறோம், இல்லையா? அதன் உச்சக்கட்டம்தான் இது!

இதற்குப் பின்னால் பெரிசாக 'திட்டமிடுதல்' கிடையாது. 'நம்முடைய பிரச்னைகளுக்கும் சோகங்களுக்கும் காரணம் சமூகமே!' என்கிற, அத்தனை மனிதர்களையும் எதிரிகளாக நினைத்துப் பழிவாங்க விரும்பும் Paranoia! இதோடுகூட சுயபச்சாதாபமும் சேருகிறது!

மனக்கட்டுப்பாடு உள்ளவர்கள், இதுபோன்ற சமயங்களில் மேஜையை ஓங்கிக் குத்துவதோடு நிறுத்திக் கொள்வார்கள்! துப்பாக்கியை எடுத்துக்கொண்டு அப்பாவி மக்களைச் சுட்டு வீழ்த்தக் கிளம்புகிறவர்கள் மிகச் சிலரே! உணர்வு ஒன்றே. அதன் அளவுதான் வேறு!

சீரியல் கில்லர்களின் கதையே தனி. அவர்களுடைய கற்பனைகள் பயங்கரமானது. செக்ஸுக்கு முன்பு ஏற்படும் கிளுகிளுப்பான எதிர்பார்ப்பு ஒவ்வொரு கொலைக்கு முன்பும் அவர்களை ஆக்கிரமிக்கிறது!

பரிச்சயமில்லாத ஒருவரைத்தான் அவர்கள் கொலை செய்யத் தேர்ந்தெடுப்பார்கள். பிறகு பல நாட்கள் 'இரை'யைப் பின் தொடர்ந்து கண்காணிப்பார்கள். பொறுத்திருந்து பதுங்கிப் பாய்ந்து கொல்கிற புத்திசாலி மிருகங்கள் இவர்கள்!

டேவிட் பெர்கோவிட்ஸ்

முப்பது கொலைகளைச் செய்த சீரியல் கில்லர் டெட்பண்டி. அத்தனை கொலைகளுக்கும் அவனுக்கு ஆறு ஆண்டுகள் தேவைப்பட்டன! இரைகளைத் தேர்ந்தெடுக்க, மெனக்கெட்டு வெவ்வேறு மாநிலங்களுக்குப் பயணித்தான் அவன்!

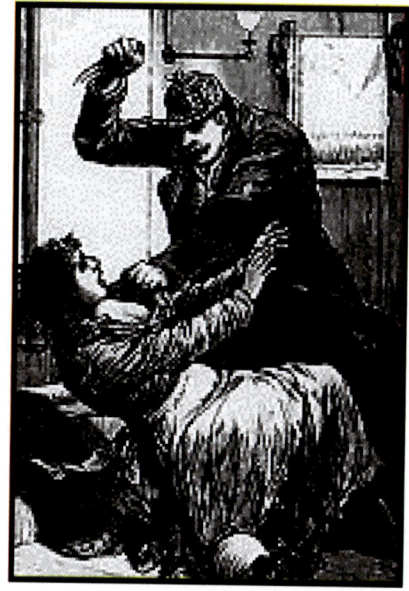

ரிப்பர்

உலகக் கொலை வரலாற்றில் முதன்முதலில் 'பயங்கரப் புகழ்' பெற்றவன் லண்டன் நகரில் வசித்த ஜாக் தி ரிப்பர் (Jack The Ripper). 'ரிப்பர்' என்றால் 'கிழித்துக் குதறுபவன்' என்று அர்த்தம். 'ஜாக்' என்பது போலீஸ் அவனுக்கு வைத்த புனைப்பெயர்!

அவன் தேர்ந்தெடுத்து (1888-ம் ஆண்டில்) கொலை செய்த அத்தனை பேரும் விலைமாதர்கள்! விலைமாதர்களால் அவனுக்கு ஏதேனும் பிரச்னை ஏற்பட்டிருக்குமா? அல்லது அவன் தாய் விலைமாதுவாக இருந்ததால் ஏற்பட்ட மனப் பாதிப்பா?

கடைசிவரை அவன் கண்டுபிடிக்கப்படவில்லை என்பதால், உண்மை தெரியாமலேயே போய்விட்டது. இன்று வலம்வரும் சீரியல் கொலைகாரர்களுடன் ஒப்பிட்டால், ஜாக் தி ரிப்பர்

ரொம்ப சாதாரணமானவன் என்று கூறலாம்!

ஜாக் தி ரிப்பர் செயல்பட்டது பத்து வாரங்களுக்குத்தான். கொலை செய்தது ஐந்து விலைமாதுக்களை! திடீரென்று அந்தக் கொலைகள் தானாக நின்றுவிட்டன!

அநேகமாக சீரியல் கில்லர்கள் தாங்கள் செய்யும் கொலைகளுக்கு முற்றுப்புள்ளி வைப்பதில்லை. கொலைகளை நிறுத்தினால், அவர்களுடைய வாழ்க்கையில் வெறுமை சூழ்ந்துகொண்டு, அவர்களுடைய பர்சனாலிட்டி பொலபொலவென்று உதிர்ந்துவிடுவது போன்ற திகிலுணர்வு அவர்களுக்கு ஏற்பட்டுவிடும்!

அவர்களுடைய வாழ்க்கையை நிலைநிறுத்தி, மன அமைதி ஏற்படுத்தித் தருவது – கொலைகளே! இவர்களுக்கு, பாலுணர்வு போலத் திரும்பத் திரும்பக் கொலை செய்யும் வெறி தலைதூக்கும்!

வாஷிங்டன் நகரில் 1984-ல் ஒரு கொலைகாரன் (19 மாதங்களில்) தொடர்ந்து 49 பெண்களை கொலை செய்தான். ஸ்பெஷல் போலீஸ் படை அமைத்து அவனைத் தேடினார்கள்.

போலீஸ் அவனைக் கண்டுபிடிக்க, பதினைந்து மில்லியன் டாலர் செலவழித்தும் ஆள் அகப்படவில்லை! திடீரென்று கொலைகள் தானாகவே நின்றுவிட்டன. என்ன ஆனது?!

'அவனாகக் கொலை செய்வதை நிறுத்த வாய்ப்பே கிடையாது. ஒன்று – அவன் வேறு ஏதாவது குற்றத்துக்காக சிறையிலடைக்கப்பட்டிருக்க வேண்டும். இரண்டு – விபத்து எதிலாவது அடிபட்டு அவன் செத்துப் போயிருக்க வேண்டும்!' என்றார்கள், போலீஸில் பணிபுரியும் மனோதத்துவ நிபுணர்கள்.

தொடர் கொலைகாரர்கள் கொல்வதற்கு முக்கிய காரணம் – அந்தக் கொலை அவர்களுக்கு ஏற்படுத்தும் பரவச உணர்வுதான்! அந்த உணர்வு வெறும் உடலுறவு மூலமாக மட்டும் ஏற்படுவது அல்ல.

இரையைத் தேடி அவர்கள் மேற்கொள்ளும் வேட்டை, கைப்பற்றுதல், கடத்திச் சென்று சிறைப்படுத்திச் சித்ரவதை செய்தல், கடைசியாகக் கொலை! இவை அத்தனையுமே பரவசமானவை! பொறாமை, பணம், பழிதீர்த்தல், தனிப்பட்ட கோபம் எதுவும் இவர்களுக்குக் கிடையாது!

சில முரட்டுக் குழந்தைகள் 'பார்பி' பொம்மையின் கை, கால்களைப் பிய்த்து, அதன் கண்களை பென்சிலால் குத்தியெடுத்து, தலையைச் சக்கர வட்டமாகத் திருப்பிச் சிதைத்து, சின்னாபின்னப்படுத்துவதை நீங்கள் பார்த்திருப்பீர்கள்!

சீரியல் கொலைகாரர்களுக்கு, உயிருள்ள மனிதர்கள் பார்பி பொம்மை மாதிரி! கொலை செய்யப்படுபவர் பரிச்சயமில்லாத 'யாரோ' என்பதால், கொலைகாரனுக்குத் தயக்க உணர்வு எதுவும் ஏற்படுவதில்லை. குற்ற உணர்வும் வருவதில்லை.

இரையைத் தேர்ந்தெடுப்பதிலிருந்து அவர்களுடைய செக்ஸ் உணர்வு கிளுகிளுக்க ஆரம்பிக்கிறது. கடைசியாகக் கொலை செய்யும் அந்த விநாடியில் உச்சக்கட்ட 'ஆர்கஸம்' அவர்களுக்கு நிலைகொள்ளாத மகிழ்ச்சித் துடிப்பை ஏற்படுத்துகிறது!

கொலைக்கு முன்வரை, இரையின் நடுக்கமும் பீதியும் அலறலும் கதறலும்தான் கொலைகாரர்களுக்கு அதீத மகிழ்ச்சி தரும் விஷயங்கள்.

ஒவ்வொரு கொலைகாரனுக்கும் தனிப்பட்ட அணுகுமுறை உண்டு.

சிலருடைய அணுகுமுறைகள் உங்களை வியக்கவும் நடுங்கவும் வைக்கும்..!

கங்காரு... உஷார்!

இந்தக் கட்டுரைகளைப் படிக்கும் வாசகர்களில் பெண்கள் எத்தனை சதவிகிதம் என்கிற புள்ளிவிவரம் என்னிடம் கிடையாது! கட்டுரையை அலங்கரிக்கும் லேஅவுட், படங்களையெல்லாம் பார்த்துவிட்டுப் பெண்கள் சற்றுக் கலவரப்பட்டு, இந்தப் பக்கங்களைத் தவிர்ப்பார்களோ என்கிற சந்தேகம் எனக்கு உண்டு! என்னைப் பொறுத்தவரை, முக்கியமாகப் பெண்களை மனதில் வைத்துக்கொண்டுதான் இந்தத் தொடரை எழுதுகிறேன்!

உலகெங்கும் (போர்களைத் தவிர்த்து) வன்முறைக்குப் பெருமளவு பலியாகிறவர்கள் பெண்கள்தான். பொதுவாகவே பெண்களுக்கு எச்சரிக்கை உணர்வு அதிகம்தான் என்றாலும், அந்த உணர்வைச் சற்றுத் தளரவிடும்போதெல்லாம் ஆபத்து அவர்களை எட்டிப்பார்க்கும் வாய்ப்பு இருக்கிறது. அதற்காக ஒரேயடியாகப் பெண்கள் பதுங்கிப் பதுங்கி நடந்து செல்ல வேண்டும் என்று அர்த்தமல்ல. வன்முறை சூழ்ந்த உலகில் எச்சரிக்கை உணர்வு என்பது மிகவும் அவசியமான, குறைந்தபட்ச தற்காப்பு ஆயுதமாகும்.

அந்த முப்பது வயதுப் பெண் சூப்பர் மார்க்கெட் சென்று, இரு பைகள் நிறைய காய்கறிகள் மற்றும் சில பொருட்களுடன் வீடு திரும்பினாள். அடுக்குமாடிக் குடியிருப்பில் இரண்டாவது மாடியில் அவளுடைய அபார்ட்மெண்ட் இருக்கிறது. ஒரு மாடி ஏறியவுடன் சற்று மூச்சு வாங்கிக்கொள்ள, அந்த பெண் பையைக் கீழே வைத்துவிட்டு நிமிர்ந்தாள்.

அந்தப் பெண்ணைக் கடந்து மாடியேறிய ஓர் இளைஞன்

திரும்பி இறங்கி வந்து 'ஹலோ!' என்றான். 'நான் உதவட்டுமா? எந்த மாடி?' என்றான். 'பரவாயில்லை' என்று மறுத்தாள் அந்தப் பெண். மிகவும் டீசென்ட் ஆக உடை அணிந்து, பார்ப்பதற்கு லட்சணமாக இருந்த அந்த இளைஞன் புன்னகையுடன் 'ஆண்-பெண் யாராக இருந்தாலும் ஒருவருக்கு ஒருவர் உதவிக்கொள்வதில் தப்பில்லையே?' என்று சொல்லிவிட்டு, ஒரு பையை உரிமையோடு எடுத்துக் கொண்டான்.

அவள் எச்சரிக்கையான பெண். யாரையும் நம்பமாட்டாள். 'நான் பார்த்துக்கொள்கிறேன்' என்று சொல்லியும் அவன் கேட்பதாகயில்லை. அலுப்புடன் 'சரி' என்றாள். இரண்டாவது மாடி வந்ததும் 'தாங்க்ஸ்' என்று கையை நீட்டினாள். அவன் சிரித்துவிட்டு, 'இரண்டு கையிலும் பைகளை வைத்துக்கொண்டு எப்படிக் கதவைத் திறப்பீர்கள்?' என்றான். 'பையை கீழே

மனிதனுக்குள்ளே ஒரு மிருகம்!

வைத்துவிட்டு!' என்று அவள் சொல்லி இருக்கலாம்தான். ரொம்ப அலட்டிக் கொள்வதாகத் தப்பாக நினைப்பானோ என்று நினைத்தும், நாகரிகம் கருதியும் தயக்கத்துடன் கதவைத் திறந்தாள் அவள். உள்ளே வந்து, பையைப் பணிவோடு ஓரமாக வைத்தவனிடம் 'ரொம்ப நன்றி!' என்றாள். 'வெல்கம்' என்று புன்னகையோடு தலையசைத்துத் திரும்பிய அவன், சட்டென்று கதவை மூடித் தாளிட்டுத் திரும்பியபோது... அவன் முகத்தில் வெற்றி உணர்வும் வெறியும் காமமும் தெரிந்தது!

இதே ஸ்டைலில் பல பெண்களை (பல நாட்கள் கண்காணித்துவிட்டு) கற்பழித்துக் கொலை செய்த அவன், உண்மையில் ஓர் அழகிய பயங்கர மிருகம்! எந்தப் பெண்ணும் அவனிடம் தப்பியதில்லை. ஆனால், இந்தப் பெண் தப்பித்தாள்! சாதாரணமாக இதுபோன்ற சமயங்களில் கைகள் நடுங்கும், குரலெழும்பாது, கால்கள் தள்ளாடும்! கிச்சனுக்குள் போய் ஒரு கூர்மையான கத்தியாகத் தேர்ந்தெடுத்துக்கொண்டு, அவன் திரும்பியபோது திடீரென்று பாய்ந்து, அவனைக் கீழே தள்ளிவிட்டு, வெளியே ஓடிப்போய்க் கதவை மூடி இழுத்துப் பிடித்துக்கொண்டு அவள் போட்ட அலறலில் பக்கத்து 'ஃப்ளாட்'களிலிருந்து பலர் ஓடிவர, அவன் மாட்டிக்கொண்டான்.

ஆம்! குறிப்பாகப் பெண்கள் உள்ளுணர்வுக்கு (Intution) செவிசாய்ப்பது மிகவும் முக்கியம். உள்ளுணர்வு 'நோ' சொல்லும்போது, நாகரிகம் காரணமாக 'யெஸ்' சொல்வது ஆபத்தில் கொண்டு விடலாம். Intution-ல் உள்ள பிற்பகுதி யான tution என்பது 'tuere' என்ற வார்த்தையிலிருந்து வந்தது. பாதுகாப்பது – to guard என்று அதற்கு அர்த்தம்! ஆகவே, தனியாக நெருங்கிப் பேச்சுக் கொடுக்கும் அந்நியர்களிடம் பெண்கள் எச்சரிக்கையாகவும் சற்று கண்டிப்பாகவும் இருப்பதில் ஒரு தவறுமில்லை!

சிங்கம், புலி, ஓநாய், போன்ற விலங்குகள் எதிர்ப்பட்டால் நீங்கள் எவ்வளவு அச்சப்படுகிறீர்கள்?! அதுவே கங்காருவைப் பார்த்தால் பயம் ஏற்படுகிறதா? எவ்வளவு சாதுவாக அது தோற்றமளிக்கிறது! ஆனால், ஆஸ்திரேலியாவில் ஆண்டு தோறும் இருபது பேராவது கங்காரு தாக்குவதால் சாகிறார்

கள் என்பது உங்களுக்குத் தெரியுமா? கங்காரு எப்போது தாக்கப்போகிறது என்பது, அதைப் புரிந்து கொண்டவர்களுக்குத்தான் தெரியும்! இதோ, சில டிப்ஸ்!

1. கங்காரு எதிர்படும்போது அது உங்களைப் பார்த்து திடீரென்று சிரிப்பதுபோலப் பற்களைக் காட்டும். அது சிரிப்பல்ல... 'எனக்குக் கூர்மையான பற்கள் இருக்கின்றன, உஷார்!' என்று அர்த்தம்.

2. கங்காரு பலமுறை குனிந்து, தன் வயிற்றிலிருக்கும் பைக்குள் தலையை நுழைத்துத் துழாவும். 'உங்களைப் பார்த்துப் பயந்து கூச்சப்படுகிறது' என்று நினைப்பீர்கள். உண்மையில், 'பைக்குள் குட்டி இருக்கிறதா?' என்று அது செக் பண்ணுகிறது (குட்டி இருக்கும்போது தாக்குதல் நடத்தாது!).

3. கங்காரு அடிக்கடி திரும்பிப் பின்பக்கம் பார்க்கும். உங்களிடம் இருந்து தப்பியோடுவதற்காக அப்படிப் பார்க்கிறது என்று தோன்றும். தவறு! கங்காரு பலமாகத் தாக்குதல் நடத்திவிட்டு, படுவேகமாக ஓடிவிடும். ஓடுவதற்கு வசதியாகப் பின்னால் நிறைய இடம் இருக்கிறதா என்று அது பார்த்து வைத்துக்கொள்கிறது!

மைக் டைசன் கணக்கில் தாக்குதல் நடத்தும் பலம் கங்காருவுக்கு உண்டு! மனிதனின் கழுத்தை அது வாலால் அடித்தால் ஆள் அவுட்! கை—கால் மீது கங்காரு விழுந்தால் எலும்பு முறிவு!

கங்காரு விஷயமே இப்படியிருக்க, உள்ளே மிருகத்துடன் வெளியே வளையவரும் மனிதனை எடை போடுவது எவ்வளவு சிக்கலான, சிரமமான விஷயம்!

சிகாகோ காவல்துறையில் ஒரு சோதனையில் டாக்டர், வழக்கறிஞர், பாதிரியார் போன்ற, சமூகத்தில் அந்தஸ்து உள்ளவர்களோடு பயங்கர கொலைகாரர்களையும் கலந்து வரிசையாக நிற்கவைத்து, புதிதாகப் பணியில் அமர்த்தப்பட்ட மனோதத்துவ மாணவ—மாணவிகளை விட்டுக் கொலைகாரர்களைத் தேர்ந்தெடுக்கச் சொன்னார்கள். அவர்களால் கண்டுபிடிக்க முடியவில்லை!

இனி, நீ என்னைத் திட்ட முடியாது...

'ஒரு ஆளைப் பார்த்தவுடனே அவர் எப்படிப்பட்டவர் என்று எடைபோட்டு விடுவேன்!' என்று பலர் சொல்லுவதுண்டு. உண்மையில் இது அவ்வளவு சுலபமில்லை!

நீங்கள் பழகும் மனிதர்களில் எத்தனைபேர் வெளியே மடிப்புக் கலையாத உடையும், உள்ளே அழுக்கான கிழிந்த பனியனும் கீழ் ஆடையும் உடுத்தி இருக்கிறார்கள் என்று சொல்ல முடியுமா? அப்படியிருக்க மனதுக்குள் உள்ள இருண்ட பகுதிகளையும், அங்கேயுள்ள மிருகத்தின் தன்மையையும் எப்படி சுலபமாக எடைபோட்டுவிட முடியும்?!

'மனைவி சௌக்கியமா?' என்று கனிவோடு விசாரிக்கும் ஒரு 'நண்பர்' அந்த மனைவியைப் பற்றி மிக மோசமான பாலியல் கற்பனைகள் செய்பவர் என்பதை எப்படிக் கண்டுபிடிப்பது?

ஒரு குழந்தையை அணைத்து நேசத்துடன் கொஞ்சும் பக்கத்துவீட்டுக்காரர் குழந்தைகளை பாலியல் பலாத்காரம் செய்வதில் ஆர்வம் கொண்டவர் (paedophile) என்பதை

எப்படித் தெரிந்து கொள்வது?

'சே! இந்த 'ஹோமோ செக்ஸ்' என்பது எனக்குப் புரியவேயில்லை!' என்று முகம் சுளிப்பவர்கள் தீவிரமான ஓரினச் சேர்க்கைப் பிரியராக இருக்க வாய்ப்புண்டு!

முப்பத்து மூன்று சிறுவர்களையும், இளைஞர்களையும் கடத்திச் சென்று ஓரினச்சேர்க்கையில் ஈடுபடுத்தி, விதவிதமாகச் சித்ரவதை செய்து, பிறகு கொலை செய்தவன் ஜான் கேஸி. வெளி வாழ்க்கையில் அவன் எப்படி இருந்தான் என்பதைக் கேட்டால் வியப்பு ஏற்படும்!

கேஸி ஒரு கட்டட காண்ட்ராக்டர். அவனது குடும்பம் ஊரில் பெரிதும் மதிக்கப்பட்டது. அவன் வீட்டில் நடந்த டீ பார்ட்டிகளுக்கு நிறைய வி.ஐ.பி-க்கள் வந்துபோவார்கள் (வீட்டின் கீழ்த்தளத்தில்தான் கொலை செய்யப்பட்ட இளைஞர்களைப் புதைத்தான் கேஸி). மக்களுக்கு சேவை செய்ததற்காக உள்ளூர் Jaycee's விருது அவனுக்குக் கிடைத்தது. அங்கிருந்த ஒரு 'ஹ்யூமர் கிளப்'பில் கேஸி ஒரு மெம்பர்!

பஃபூன் வேடம் தரித்து, மருத்துவமனைகளில் சிறுவர் வார்டுகளுக்குச் சென்று குழந்தைகளை எண்டர்டெய்ன்

செய்து சிரிக்க வைப்பான் அவன். முன்னாள் யு.எஸ். ஜனாதிபதி ஜிம்மி கார்ட்டரின் மனைவி ரோஸலின் கார்ட்டருடன் கேஸி எடுத்துக்கொண்ட பெரிய போட்டோ அவன் வீட்டு ஹாலை அலங்கரித்தது!

வீட்டில் புகுந்து குடும்பங்களை மொத்தமாக கொலை செய்வதை வழக்கமாகக்கொண்ட மெல்வின் ரீஸ் உள்ளூரில் பிரபல ஜாஸ் இசைப்பாடகன்!

பெஞ்சமின் மில்லர் கறுப்புப் பெண்களாகத் தேர்ந்தெடுத்து கொலை செய்வான். அவனுக்கு 'ப்ரா' கொலைகாரன் என்று பெயர் உண்டு! பெண்களின் கழுத்தை மில்லர் நெரித்துத் தீர்த்துக்கட்டுவது, அந்தப் பெண்ணின் 'ப்ரா'வை உபயோகித்துதான். அரை டஜன் கொலைகளுக்குப் பிறகும் யாருமே அவனை சந்தேகிக்கவில்லை. காரணம், கானெக்டிகெட் ஊரில் உள்ள சர்ச்சில் அவன் பாதிரியார்!

இருபது கொலைகள் செய்த ஜான் ஷ்கா ஃபெர் ஒரு போலீஸ் அதிகாரி!

இருபத்தேழு கொடூரமான கொலைகள் செய்த டீன் கொரால் ஐஸ்க்ரீம் கடை வைத்திருந்தான்.

பியான்சி...

இருபத்தெட்டு ஹோமோ செக்ஷுவல் ஈடுபாடுள்ள இளைஞர்களை சித்ரவதை செய்து கொன்ற பாட்ரிக் கீயர்னி, ஏரோ ஸ்பேஸ் இன்ஜினீயர்!

பதினோரு பெண்களை பாலியல் பலாத்காரம் செய்து கொலை செய்த கிறிஸ்டோபர் வைல்டர், கோடீஸ்வர தொழிலதிபர்!

இவர்கள் அத்தனை பேருக்குள்ளேயும் கொலை வெறிபிடித்த மிருகங்கள்

தொடர்ந்து வெற்றிகரமாக ஆட்டம் போட்டது ஊரில் யாருக்கும் தெரியவில்லை. கடைசியில் போலீஸில் இவர்கள் மாட்டிக்கொண்ட பிறகு 'இவரா இப்படி?!' என்று எல்லோரும் திகைத்தார்கள்!

கர்ட்டன்...

இப்படிப்பட்ட கொலைகாரர்களின் இலக்கு ஒன்றுதான் என்றாலும், ஒவ்வொருவருடைய அணுகுமுறையிலும் ஆச்சரியமான மாற்றங்கள் இருக்கின்றன!

கொலை மட்டும் செய்துவிட்டுப் போய்விடுபவர்கள் உண்டு (டேவிட் பெர்க்கோவிட்ஸ் மாதிரி!). செக்ஸ் அனுபவித்துவிட்டு கொலை செய்பவர்கள் ஒரு ரகம். கொலை செய்த பிறகு, இறந்து போனவருடன் உடலுறவு வைத்துக் கொள்பவர்கள் உண்டு! பல நாட்கள் தொடர்ந்து விதவிதமாக சித்ரவதை செய்து, பிறகே கொலை செய்பவர்கள் உண்டு.

லாஸ்ஏஞ்சலீஸ் நகரில் வசித்த கென்னத் பியான்சி என்பவன், ஒரு பெண்ணைக் கட்டிப் போட்டு உடலுறவை ஆரம்பிக்கும்போதே கழுத்தை நெரிக்க ஆரம்பிப்பான். இறக்கும் தறுவாய்க்குப் போகும்போது முகத்தில் தண்ணீர் தெளித்து, குளுக்கோஸ் நீர் அருந்த வைத்து, மீண்டும் உயிர்ப்பித்து விதவிதமான சித்ரவதைகளில் ஈடுபடுவான். ஒரு வழியாகக் கடைசியில் கொலை செய்தவுடனே, அவனுக்கு 'இரை'யின் மீது ஆர்வம் போய்விடும். அந்த உடல் அவனுக்கு ஒரு குப்பை. கழிவுப்பொருள் மாதிரி தூக்கியெறிய வேண்டிய ஒன்று! சில கொலைகாரர்கள் தாங்கள் செய்கிற சித்ரவதைகள்

அனைத்தையும் விடியோ படம் எடுத்துக்கொள்வார்கள். சிலரோ சித்ரவதையின்போது அலறிக்கதறும் அந்தப் பெண்களின் குரலை ஆடியோ பதிவு செய்து பிறகு டின்னரின்போது 'டேப்'பை போட்டு ரசிப்பார்கள்!

கலிபோர்னியாவில் வசித்த கெம்ப்பர் என்னும் சீரியல் கொலைகாரன் செய்த முதல் கொலை – அவனது அம்மாவை! தினமும் அவனை உரக்க ஏசிக்கொண்டேயிருந்தாள் அம்மா. அவளை அடியோடு வெறுத்தான் கெம்ப்பர். இவள் சாக வேண்டும்!

திடீரென்று ஒரு நாள் அவனிடமிருந்த மிருகம் வெளிப்பட்டது!

☞ அம்மாவின் மீது பாய்ந்து கை கால்களை முறித்து கழுத்தை நெரித்துக் கொன்றான். பிறகு, முதல் வேலையாக அவளுடைய கழுத்தை அறுத்து, குரல்வளையை (Vocal Chords) தனியாக வெட்டியெடுத்து, 'இனி நீ என்னைத் திட்ட முடியாது' என்று குரல்வளையைப் பார்த்து வெறிச்சிரிப்பு சிரித்துவிட்டு அதைத் தீயில் பொசுக்கினான். கூடவே அவளுடைய தலையை வெட்டியெடுத்து ஒரு குச்சியில் செருகி வைத்தான். ☜

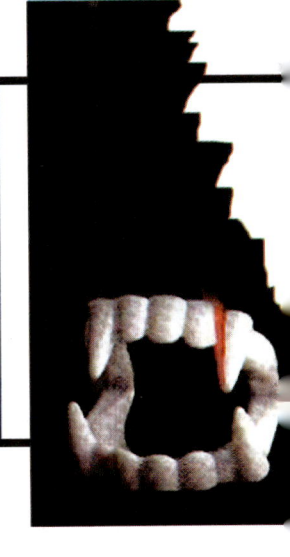

ரத்தத்தைக் குடிப்பதற்காகவே கொலை செய்பவர்கள் சற்று விசேஷமானவர்கள்! இதற்குப் பின்னணியில் இருப்பதும் பாலுணர்வுதான். சூடு தணிவதற்குள் ரத்தத்தை உறிஞ்சும்போது மட்டும் இவர்களுக்கு ஆண்மை சிலிர்த்துக் கொள்ளும்!

ஜெர்மனியில், டஸல்டார்ஃப் நகரில் வசித்த பீட்டர் கர்ட்டன் முதல் கொலை செய்தபோதே அவனுடைய உள்ளுணர்வு 'ரத்தத்தைக் குடி!' என்று பரபரப்போடு எடுத்துச் சொன்னது!

ஒதுக்குப்புறமான ஒரு வீட்டில் இரவு புகுந்து கர்ட்டன்

செய்த முதல் கொலையை அவனே இதோ விவரிக்கிறான்:

☞'மாடியில் தனியாகக் கட்டிலில் தூங்கிக் கொண்டிருந்த சிறுமியின் (10 வயது) மார்பை முழங்காலால் அழுத்திக்கொண்டு, இடது கையால் தலையை அழுத்திப் பிடித்து, சிறிய கூர்மையான கத்தியால் அவள் கழுத்தை அறுத்தபோது, ரத்தம் 'ஃபவுண்ட்டன்' மாதிரி பீய்ச்சியடித்து... என் சட்டையெல்லாம் சிவந்து நனைந்து விட்டது!'

> ரத்தத்தைக் குடிப்பதற்காகவே கொலை செய்பவர்கள் சற்று விசேஷமானவர்கள்! சூடு தணிவதற்குள் ரத்தத்தை உறிஞ்சும்போது மட்டும் இவர்களுக்கு ஆண்மை சிலிர்த்துக் கொள்ளும்!

இந்த அணுகுமுறையை எல்லாக் கொலைகளிலும் பின்பற்ற ஆரம்பித்தான் கர்ட்டன்.

சில விநாடிகள் ஒரு த்ரில்லுக்காக ரத்தத்தைப் பீய்ச்சியடித்துவிட்டு, பிறகு வாயை அட்ஜஸ்ட் பண்ணிக் கொண்டு ரத்தம் குடிக்கப் பழகிக் கொண்டான் கர்ட்டன்!☜

இந்த ரத்தவெறியை 'ட்ராகுலா ஸிண்ரோம்' என்று மனோதத்துவ நிபுணர்கள் அழைக்கிறார்கள். அதாவது, ரத்தத்தைக் குடிப்பதில் இன்பம் காணும் 'வாம்ப்பயர்' கில்லர்கள் இவர்கள்.

மனித ரத்தத்தைச் சுவைப்பதில் அப்படி என்னதான் சிலருக்கு 'ரசனை' இருக்கிறது?!

உள்ளே உள்ள 'மிருகங்கள்' ஒவ்வொன்றும் ஒவ்வொரு வகை! ஒவ்வொன்றுக்கும் தனிப்பட்ட ரசனைகள் உண்டு!

வாசகர்களே... விரலில் காயம் பட்டபோது வெளிப்படும் ரத்தத்தைச் சுவைத்திருக்கிறீர்களா?!

மனிதனுக்குள்ளே ஒரு மிருகம்! 49

ரத்தம் விசுவாசமானது

ரத்தம் என்பது இயற்கை உருவாக்கிய ஒரு பேராச்சரியம்! உயிரிருக்கும் வரை உடலுக்குள்ளே ஓடும் ஜீவநதி அது. கடைசி மூச்சும், இதயத்துடிப்பும் நிற்கும் வரை உள்ளே இந்த நதி சளைக்காமல் ஓடிக்கொண்டிருக்கிறது!

உடலுக்குள்ளே கிளைகள் விட்டுப் படர்ந்திருக்கும் ரத்தக் குழாய்களின் மொத்த நீளம் ஒரு லட்சம் மைல்கள். இது பூமியின் நான்கு மடங்கு சுற்றளவு!

மனித உடலிலுள்ள ரத்தம் (மற்றுமுள்ள திரவங்களைப்) பற்றிய ஆராய்ச்சிக்கு 'ஸராலஜி' என்று பெயர். 'ஸர' என்கிற சமஸ்கிருத வார்த்தையிலிருந்து வந்தது இது. 'ஸர' என்றால் ஓடுவது - to flow என்று அர்த்தம்!

ரத்தத்துக்கு இரு 'முகங்கள்' உண்டு! ஒன்று – அது மருத்துவர்களுக்குக் காட்டும் (நமக்கு ஓரளவுக்குத் தெரிந்த) முகம். மற்றது – போலீஸுக்குக் காட்டும் முகம்! இந்தத் தொடரில், ரத்தம் மிக முக்கியமாக பங்கேற்பதால், அதன்

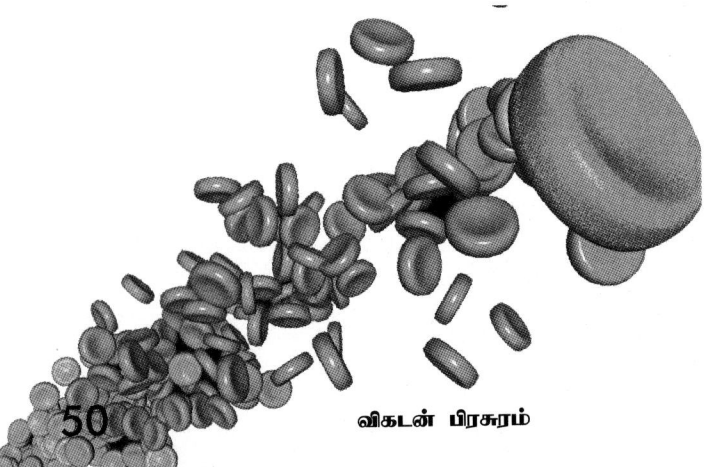

விகடன் பிரசுரம்

'இரண்டாவது முகம்' பற்றி நாம் கொஞ்சமாவது தெரிந்து கொள்ள வேண்டியிருக்கிறது!

மருத்துவ சம்பந்தமாக மட்டும் அல்லாமல் போலீஸாரின் சார்பிலும் ரத்தத்துக்கு நாமெல்லாரும் நன்றிக்கடன் பட்டிருக்கிறோம். எத்தனை கொலைகாரர்களைக் கண்டுபிடிக்க அது உதவியிருக்கிறது!

ஒவ்வொரு மனிதனின் எடையில் ஒன்பது சதவிகிதம் எடையுள்ள ரத்தம் அவன் உடலில் ஓடுகிறது. அதாவது நூறு கிலோ எடையுள்ள மனிதனின் உடலில் ஓடும் ரத்தத்தின் எடை ஒன்பது கிலோ!

கொலைகாரர்களுக்கு மிகுந்த பிரச்னை தருவது ரத்தம்! கழுத்தை நெரித்துக் கொன்றால்கூட உடலுக்குள் உறைந்து நின்றுபோன ரத்தம் பல தகவல்களை போலீஸுக்குத் தெரியப்படுத்திவிடும்!

ஒரு கொலைகாரன், கொலையின்போது சிதறிய ரத்தத்தை மெனக்கெட்டு எவ்வளவு துப்புரவாக துடைத்து அகற்றப் பார்த்தாலும், அது பிடிவாதமாக எங்கேயாவது ஒளிந்து கொண்டு கொலை செய்தவனை போலீஸில் காட்டிக் கொடுக்க போராடும். ரத்தம் அந்த அளவுக்கு மிகவும் விசுவாசமானது!

சென்ற நூற்றாண்டில் பிரான்ஸில் வசித்த கஸ்டாஃப் மேஸ் என்னும் புகழ் பெற்ற துப்பறியும் நிபுணர், ரத்தத்தின் விசுவாசத்தின் மீது மிகுந்த நம்பிக்கை வைத்தவர். 1869-ல் பாரிஸ் நகரில் பியர் வாய்ர்போ என்பவனின் வீட்டில் நடந்த கொலைக்குப் பிறகு, கொலைகாரன் அந்த வீட்டை முழுக்கப்

புதுப்பித்திருந்தான்! அப்படியும் விடாமல் வீட்டை நுணுக்கமாக சோதனையிட்டார் மேஸ். தரையில் இரு ‘டைல்ஸ்’ இணையும் கோட்டுப் பகுதியில் ஊசி முனையளவு துவாரத்துக்குள் அவர் சற்று தண்ணீரை ஊற்றிப் பார்த்தபோது அது தக்கதூண்டுக்கு கொப்பளித்தது. அந்த டைல்ஸை அகற்றியபோது உள்ளே ஒரு முற்றுப்புள்ளி அளவு ரத்தம் ஒளிந்து கொண்டிருந்தது. அந்த டைல்ஸ் பகுதியை அப்படியே பெயர்த்தெடுத்துச் சென்று, மைக்ராஸ்கோப் மூலம் சோதித்து, கொலையுண்டவரின் ரத்தம் அது என்று நிரூபித்தார் மேஸ். பிறகு கொலைகாரன் குற்றத்தை ஒப்புக்கொண்டான்!

ஒரே ஒரு துளி ரத்தம் கிடைத்தால்கூடப் போதும். காவல்துறையில் உள்ள தடய நிபுணர்கள் அதை வைத்துக் கொண்டு படிப்படியாக துப்பறியத் தொடங்கு வார்கள். முதலில் அது ரத்தம்தானா? எனில் அது மனித ரத்தமா? ஆணுடையதா, பெண்ணுடையதா? இறந்தவரின் வயது என்ன? ரத்த குரூப் என்ன? ஏதாவது நோய் உண்டா? என்ன மருந்துகள் உபயோகித்தார்? ரத்தம் சிந்தி எத்தனை மணிநேரம் ஆனது?... போன்ற பல விஷயங்களை, துளியூண்டு ரத்தத்தை வைத்துக்கொண்டு கண்டுபிடிக்க முடியும்!

சில சமயம் ரத்தத்தில் விரல் ரேகைகளும் பதிந்திருக்கலாம்! கொலைக்கு முன் போராடியிருந்தால்! இறந்தவரின் நக இடுக்குகளில் கொலையாளியின் சதையும் ரத்தமும் ஒளிந்து கொண்டிருக்கலாம்! ரத்தம் கண்ணுக்குத் தெரியாவிட்டாலும் குறிப்பிட்ட இடத்தில் ரத்தம் சிந்தி, பிறகு அது துப்புரவாக துடைக்கப்பட்டிருக்கலாம் என்று போலீஸ் சந்தேகித்தால் ‘காஸில்–மேயர்’ என்னும் ஒரு சோதனையை மேற்கொள்வார்கள். அதாவது தரையில் ரத்தம் முழுக்கத் துடைக்கப்பட்டிருந்தாலும் பெனால்ஃப்தலீன் என்னும் கெமிக்கலை அங்கே விட்டால், அந்த இடம் ரோஸ் கலராக மாறி, ரத்தம் அங்கே சிந்தப்பட்டிருக்கிறது என்று தெரிந்துவிடும்!

சிந்திய ரத்தத்தையும் கத்திக்குத்துக் காயத்தையும் வைத்து, எந்த வகை ஆயுதம் பயன்படுத்தப்பட்டது, எவ்வளவு உயரத்திலிருந்து ரத்தம் சிந்தியிருக்கிறது என்பதையெல்லாம்

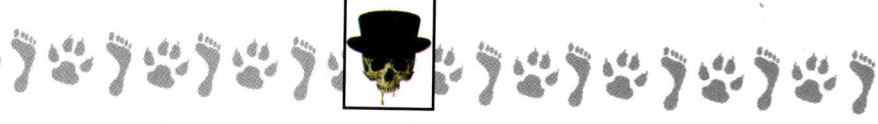

கண்டுபிடிக்க முடியும். கூரையில்கூட ரத்தத்துளிகள் இருக்கலாம்! கொலையாளி ஒரு கோடாலியால் பல முறை உயரத் தூக்கி வெட்டும் போது ரத்தம் கூரைக்குப் பறக்கும்! ரத்தம் 'தகவல்களை அள்ளித் தரும் ஒரு பொக்கிஷம்' என்று போலீஸார் சொல்வது நூறு சதவிகிதம் உண்மை!

முதன்முதலில் காயம்பட்டு ரத்தம் வெளியேறியதைப் பார்த்த மனிதன், எந்த அளவுக்கு கலவரப்பட்டுப் போயிருப்பான் என்பதை நம்மால் ஊகிக்க முடியும்! இப்போதும் 'தைரியமான' பலர் ரத்தத்தைப் பார்த்த மாத்திரத்தில் தடாலென்று மயக்கம் போட்டு விழுவதை நாம் பார்த்திருக்கலாம்!

பண்டைய காலத்திலிருந்து ரத்தம் மனிதனைப் பல விதங்களில் ஈர்த்தது. ரத்தத்தைப் பற்றிய பல மூடநம்பிக்கைகள் இன்றளவும் உண்டு. ஒரு விலங்கின் ரத்தத்தைக் குடித்தால் அதன் ஆன்மா (soul) நம் உடலுக்குள்ளே போய்விடும் என்கிற நம்பிக்கை உலகெங்கும் உண்டு. இந்தியா உட்பட, பல நாடுகளில் ஆடு, மாடுகளைப் பலி கொடுத்தவுடன் அதன் ரத்தத்தை பூசாரியும், பிறகு மற்றவர்களும் குடிப்பது தெரிந்த விஷயம்! நார்வேயில் வசிக்கும் பழங்குடி மக்கள், கரடியைக் கொன்று அதன் ரத்தத்தைக் குடித்தால், கரடியின் பலம் தங்களுக்கு வரும் என்று நம்புகிறார்கள். ஆப்பிரிக்காவில், மஸாய் இன மக்கள் சிங்கத்தைக் கொன்று அதன் ரத்தத்தைக் குழந்தைகளின் உடல் முழுவதும் தடவி விடுகிறார்கள்!

முதன் முதலில் கச்சிதமான சிறு கப்பல்களைக் கட்டிய வைகிங்ஸ் இனத்தினரிடையே, எதிரிகளைக் கட்டி கப்பலுக்கு முன்னே படுக்க வைத்து, அவர்களை தரையோடு தரையாகத் தேய்த்தபடியே வெள்ளோட்டம் விட்டு, கடலை சிவப்பாக்குவது ஒரு சம்பிரதாயம். அதைப் பின்பற்றித்தான் இன்றும் கூட புதிய கப்பல்கள் கட்டி முடித்த பிறகு சிவந்த மது அடங்கிய பாட்டிலை (தேங்காய் மாதிரி) கப்பல் மீது வீசி உடைத்த பிறகே கப்பலை கடலுக்குள் இறக்குகிறார்கள்!

இதெல்லாம் சரி! உண்மையிலேயே ரத்தக் காட்டேரிகள் (Vampires) உண்டா?!

ட்ராகூலாக்கள் நிஜம்!

ருமானிய மொழியில் 'ட்ராகூல்' என்றால், ரத்தவெறி பிடித்த சாத்தான் என்று அர்த்தம்! பதினைந்தாம் நூற்றாண்டில் கிழக்கு ஐரோப்பாவில் மக்களைச் சித்ரவதை செய்த ஒரு கொடுங்கோல் பிரபுவுக்கு மக்கள் 'ட்ராகூலா' என்று பெயர் சூட்டினார்கள். பிற்பாடு, உலகெங்கும் இந்தப் பெயர் பரவிப் புகழ்பெற்று விட்டது!

ஜெர்மனியில் 1828–ம் ஆண்டில் வெற்றிகரமாக ஒரு 'ட்ராகூலா' நாடகமே போட்டார்கள். பிறகு, 1897–ம் ஆண்டில் ப்ராம் ஸ்டோக்கர் (Bram Stoker) என்பவர் கற்பனை கலந்து எழுதிய ட்ராகூலா புத்தகம் உலகப்புகழ் பெற்று, இன்றுவரை அந்தப் புத்தகத்தின் அடிப்படையில்தான் ட்ராகூலா சினிமாக்கள் எடுக்கப்படுகின்றன!

ட்ராகூலா எப்படித் தோற்றமளிக்கும் என்பதையும் மிகுந்த கற்பனையோடு எழுத்தாளர்கள் முடிவு செய்தார்கள்! வெளிறிப் போன முகம், 'ஜில்' என்று உடல், நீண்ட கறுப்பு அங்கி! கதவு மூடி இருந்தால்கூடச் சாவித் துவாரம் வழியாக அறைக்குள்ளே ட்ராகூலா புகுந்துவிடும். அதன் உடல் அட்டை (Leech) மாதிரி! ரத்தம் கிடைக்கா விட்டால், 'எகிப்திய மம்மி' மாதிரி இளைத்து விடும். ரத்தம் குடிக்கக் குடிக்கக் 'கும்'மென்று பருமனாகும்!

முதல் நாடகம்...

கூர்மையான கோரைப்

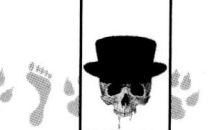

பற்கள், நீலநிற விழிகள் உண்டு (இதனால் ஒரு காலத்தில் நீலநிறக் கண்களைப் பார்த்து மக்கள் அஞ்சினார்கள்!). நமக்கெல்லாம் மூக்கில் இரு துவாரங்கள் (Nostrils) உண்டு. ட்ராகூலாவுக்கு ஒரே ஒரு துவாரம்தான்! இறந்துபோன பிறகுதான் ட்ராகூலா ஆகமுடியும்!

போஸ்டர்...

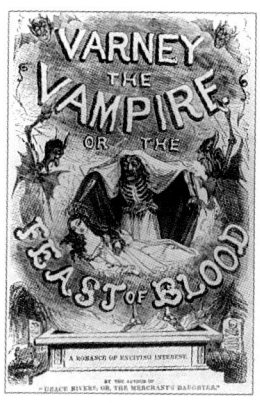

ட்ராகூலாவுக்குச் சூரிய வெளிச்சம் ஆகாது. விடிவதற்குள் மனித இரையைத் தேடிப் பிடித்துக் கடித்து ரத்தம் குடித்துவிட்டுக் கல்லறைப் பெட்டிக்குள் சென்று படுத்துக் கொண்டுவிடும். ‘சூரியன் வந்தால் செத்துப் போய்விடுமா?’ என்கிற கேள்வி அர்த்தமற்றது. செத்துப் போனவர்தானே ட்ராகூலா ஆகமுடியும்! பின், ட்ராகூலாவை எப்படித்தான் ஒழிப்பது? முதலில் அது எந்தக் கல்லறைக்குள் இருக்கிறது என்பதை இடுகாட்டுக்குச் சென்று தேடிக் கண்டுபிடித்தாக வேண்டும்!

சென்ற நூற்றாண்டில், பூசாரிகள் உதவியுடன் ஒவ்வொரு கல்லறையாகத் தோண்டி ட்ராகூலாவைத் தேடிக் கண்டுபிடிப்பார்கள். உடனே தலையை வெட்டி எடுத்து, அங்கேயே அதனுடைய கால்களுக்கு நடுவில் தலையை வைத்துவிட்டால், ட்ராகூலா பிறகு எழுந்து வராது! (கல்லறையில் இருப்பது ட்ராகூலா என்று எப்படித் தெரிந்துகொள்வது? ட்ராகூலா என்றால், அது எலும்புக்கூடாக மாறியிருக்காது!) ஊசியால் குத்தினால், ட்ராகூலாவுக்கு ரத்தம் வரும்! ரத்த ஓட்டத்தை நிறுத்த, அதன் இதயத்தைப் பிய்த்தெடுத்துக் கொதிக்கும் எண்ணெயில் போட்டு எரித்துவிடுவார்கள். எல்லோருக்கும் தெரிந்த சினிமாக்கள் மூலம் பிரபலமான ஒரு வழி – மரத்தால் செய்யப்பட்ட பெரிய ஆணியை, அதன் இதயத்துக்குள் செலுத்துவதுதான்!

மொத்தத்தில், உலகெங்கும் மக்கள் ‘ட்ராகூலா’வை நம்ப

விரும்பினார்கள்!

ஆனால், மனித ரத்தத்தைக் குடிப்பதற்காகவே கொலை செய்கிறவர்கள் நிச்சயம் உலகெங்கும் உண்டு! இந்த வகை கொலைகாரர்களுக்கு ரத்தம் அதீதமான பாலுணர்வை

டிராகுலா படத்திலிருந்து...

ஏற்படுத்துகிறது என்பதில் சந்தேகமில்லை. இவர்களுக்கும் சினிமா ட்ராகூலாவுக்கும் சம்பந்தம் கிடையாது! சினிமாவில் ட்ராகூலா மென்மையாக அணைத்துக்கொண்டு, கழுத்தில் சுருக்கென்று தன் கோரைப் பல்லால் கடித்து, வழியும் ரத்தத்தைக் கச்சிதமாகச் சுவைக்கும்! அதில் விபரீதமான ரொமான்ஸூம் கலந்திருக்கிறது!

(நியூயார்க் நகரில் 'வாம்ப்பயர் சோதனை ஆராய்ச்சி மையம்' ஒன்று உண்டு. அதன் தலைமை மருத்துவரான டாக்டர் ஸ்டீபன் கேப்லான், பெண்களிடையே எடுத்த ஒரு விசித்திரமான கருத்துக் கணிப்பில் எண்பது சதவிகிதம் பெண்கள் 'சந்தர்ப்பம் கிடைத்தால் வாம்ப்பயருடன் (குறிப்பாக ட்ராகூலாவுடன்) உடலுறவு வைத்துக் கொள்வேன்' என்று குறிப்பிட்டார்கள்!).

நிஜத்தில் பீட்டர் கர்ட்டன், சிக்காடிலோ, டாமர் போன்ற வர்கள் கொடூரமாகக் கொலை செய்து ரத்தம் குடித்தவர்களே!

நியூயார்க்கில் வசித்த, எல்லோரிடமும் மென்மையாகப் பழகிய அறுபது வயது நிரம்பிய ஆல்பர்ட் ஃபிஷ் என்பவன் நூற்றுக்கும் மேற்பட்ட குழந்தைகளைக் கடத்திச் சென்று கொன்று ரத்தத்தைக் குடித்தான். பிற்பாடு அவனுக்கு மரண தண்டனை விதிக்கப்பட்டது (66 வயதில் மின்சார நாற்காலியில் உட்கார வைத்துக் கொல்லப்பட்ட வயதான கொலைகாரன் இவனே!).

ஒரு கொடூரமான தமாஷ் – 'எய்ட்ஸ்' நோய் தலைதூக்கிய பிறகு கொலை செய்துவிட்டு, ரத்தத்தைக் குடிப்பது சற்றுக் குறைந்து போயிருப்பதாகப் புள்ளிவிவரங்கள் தெரிவிக் கின்றன!

பெரு நாட்டில் (1990–ல்) ஆக்டேவியோ ப்ளோரெஸ் என்பவன் ரத்தவெறி பிடித்த ஒரு கொலைகாரனாக மாறியிருக்க வேண்டும்! 'எய்ட்ஸ்' பீதி அவனை மரண தண்டனையிலிருந்து காப்பாற்றியது. மற்றவர்களைக் கொல்வதற்குப் பதில், அவன் தன்னுடைய உடலின் பல பாகங்களை 'ரேஸர்' மூலம் அறுத்துக்கொண்டு, தன் ரத்தத்தைக் குடித்துக் குடித்து அனீமியா ஏற்பட்டு, (ரத்தத்தைக் குடித்தால் அது வயிற்றுக்குத்தான்

போகும். ரத்தக் குழாயில் போய் சேராது!) துவண்டு மயங்கி விழுந்து, மருத்துவமனையில் சேர்க்கப்பட்டான். அங்கே அவனுக்கு அவசர சிகிச்சையும் பிறகு, நீண்டகால மனோதத்துவ சிகிச்சையும் தரவேண்டி வந்தது!

'Auto-haemofetishism' என்று ஒன்று உண்டு. 'ஹெமோ' என்றால் ரத்தம். 'ஃபெடிஷ்' என்பது, ஒரு பொருள் மீது பாலுணர்வு ஏற்படுகிற அளவுக்குத் தவிர்க்க முடியாத ஈர்ப்புக் கொள்வது! இந்த மனநோய் உள்ளவர்கள் குறைந்தபட்சம் ரத்தத்தை வெறித்துப் பார்ப்பதிலாவது ஈடுபாடு காட்டுவார்கள்!

மெக்ஸிகோவில் ஒரு பெண் தன் ரத்தத்தைக் கொஞ்சம் கொஞ்சமாக ஒரு பாட்டிலில் சேர்த்து ஃப்ரிஜ்ஜில் வைத்து, தனக்கு மனச்சோர்வு (டிப்ரெஷன்) ஏற்படும் போதெல்லாம் அதை எடுத்து அணைத்துக் கொண்டு முகர்ந்தாள்! 'ரத்தம்

போலீஸில் சிக்கிய பிறகு ஃபிஷ்...

எனக்கு அமைதி தருகிறது' என்றாள் அவள்!

யு.எஸ்–ஸில் ஒரு இளைஞன் இறைச்சிக் கூடங்களுக்குச் சென்று கெஞ்சிக் கூத்தாடி ஆடு, மாடுகளின் ரத்தத்தைச் சுடச்சுட வாங்கிக் குடித்தான் (பெட்ரோல் நிலையத்துக்குச் சென்று பெட்ரோலைச் சிலர் முகர்வது போலத்தான் இதுவும்!).

ஆல்பர்ட் ஃபிஷ்

ரத்தத்தைக் குடிப்பதிலும், இறந்து போனவருடன் உடலுறவு வைத்துக் கொள்வதிலும் ஈடுபாடு காட்டுபவர்கள் உலகெங்கும் உண்டு! பண்டைய எகிப்திய அரசகுலப் பெண்கள் இறந்தால், பல நாட்களுக்கு அவர்களுடைய உடல்களை அரண்மனையிலேயே பாதுகாத்தார்கள். மம்மி (Mummification) தயாரிப்பதற்காகப் பூசாரிகளிடம் உடலை அனுப்பினால், யாரேனும் மகாராணியின் உடலோடு செக்ஸ் (Necrophilia) வைத்துக் கொள்வார்களோ என்ற பயம்தான் காரணம்! ஆனால், குரூரமான இந்த நெக்ரோஃபிலியா என்னும் 'பர்வெர்ஷன்' இன்றும் தொடர்கிறது என்பது உண்மை.

செக்ஸுக்கும் ரத்தத்துக்கும் சம்பந்தம் உண்டு! சிங்கம்கூட உடலுறவு கொள்ளும்போது, பெண் சிங்கத்தின் கழுத்தைக் கடிக்கும்! மனிதர்களிடையே செக்ஸின்போது நகக்கீறல்கள் ஏற்படுவது சர்வசாதாரணம். அப்போது வலியும் தெரியாது! ரத்தம் கசியும் அந்த இடத்தை முத்தமிடுவதைக் காதலர்கள் விரும்புகிறார்கள்!

ரத்தத்துக்காகவே செக்ஸ், கொலை என்றெல்லாம் போகும்போதுதான், அது 'பர்வெர்ஷன்' ஆகிறது! இந்த 'பர்வெர்ஷ'னின் பின்னணியில் உள்ள காரணங்களை மனோதத்துவ ஆராய்ச்சியாளர்கள் கண்டுபிடித்துவிட்டார்கள்!

ஆபத்தான ஆறு வயது!

அந்தக் காலத்திலேயே நம் பெரியோர்கள் மிக எளிமையாக, நச்சென்று எழுதிவைத்துவிட்டுப் போன 'தொட்டில் பழக்கம் சுடுகாடு மட்டும்... ஐந்தில் வளையாதது ஐம்பதில் வளையுமா?' போன்ற பழமொழிகளை நினைத்தால் ஆச்சரியமாகத்தான் இருக்கிறது! நாமெல்லோரும் நல்லவர்கள், தப்புத் தண்டாவுக்குப் போக விரும்பாதவர்கள். ஆகவே அந்தப் பழமொழிகள் ஏதோ அன்றாட வாழ்க்கைக்காக, சிறுவயதிலிருந்தே அதிகாலையில் எழுந்திருப்பது, பல்தேய்த்துவிட்டு காபி அருந்துவது, குளித்துவிட்டே சாப்பிட அமர்வது போன்ற நல்ல

பழக்கங்களைப் பின்பற்ற வேண்டும் என்பதற்காக மட்டுமே எழுதப்பட்டவையாக இருக்கும் என்றே முடிவு கட்டுகிறோம்!

யோசித்துப் பார்த்தால், ஒரு மனிதனின் மொத்த வாழ்க்கைக்கு அடித்தளமாக அமைவது குழந்தைப் பருவம் தான் என்பதை நெத்தியடியாகச் சொன்ன பழ மொழிகள் அவை என்பது புரியும்!

சித்ரவதை செய்பவர்கள், சாடிஸ்ட்டுகள், சீரியல் கொலைகாரர்கள், தொடர்ந்து பாலியல் பலாத்காரம் செய்கிறவர்கள்... இப்படி விதவிதமான வன்முறையாளர்களும் உருவெடுப்பது ஐந்து வயதுக்கு முன்னால் தான் என்பது உலகெங்கும் உள்ள எல்லா

மனோதத்துவ ஆய்வாளர்களின் ஒட்டுமொத்தமான கருத்து! ஐந்து அல்லது ஆறு வயதுக்குள்ளேயே ஒரு வன்முறையாளன் உருவாகத் தொடங்கிவிடுகிறான். மூளைக்குள்ளே இருக்கும் அந்த மிருகம், 'எனக்கு எதிர்காலம் உண்டு. இவனை நான் ஆட்டுவிக்க முடியும்!' என்று அப்போதே குரூர மகிழ்ச்சியுடன் சிரிக்க ஆரம்பிக்கிறது! அதேசமயம், வருங்காலத்தில் அந்தக் குழந்தை ஒரு முழுமையான, கொடூரமான கொலைகாரனாக ஆவதற்குப் பல அனுபவங்கள் தேவைப்படும் என்பதும் உண்மை! நல்லகாலமாக, குறிப்பிட்ட சில விபரீதமான அனுபவங்கள் ஏற்படாமல் ஒரு குழந்தை தப்பிக்கலாம். அதன் காரணமாக, எதிர்காலத்தில் அது கொலைகாரனாக ஆகாமலும் போகலாம். இப்படிப்பட்ட குழந்தைகள்தான் அதிகம்!

குழந்தைகளை நாம் அலட்சியமாகக் கருதுகிறோம். பல வீடுகளில் குழந்தைகளின் கண்ணுக்கு எதிரே பல வன்முறை சம்பவங்கள் நிகழ்கின்றன. இந்த வன்முறை களெல்லாம் பெரியவர்களுக்கு சகஜமாகக்கூடப் போய் விடுகின்றன. ஆனால், குழந்தையின் மனம் 'ப்ளாட்டிங் பேப்பர்' மாதிரி! பார்க்கிற, அனுபவிக்கிற அத்தனை நிகழ்ச்சிகளும் குழந்தையின் மனதில் ஒட்டிக்கொள்கின்றன! பிற்காலத்தில் மனிதனாக வளர்ந்த பிறகு, அந்த அனுபவங் கள்தான் அவனுடைய அடிப்படை 'பர்சனாலிடி'யை நிர்ணயிக்கின்றன.

அதிர்ஷ்டவசமாக குழந்தைக்கு நேர்கிற வேறுசில நல்ல அனுபவங்கள்கூட, பிற்பாடு வன்முறையாளனாகப் போக விடாமல் ஒரு மனிதனை திசைதிருப்பலாம். 'மோசமான அனுபவங்களே சிறுவயது வாழ்க்கை' என்று ஆகிவிட்டால் அது மிகவும் ஆபத்தானது. – இதை 'Lethal combination' என்று மனோதத்துவ நிபுணர்கள் அழைக்கிறார்கள். ஒன்று நிச்சயம்! ஒரு குழந்தையின் ஒவ்வொரு நடவடிக்கைக்கும் பின்னணியில், வீட்டில் குழந்தையோடு நெருக்கமாக வாழும் பெரியவர்களின் நடத்தை அஸ்திவாரமாக

அமைகிறது!

ஒரு முக்கியமான FBI ஆராய்ச்சியில், பயங்கரமான முப்பத்தாறு கொலைகாரர்கள் வளர்ந்தவிதம் பற்றிய தகவல்களைச் சேகரித்தார்கள். அநேகமாக அத்தனை கொலைகாரர்களின் குழந்தைப்பருவமும் மிக மோசமானதாகவே இருந்தன. பாதிக்கு மேற்பட்ட கொலைகாரர்களின் சிறு வயதில், (பத்து அல்லது பன்னிரண்டு வயதில்) அப்பா குடும்பத்தை அநாதரவாக விட்டுப் போயிருப்பது தெரியவந்தது.

டாமர்...

பொதுவாக, நாமெல்லாம் தாய்க்குத்தான் அதிக முக்கியத்துவம் தருகிறோம். கூடவே தந்தையும் மிக முக்கியம்! நல்ல அம்மா, நல்ல அப்பா – இருவருமே குழந்தை வளர்ப்பில் முக்கியப் பங்கு வகிக்கிறார்கள்.

அப்பா என்கிறவர் மகனுக்கு 'ரோல் மாடல்'. வெளிஉலக பழக்க வழக்கங்களை ஒரு குழந்தை கற்றுக்கொள்வது அப்பாவைப் பார்த்துதான். வீட்டில் 'அப்பா' என்கிற அந்த இடம் வெற்றிடமாகப் போய்விட்டால், அந்தக் குழந்தை வளர்ந்து பெரியவனாக ஆன பிறகும் அந்தப் பாதிப்புகள் தெரியும்!

தந்தை என்பவரே இல்லாமல் போய்விடுவதைவிட மோசமான அனுபவம் ஒன்றுண்டு. அது – வீட்டில் மோசமான தந்தை இருப்பது!

இரக்கமில்லாத, அன்பு காட்டாத, சிறந்த உதாரணமாக நடந்துகொள்ளாத, நல்ல பழக்கங்கள் எதுவுமில்லாத ஒரு 'வன்முறை தந்தை' வீட்டில் இருப்பது, தந்தையே இல்லாமல் இருப்பதைவிட மோசமானது என்பதைப் பல கொலைகாரர்கள் நிரூபிக்கிறார்கள்!

மனிதனுக்குள்ளே ஒரு மிருகம்!

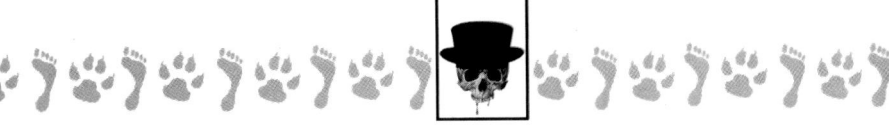

முப்பத்துமூன்று சிறுவர்களைக் கொலை செய்த ஜான் கேஸி சிறுவயதில், தந்தையைப் பார்த்தாலே நடுங்கினான். குடித்துவிட்டு கொடூரமாக நடந்துகொண்ட அவனுடைய அப்பா, தன்னை 'ஒரு கண்டிப்பான தந்தை' என்று வேறு பெருமையாகச் சொல்லிக்கொண்டார்.

ஒவ்வொரு நாளும் கேஸியைப் பார்த்து, 'நீ எதற்கும் உருப்படாதவன்' என்று ஏசிக்கொண்டே இருப்பது அவர் வழக்கம். சிறு தவறு செய்தால்கூட 'பெல்ட்'டால் விளாசுவார் அந்த மனிதர். சிறுவன் கேஸியை உறவினர் ஒருவர் பாலியல் பலாத்காரத்துக்கு உட்படுத்தினார். அந்த உறவினரைப் பற்றி அப்பாவிடம் கேஸி சொல்லப்போக 'பெரியவர்களைப் பற்றி இப்படிப் பேசுகிறாயே.. உன் கற்பனை தறிகெட்டுப் போய்க் கொண்டிருக்கிறது' என்று சொல்லி புரட்டியடித்தார் அப்பா. கேஸியை அடிப்பதற்கு என்று தனியாக 'பெல்ட்' ஒன்றை வாங்கிக்கொண்டு தந்தைவீட்டுக்கு வந்ததைப் பார்த்து அந்தச் சிறுவன் அச்சத்துடன் நடுங்கினான்.

இந்த பயம் காரணமாக கேஸிக்கு 'வலிப்புநோய்'கூட வந்தது. அப்போதும்கூட பையன் நடிப்பதாக நினைத்து அவனை எட்டி உதைத்தார் தந்தை. 'நீ செல்லம் கொடுக்கிறாய்!' என்று சொல்லி மனைவியின் முடியைப் பற்றி இழுத்து சுவரில் மோதினார். மகனுக்குப் பெண் உடை அணிவித்து, 'இதுக்குத்தான்டா நீ லாயக்கு' என்று சொல்லி, அப்படியே எதிர்க்கடைக்குப் போய் சிகரெட் வாங்கிவரச் செய்தார். கூனிக்குறுகித் துவண்டு போனான் கேஸி. அதேசமயம்... அவனுக்குள்ளே இருந்த மிருகம் தொடர்ந்து சிலிர்த்துக் கொண்டே இருந்தது!

சிறுவயதில் ஏற்படும் மோசமான அனுபவங்கள் விரைவிலேயே பலவிதங்களில் வெளிப்பட ஆரம்பித்து, கடைசியில் மொத்தமாக, மிகுந்த வன்முறைச் சிதறல்களோடு வெடிக்கிறது!

வன்முறை நிறைந்த சூழ்நிலையில் வளரும் குழந்தைகளிடம் மூன்று முக்கியமான குணங்களைக் கண்காணித்துக் கண்டு பிடிக்கலாம். இந்தக் குழந்தைகள் படுக்கையில் சிறுநீர் கழிவார்கள். அடுத்து நெருப்புப் பற்ற வைப்பதை ரசிப்பார்கள்! முதலில் காகிதம், சணல் என்றுதான் ஆரம்பிக்கும். பிறகு பெரிய

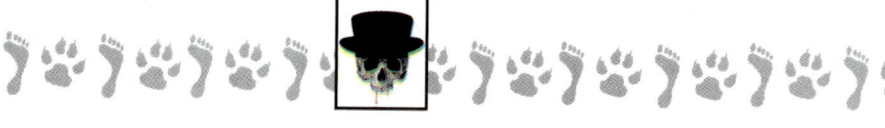

அளவில் தீயைப் பார்க்க ஆசைப்பட்டு, அதற்கான நடவடிக்கையில் இறங்குவார்கள்!

மூன்றாவதாக நாய், பூனை போன்ற விலங்குகளைச் சித்ரவதை செய்வதில் இன்பம் காணுவார்கள். அவற்றை வெகுநேரம் துடிக்க வைத்து, பிறகு கொன்று, பரவசம் அடைவார்கள்.

ஜெஃப்ரி டாமர் சிறுவனாக இருந்தபோது முயல், அணில், ஓணான் போன்ற சிறு விலங்குகளைப் பிடிப்பதற்காகவே அருகில் உள்ள காட்டுக்குள் மணிக்கணக்கில் அலைவான்!

ஸ்டாம்ப் சேகரிப்பு மாதிரி பூனை, அணில், முயல் உடற்பகுதிகளை துண்டு துண்டாக்கிச் சேகரித்து விதவிதமான ஜாடிகளில் வைத்திருந்தான் சிறுவன் டாமர்.

அவன் வசித்த தெருவில் ஒரு நாய் காரில் அடிபட்டுச் செத்துப்போனது. இரவு அங்கு ஒரு கத்தியுடன் போய், அந்த நாயின் தலையை மட்டும் வெட்டி வீட்டுக்கு எடுத்துச்சென்று ஒரு குச்சியில் செருகி வைத்தான் அவன்.

இவற்றையெல்லாம் தன்னைச் சுற்றி பரப்பி வைத்துக் கொண்டு, பிறகு சுயஇன்பம் மேற்கொள்வதில் அந்தச் சிறுவனுக்கு மிகவும் விருப்பம் இருந்தது.

ஏதோ 'மேற்படிப்பு' மாதிரி டாமர் மனிதத் தலைகளைத் தேடிப் போனது பிற்பாடுதான்!

மனிதனுக்குள்ளே ஒரு மிருகம்!

நல்லவர்கள் தந்த ஷாக்!

'**சா**டிஸம் மிகுந்த கொலைகாரர்கள், மனித ரத்தம் குடிப்பவர்களெல்லாம் உலகின் ஏதோ ஒரு மூலையில் உள்ள மிகச் சிலரே. எழுதுவதற்கு எத்தனையோ நல்ல விஷயங்கள் இருக்க, மெனக்கெட்டு இப்படி மனநிலை பாதிக்கப் பட்டவர்களைப் பற்றிய பயங்கரமான தொடர் ஒன்றை நீங்கள் எழுதத்தான் வேண்டுமா?' என்கிற ரீதியில் சில 'சென்ஸிடிவ்' வாசகர்கள் எனக்குக் கடிதம் எழுதியிருக் கிறார்கள்!

நாஜி சிறையில் யூதர்கள்...

வாசகர்கள் அவசரப்பட வேண்டாம். பரபரப்புக்காக இந்தத் தொடரை நான் எழுத வில்லை என்பது, நான் எழுதிய முன்னுரையை மீண்டும் படித்தாலே புரியும்!

இரண்டாவதாக, இந்தச் சில வாசகர்கள் நினைப்பது போலப் பயங்கரமான, குரூர மான வன்முறைச் செயல்களைச் செய்பவர்கள், மன நிலை பாதிக்கப் பட்டவர்கள் தானா?!

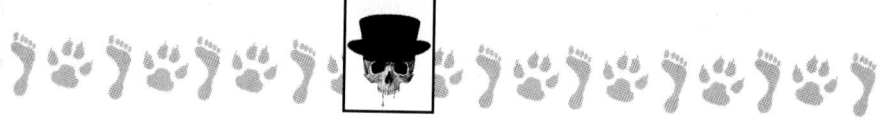

கொடூரமாகத் தொடர்ந்து பாலியல் கொலைகளைச் செய்பவர்களில் மூன்று சதவிகிதத்தினர்தான் மனநிலை பாதிக்கப்பட்டவர்கள் என்று புள்ளி விவரங்கள் தெரிவிக்கின்றன!

அதாவது, நூறு கொலைகாரர்களில் 97 பேருக்கு 'கொலை என்றால் என்ன? நாம் செய்வது சரியா, தவறா?' என்பதையெல்லாம் அலசிப் பார்க்கத் தெரியும். தாங்கள் செய்கிற தவறு புரிந்தும்கூட அவர்களால் தங்களைக் கட்டுப்படுத்திக் கொள்ள முடியவில்லை!

தனிப்பட்ட கொலைகள் என்றில்லை... ஜெர்மனியில் ஹிட்லரின் சர்வாதிகார ஆட்சியில் கொலை செய்யப்பட்ட யூதர்களின் எண்ணிக்கை ஒரு கோடிக்கும்மேல்! அரசு ஆணையை மேற்கொண்டு இந்த அப்பாவி மக்களை நேரடியாகச் சித்ரவதை செய்து தீர்த்துக் கட்டிய ஆயிரக்கணக்கான அதிகாரிகள், நம்மைப் போன்ற சராசரி மனிதர்களே... மனநோயாளிகள் அல்ல!

ஒவ்வொரு நாளும் ஏதோ அலுவலகம் போவது போலக் கிளம்பிச் சென்று, பெரியவர்கள், பெண்கள், குழந்தைகள் என்று நூற்றுக்கணக்கானவர்களை வரிசையாக நிற்க வைத்துச் சுட்டுக் கொன்றுவிட்டு, சாவதானமாக வீடு திரும்பிய அந்த அதிகாரிகள், பிறகு குடும்பத்தோடு இசை நிகழ்ச்சிக்குப் போனார்கள். தன் குழந்தைகளைக் கொஞ்சினார்கள், பெற்றோரைக் கைத்தாங்கலாக அழைத்துச் சென்று படுக்க வைத்தார்கள். சர்ச்சுக்குப் போனார்கள், குழந்தைகளைத் தூங்க வைக்க ஈசாப்புக் கதைகள் சொன்னார்கள்.

கூடவே, மறுநாள் காலையில் இன்னுமொரு நூறு பேரைச் சுடுவதற்காகத் துப்பாக்கியைத் துடைத்துச் சுத்தம் செய்தும் வைத்தார்கள்!

இது எப்படி முடிகிறது? எப்படி இப்படிப்பட்டவர்களால் ஒரே சமயத்தில், ஒன்றுக்கொன்று சம்பந்தமில்லாத இரண்டு

வாழ்க்கைகள் வாழ முடிகிறது?!

பௌதிக விதி மாதிரிதான் இதுவும்! தீயசக்தியை உருவாக்கவும் முடியாது, அழிக்கவும் முடியாது. அந்த 'மிருகம்' நம்கூடவே இருக்கத்தான் செய்யும். ஆனால், ('எனர்ஜியைப் போல) அதைக் கட்டுப்படுத்தித் திசை திருப்பிவிட முடியும்! அந்தச் சக்திக்கு மாற்று வடிவம் கொடுத்து அதை உருப்படியாகவும் உபயோகிக்கலாம். அழிவுக்கும் பயன்படுத்தலாம். அணுசக்தி மாதிரியேதான்!

மனிதனுக்குள் மிருகத்தைச் சமாளிக்க மூன்று வழிகள் உண்டு – புரிந்துகொள்ளுதல், கட்டுப்படுத்துதல், திசைதிருப்புதல் (to recognize, Control and Channel). இதில் முதலாவதாகச் சொல்லப்படும் 'புரிந்துகொள்ளுதல்' மிகவும் முக்கியமானது.

பைபிளில் உள்ள அற்புதமான ஒரு வாசகம் (ஜான் 7:28) – 'உண்மையை நீ அறிவாய். உண்மை உனக்குச் சுதந்திரம் வாங்கித் தரும்!'

துரதிர்ஷ்டவசமாக, உண்மையைப் புரிந்துகொள்ள நாம் விரும்புவது இல்லை!

ராபின்சன் ஜெஃபர்ஸ் என்னும் அமெரிக்கக் கவிஞர் அலுப்புடன் சொன்னதுபோல, 'முக்கால்வாசி மனிதர்கள் புலி இருக்கும் கூண்டுக் குள்கூட இறங்கத் தயார். ஆனால், உண்மையை நேருக்கு நேர் சந்திக்கத் தயாரில்லை!'

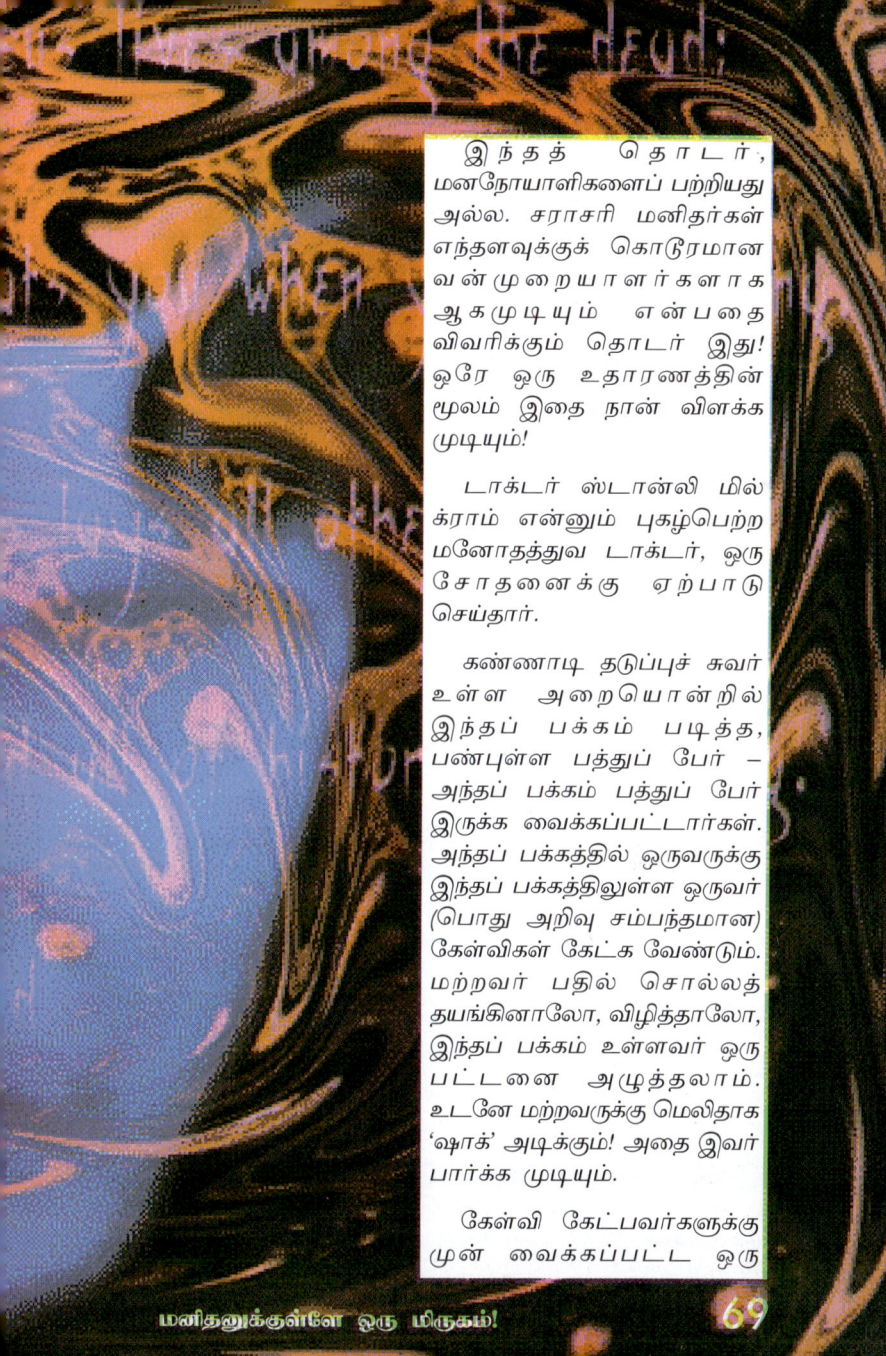

இந்தத் தொடர், மனநோயாளிகளைப் பற்றியது அல்ல. சராசரி மனிதர்கள் எந்தளவுக்குக் கொடூரமான வன்முறையாளர்களாக ஆகமுடியும் என்பதை விவரிக்கும் தொடர் இது! ஒரே ஒரு உதாரணத்தின் மூலம் இதை நான் விளக்க முடியும்!

டாக்டர் ஸ்டான்லி மில்க்ராம் என்னும் புகழ்பெற்ற மனோதத்துவ டாக்டர், ஒரு சோதனைக்கு ஏற்பாடு செய்தார்.

கண்ணாடி தடுப்புச் சுவர் உள்ள அறையொன்றில் இந்தப் பக்கம் படித்த, பண்புள்ள பத்துப் பேர் – அந்தப் பக்கம் பத்துப் பேர் இருக்க வைக்கப்பட்டார்கள். அந்தப் பக்கத்தில் ஒருவருக்கு இந்தப் பக்கத்திலுள்ள ஒருவர் (பொது அறிவு சம்பந்தமான) கேள்விகள் கேட்க வேண்டும். மற்றவர் பதில் சொல்லத் தயங்கினாலோ, விழித்தாலோ, இந்தப் பக்கம் உள்ளவர் ஒரு பட்டனை அழுத்தலாம். உடனே மற்றவருக்கு மெலிதாக 'ஷாக்' அடிக்கும்! அதை இவர் பார்க்க முடியும்.

கேள்வி கேட்பவர்களுக்கு முன் வைக்கப்பட்ட ஒரு

மீட்டரில் 'ஷாக் அளவு' தெரியும். மற்றவர்கள் தப்பான பதில்கள் சொல்லச் சொல்ல, ஷாக் அளவை அதிகரிக்கலாம் என்றும் இவர்களுக்குச் சொல்லப்பட்டது!

கேள்விகள் கேட்கப்பட, மறுபக்கம் உள்ளவர்கள் தயங்க... இவர்கள் 'ஷாக்' அளவை அதிகப் படுத்தினார்கள். உடனே மற்றவர்கள் துடித்தார்கள், அலறினார்கள்...

மீட்டரில் 'ரொம்ப அதிக ஷாக் – ஆபத்து ஏற்படலாம்' என்று ஒரு எச்சரிக்கையும் இருந்தது. வெகுவிரைவில் எல்லாருமே அந்த அதிக அளவு 'ஷாக்'கை தர ஆரம்பித் தார்கள். மற்றவர்கள் உடனே பதில் சொல்லாவிட்டால், வெறியோடு பட்டனை அழுத்த ஆரம்பித்தார்கள். மற்றவர்கள் கதறக் கதற, மேலும் மேலும் போட்டி போட்டுக்கொண்டு 'ஷாக்' அளவை அதிகப்படுத்தி னார்கள்!

கடைசியில் 'ஷாக்' தரும் கருவிகளை இவர்கள் கையிலிருந்து டாக்டர்கள் ஓடிவந்து பறித்துக் கொண்டார்கள்!

உண்மையில் 'ஷாக்' தரப்படவில்லை. கண்ணாடி அறையின் மறுபக்கம் அமர்ந்தவர்கள் நன்கு நடிக்கத் தெரிந்தவர்கள். அவர்கள் முன்னிலையிலும் 'மீட்டர்' உண்டு. ஷாக் அளவு அவர்களுக்கும் தெரியும்! அதற்கேற்ப துடிப்பது போல, கதறுவது போல அந்த வாலண்டியர்கள் நடித்தார்கள் என்பது வேறு விஷயம்!

வாசகர்களே! இப்போது புரிகிறதா?!

'நமக்கு அனுமதி தரப்பட்டு விட்டது. தாராளமாக ஷாக் தரலாம். யாரும் எதுவும் சொல்ல மாட்டார்கள்' என்கிற சூழ்நிலை ஏற்பட்டவுடன், எங்கிருந்து இந்த 'படித்த, பண்பான' நல்ல மனிதர்களுக்கு அவ்வளவு கொடூர மனப்பான்மை வந்தது?

இந்த 'வன்முறைத்தனம்'தான் ஐந்து வயதிலேயே மூளைக்குள்ளே துளிர்விடத் தொடங்கிவிடுகிறது! அதற்காக, படுக்கையில் சிறுநீர் கழிக்கிற, காகிதங்களுக்குத் தீ வைக்கிற,

எறும்பின் கால்களைப் பிய்த்துப் போட்டு, அது நொண்டியவாறு நடப்பதை ரசிக்கிற அத்தனை குழந்தைகளும் எதிர்காலத்தில் கொடூரமான கொலைகாரர்களாகி விடுவார்கள் என்று ஒரேடியாக எடுத்துக்கொண்டு பயப்படத் தேவையில்லை!

இப்படிப்பட்ட பெரும்பான்மையான குழந்தைகள் படித்துப் பட்டம் பெற்று, பெரிய நிறுவனங்களில் மேலதிகாரிகளாகக்கூட ஆகக்கூடும்! ஏன்.. இந்தக் குழந்தைகளில் ஒருவர் வருங்காலத்தில் ஒரு நாட்டுக்குத் தலைவராகக்கூட ஆகலாம்! ஆனால், **குழந்தைப் பருவத்தில் மனரீதியாகப் பாதிப்படைந்தவர்கள் தான் இந்த மனிதர்கள்** என்பதும் உண்மை.

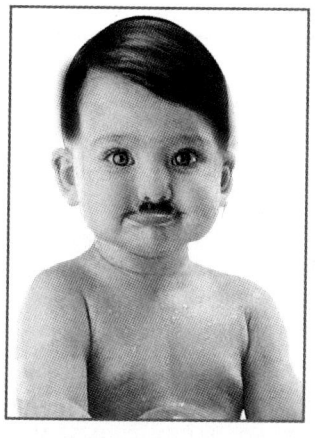

பெரியவர்கள் ஆனபின்பும் இவர்களுடைய மூளைக்குள் வசிக்கும் 'ருசி கண்ட ஒரு மிருகம்' இப்போதைக்கு எப்படியோ கட்டுப்பாட்டுக்குள் இருக்கிறது என்பதுதான் தர்மசங்கடமான உண்மை.

ஏனெனில் – பூனை, முயல் போன்ற விலங்கினங்களை சித்ரவதை செய்வது, சாடிஸம் மிகுந்த வன்முறைச் செயல். நெருப்புப் பற்றவைக்கக் காரணம் – குழந்தையின் மனதில் அழிவை ரசிக்கும் மனோபாவம் இருப்பதால்!

படுக்கையில் சிறுநீர் கழிப்பதுகூட மனோரீதியில் ஏதோ பிரச்னை மற்றும் குழப்பம் இருப்பதால்தான்!

இந்த அடிப்படையான 'வன்முறை மனோபாவம்' குழந்தை பெரியவனான பிறகும் தொடர்ந்து உள்ளே இருக்கும் என்பதில் சந்தேகம் வேண்டாம். அது பிற்காலத்தில் வெளிப்படுமா? எப்போது, எந்த வகையில் வெளிப்படும் என்பதுதான் திகிலான கேள்விக்குறி!

மனிதனுக்குள்ளே ஒரு மிருகம்!

வன்முறைக் கூட்டணி

எந்த ஒரு உயிரினத்துக்கும் உணவு தேவை. அது மனிதனுக்குள்ளே இருக்கும் மிருகத்துக்கும் பொருந்தும்!

உலகெங்கும் உள்ள மனோ தத்துவ ஆராய்ச்சிக் கூடங்களில் 'வன்முறை தலைதூக்கிச் சீறிப் பாயக் காரணமாக உள்ள உந்து சக்தி என்ன?' என்பதற்கு விடை தேடும் ஆராய்ச்சிகள் இன்றளவும் நடந்து வருகின்றன.

ஒரு மனிதன் பிறக்கும்போதே வன்முறையாளனாகப் பிறக்கிறானா, அல்லது சூழ்நிலை மட்டும்தான் அவனை அப்படி ஆக்குகிறதா (Nature? அல்லது Nurture?) என்கிற 'பட்டிமன்றம்' இன்னும் முடிவுக்கு வரவில்லை! ஆனால், வன்முறைக்கு 'உரமாக'த் திகழ்பவை எவை என்கிற கருத்தில் மனோதத்துவ நிபுணர்களிடையே ஒற்றுமை உண்டு!

1. **வறுமை?**

பெரும்பாலான வன்முறையாளர்கள் வறுமையான குடும்பத்திலிருந்து வருபவர்களே. வறுமை என்பது கோபத்தையும் வன்முறையான எண்ணங்களையும் தூண்டிவிடக்கூடும்தான். அதேசமயம், வறுமையான சூழ்நிலைதான் ஒரு கொலைகாரனை உருவாக்குகிறது என்கிற முடிவுக்கு வருவது அபத்தமானது. எத்தனையோ பொருளாதார சிரமங்கள் வந்தாலும்கூட, தவறான வழிக்குப் போகாதவர்கள், நேர்மையாக வாழ்கிறவர்கள் உலகில் ஏராளமாக உண்டு.

மிகக்குறைந்த ஊதியத்துக்காக தன்னை வருத்திக் கொண்டு நேர்மையாக உழைக்கும் சாமான்யர்கள்தான் எத்தனை பேர்! அதே சமயம், இருபத்தெட்டு இளைஞர்களை பாலியல் உறவுக்கு உட்படுத்தி, பிறகு அவர்களைக் குரூரமாகக் கொலை செய்த (கலிபோர்னியாவில் வசித்த) பாட்ரிக் கீர்னி லட்சக்கணக்கில் சம்பளம் வாங்கிய ஒரு 'ஏரோஸ்பேஸ்' இன்ஜினீயர்.

ப்ளாரிடாவைச் சேர்ந்த கிறிஸ்டோபர் ஒய்ல்டர், பதினோரு இளம்பெண்களை கடத்திச் சென்று கொன்றான். செக்ஸ் வெறியனான இவன் சொகுசான பங்களாவில் வசித்த கோடீஸ்வர தொழிலதிபர்!

2. **குழந்தைப் பருவத்தில் பாலியல் பலாத்காரம் நிகழ்வது?**

இந்தச் சோகமான அனுபவம் பெரிய அளவில் குழந்தையைப் பிற்காலத்தில் பாதிக்கிறது என்பதில் சந்தேகமில்லை. குழந்தைக்கு சமுதாயத்தின்மீது வெறுப்பும், ஆழ்மனதில் இனம்புரியாத ஆத்திரமும்

ஓப்ரா

ஏற்படுத்துகிற பரிதாபகரமான இந்த அனுபவம் உலகெங்கும் நிகழ்ந்து கொண்டிருக்கிறது. கேஸி, டெட்பண்டி, சிகாடில்லோ, டாமர் போன்ற வெறிபிடித்த கொலைகாரர்கள் அவர்களுடைய சிறுவயதில் பலவிதங்களில் சித்ரவதைகளையும், பாலியல் பலாத்காரத்தையும் (Child Abuse) அனுபவித்தவர்களே.

இப்படிப்பட்ட அனுபவங்கள் ஒரு குழந்தையை நிச்சயமாக பிற்காலத்தில் கொலை வெறியனாக ஆக்கும் என்று சொல்ல முடியாது. அமெரிக்காவில் டி.வி. 'டாக் ஷோ'வின் மகாராணி என்று கருதப்படும் ஓப்ரா வின்ஃப்ரே பக்குவமான ஒரு லட்சியப் பெண்மணியாகத் திகழ்கிறார். சிறுவயதில் அவர் பாலியல் பலாத்காரத்துக்கு உட்படுத்தப்பட்டவரே! நமக்குத் தெரியாத, பல சாதனைப் பெண்களும் ஆண்களும் சிறுவயதில் இந்தக் கொடூரத்தை அனுபவித்தவர்களாக இருக்கக் கூடும். ஏனெனில், குழந்தைகளை எல்லாவிதங்களிலும் துன்புறுத்துவது உலகின் ஒவ்வொரு மூலை முடுக்கிலும் அன்றாடம் நிகழ்கிற ஒரு மௌனமான கொடுமை!

3. **மீடியாவில் வன்முறை?**

பத்திரிகைகள், டி.வி. மற்றும் சினிமாவில் காட்டப்படும் வன்முறை பலருக்கு கொலைவெறி ஏற்படுத்தக் காரணமாக இருக்கிறது என்கிற குற்றச்சாட்டுகள் நிறையவே கூறப்படுகிறது. இது எந்த அளவுக்கு உண்மை?

பத்திரிகைகளும் சினிமாவும் வன்முறையாளர்களை உருவாக்கும் என்பது உண்மையானால், உலகெங்கும் உள்ள கொலைகாரர்கள் மற்றும் செக்ஸ் வெறியர்களின் எண்ணிக்கை, யாராலும் சமாளிக்க முடியாத அளவுக்கு அதிகமாகப் போய் இருக்க வேண்டும். சினிமாவில் வரும் வன்முறை, ரசிகர்களுக்கு ஒரு வடிகால் (outlet) என்று வேண்டுமானால் சொல்லலாம்! தியேட்டரை விட்டு வெளியே வந்த பிறகும் அந்த வன்முறை மனிதர்களைத் தொடர்ந்து ஆக்கிரமிக்கும் என்பதை மனோதத்துவ நிபுணர்கள் ஒப்புக்கொள்ளவில்லை.

1977–ம் ஆண்டு ப்ளாரிடா மாநிலத்தில் (யு.எஸ்.) பதினைந்து வயது நிரம்பிய ஸமோரா என்னும் இளைஞன், அவனுடைய பக்கத்து வீட்டில் வசித்த ஒரு மூதாட்டியைக் கொலை செய்தான். கோர்ட்டில் அவன் கைதியாகக் கூண்டில் நின்ற

போது, 'டி.வி. சினிமாக்களில், வயலண்ட் ஆன காட்சிகளை தொடர்ந்து பார்த்ததால், எனக்கு அந்தக் கொலைவெறி ஏற்பட்டது' என்று காரணம் சொன்னான். 'உண்மைதான்! ஸமோராவுக்கு டி.வி. சினிமா அடிக்ஷன் ரொம்பவே உண்டு' என்று அவனுடைய வக்கீலும் வாதிட்டார். மனோதத்துவ நிபுணர்கள் வரவழைக்கப்பட, 'கொலைவெறி ஏற்பட டி.வி., சினிமாவெல்லாம் காரணமில்லை' என்று வெற்றிகரமாக அவர்கள் வாதிட்டார்கள். ஸமோரா தண்டனையிலிருந்து தப்ப முடியவில்லை!

ஆனால் ஒன்று! சமுதாயத்தில் நிலவும் வன்முறை, சினிமா இயக்குநர்களைக் கவர்ந்து, சில படங்களை உருவாக்க வைத்திருக்கிறது. ஹிட்ச்காக்கின் 'சைக்கோ' படத்தில் வரும் கொலைகாரனுக்கு மாடல் எட் கெய்ன் என்கிற நிஜ கொலைகாரன்தான்! 'சைலன்ஸ் ஆஃப் தி லேம்'பில் வரும் கொலைகாரன் 'டெட் பண்டி'யை வைத்து உருவாக்கப்பட்ட காரெக்டர்! டெட்பண்டி, தன் கையில் எலும்பு முறிவு ஏற்பட்டதுபோல

கட்டு கட்டிக் கொண்டு, இரவுநேரத்தில் இளம்பெண் யாராவது தனியாக அந்தப் பக்கம் வரும் சமயம் பார்த்து, வேனுக்குள் ஒரு பெட்டியை வைக்கச் சிரமப்படுவது போல நடிப்பான். உதவ வரும் பெண் வேனுக்கு அருகில் குனியும்போது, அவளை உள்ளே தள்ளி, தன் கை கட்டுக்குள் நுழைத்து வைத்திருக்கும் இரும்புத் தடியை உருவி, அவள் மண்டையில் அடித்து மயக்கமுறச் செய்து... பிறகு அந்தப் பெண்ணின் கதி அவ்வளவு தான்!

4. பச்சையான படங்கள் உள்ள செக்ஸ் புத்தகங்கள் (Pornography)?

டெட் பண்டியேகூட கோர்ட்டில் நடந்த விசாரணையில் 'போர்னோஃக்ராபி புத்தகங்கள் எனக்கு ரொம்பப் பிடிக்கும்!' என்று ஒப்புக்கொண்டான். ஆனால், அதுதான் தன்னைக் கொலை செய்யத் தூண்டியது என்று அவன் சொல்லவில்லை. 'இப்படிப்பட்ட செக்ஸ் புத்தகங்களைப் பார்த்துப் பார்த்துப்

பிறகு சுயஇன்பம் மேற்கொள்பவர்கள் நிறையப்பேர் இருக்கக் கூடும். பலர் புத்தகங்களால் உந்தப்பட்டு, விலை மாதுவைத் தேடிப்போகலாம். அதற்காக இத்தகைய புத்தகங்கள் கொலை செய்யத் தூண்டுகின்றன என்று சொல்ல முடியாது!' என்பதே மனோதத்துவ நிபுணர்களின் கருத்து. ஒரு கொலைகாரன் ஒருத்தியைக் கொலை செய்த பிறகு, படங்களடங்கிய ஒரு 'போர்னோ' புத்தகத்தில் ஒய்யாரமாக படுத்துக் கொண்டிருந்த பெண்ணைப் போலவே அவள் உடலை இருத்திவிட்டுச் சென்றதுண்டு! அதாவது, கொலைகாரனுக்கு 'எக்ஸ்ட்ரா' கற்பனைகள் தர, செக்ஸ் புத்தகங்கள் சில சமயம் உதவக்கூடும்!

5. **பிறப்பு (Genetics)?!**

சில ஆண்டுகளுக்கு முன், மனிதனின் ஜெனடிக் அமைப்பில் கூடுதலாக ஒரு **Y** க்ரோமோஸோம் இருந்தாலும், அதீத டெஸ்ட்ரோஸ்டோன் ஹார்மோன் அவனிடம் தளும்பினாலும் வன்முறை தூண்டப்படலாம் என்கிற கருத்து முன்வைக்கப்பட்டது. நல்ல காலமாக, வன்முறைக்கு மிக முக்கியக் காரணம் இதுதான் என்கிற வாதத்தை மனோதத்துவ அறிஞர்கள் ஏற்றுக்கொள்ளவில்லை (பல காரணங்களில் இதுவும் ஒரு காரணமாக இருக்கலாம் என்பது வேறு விஷயம்!). தவிர, இது உண்மையென்றால், முதலிலேயே அதைக் கண்டுபிடித்து, வருங்காலக் கொலைகாரர்களைக் கருக்கலைப்பு செய்து, உலகில் கொலைகாரர்களே இல்லாமல் செய்துவிட முடியும்!

6. **மனநிலை பாதிப்பு?**

இதுபற்றி முன்பே இந்தத் தொடரில் சொல்லியாகிவிட்டது! கொலைகார வன்முறையாளர்களில் மூன்று சதவிகிதத்தினர் தான் மனநிலை பாதிக்கப்பட்டவர்கள்!

7. **மாதவிடாய்க்கு முன்புவரும் கோபம் (Premenstrual Syndrome)?!**

இது பெண்களுக்கு மட்டுமே பொருந்துகிற விஷயம்! ஒரு கோபக்காரப் பெண் இரும்புத் தடியால் ஒரு போலீஸ்

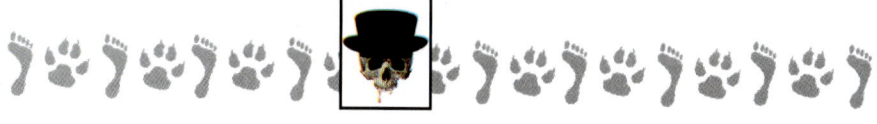

அதிகாரியை புரட்டி அடித்துவிட்டாள். அதிகாரி காரை நிறுத்தி, லைசென்ஸ் காண்பிக்கச் சொன்ன சாதாரண காரணத்துக்காக! பிறகு கோர்ட்டில் 'தன் ஆவேசத்துக்கு மாதவிடாய் கோளாறுதான் (PMS) காரணம், அதனால்தான் திடீரென்று கோபவெறி ஏற்பட்டுவிட்டது' என்று வாதிட்டாள். சைகாலஜிஸ்ட்டுகளைக் கலந்தாலோசித்துவிட்டு, அவள் வாதத்தை நீதிபதி ஏற்றுக்கொண்டார்! (உலகில் பெண் கொலைகாரர்களின் எண்ணிக்கை ரொம்பக் குறைவு! அப்படியென்றால் பெண்களுக்குள்ளே உள்ள மிருகம் வித்தியாசமானதா? அதுபற்றிப் பிற்பாடு!)

8. ரத்தத்தில் ஏறுமாறான சர்க்கரை அளவு? **(Blood sugar imbalance)**

1978-ம் ஆண்டில் நடந்த ஒரு வழக்கில் கொலைகாரன் தன் ஆவேசத்துக்குக் காரணமாகச் சொன்னது கொழுப்புச்சக்தி(!) நிறைய உள்ள ஃபாஸ்ட் ஃபுட்ஸ்! கோபம் ஏற்படப் பல காரணங்களில் இதுவும் ஒன்றாக இருக்கலாம் என்பதை ஏற்றுக்கொண்டு நீதிபதி, அவனுடைய தண்டனைக் காலத்தைச் சற்றுக் குறைத்ததும் நடந்தது!

பீட்ஸா, பர்கர், ஐஸ்க்ரீம், கேக் போன்றவைகளை நிறையக் கபளீகரம் செய்வதால், 'கொலை உணர்வு' ஏற்படும் என்றால்... இன்றைய நாளில் ஏதோ திருவிழா போலத் தெருக்குத் தெரு கொலைகாரர்கள் வலம்வருவார்கள்! நினைக்கவே பயமாக இருக்கிறது! ஆகவே, 'கொலைகாரன் ஆவதற்கு இதுதான் காரணம்' என்று எதையுமே குறிப்பிட்டுச் சொல்ல முடியாது என்பதுதான் உண்மை! மோசமானதொரு வன்முறையாளனாக மாற எக்குத்தப்பாகப் பல காரணங்கள் 'கூட்டணி' அமைக்க வேண்டும்! கொலை மட்டுமே வன்முறைச் செயல் இல்லை என்பதையும் மனதில் கொள்ள வேண்டியிருக்கிறது. அதைத் தவிர, வன்முறை மிருகம் விளைவிக்கும் மற்ற கொடூரமான செயல்கள்தான் எத்தனையெத்தனை!

தமிழ்நாடு முழுவதும், மிகப்பரவலாக நடக்கும் ஒரு வன்முறைச் செயல் உண்டு. சமூகமும், காவல்துறையும் அதற்கு மிகுந்த முக்கியத்துவம் தருவதில்லை. ஆனால், மனோதத்துவ ரீதியில் அந்த வன்முறைக்கான காரணங்களை அலசினால், பயங்கரமாக இருக்கும்!

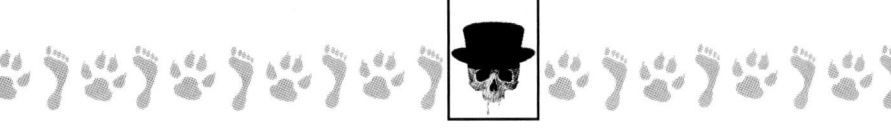

அதோ... அவன்... ஐயோ!

இன்னொரு கொலை ஒன்றுண்டு! நம் ஊரில் தெருவுக்குத் தெரு அதை நீங்கள் பார்க்கலாம். உயிரைப் போக்கடிக்காமல், ரத்தம் சிந்தாமல் மனதளவில் நிகழ்த்தப்படும் மறைமுகக் கொலை இது! இந்த வன்முறைக்குப் பலியாகிறவர்கள், 99 சதவிகிதம் பெண்களே!

அதாவது, ஒரு பெண் எங்கு சென்றாலும் அவளைப் பின் தொடர்ந்து சென்று திகிலூட்டுவது! ஆங்கிலத்தில் இதை stalking என்கிறார்கள். stalking ஒரு பெண்ணின் மனதில் மிகுந்த அச்சத்தையும், மனவேதனையையும் ஏற்படுத்துகிறது. அவளுடைய தன்னம்பிக்கையையும் மன அமைதியையும் அடியோடு குலைக்கிற செயல் இது.

இந்த மிருகங்கள் நேரடியாக வந்து ஒரு பெண்ணைத் துன்புறுத்தவும் மாட்டார்கள். ஆகவே, போலீஸுக்குப் போக லாமா, வேண்டாமா என்று ஒரு பெண்ணால் முடிவுக்கு வரமுடியாத நிலை!

அதேசமயம், ஒரு பெண்ணின் கோணத்திலிருந்து சற்று கற்பனை செய்து பாருங்கள்! காலையில் வீட்டைவிட்டு படி இறங்கியவுடனேயே ‘அவன்’ எங்காவது இருக்கிறானா என்கிற பீதி ஆக்கிரமிக்கும். நிமிர்ந்து பார்த்தால் பெட்டிக்கடை வாசலில், அதோ அவன்!

பஸ்ஸுக்குள்ளும் அவன் ஏறிக் கொள்வான். கும்பலில் திடீரென்று நிமிர்ந்தால், மிக அருகில் குரூரப் புன்னகையுடன் நிற்பான். ஆபீஸுக்குப் போனால் டெலிபோன் மணி அவ்வப்போது அடிக்கும். வீடு திரும்பும்போதும் பஸ் ஸ்டாப்பில் காத்திருப்பான். இந்த மிருகங்கள் உங்களைப் பற்றிய (டெலிபோன் நம்பர், பிறந்தநாள், படிக்கும் புத்தகங்கள்) எல்லா விவரங்களையும் சாமர்த்தியமாகத் தெரிந்து வைத்துக்கொள்வார்கள்!

நீங்கள் தாண்டிச் செல்லும்போது மெல்லிய குரலில் 'ஹாப்பி பர்த்டே' என்று சொல்வார்கள். வீட்டில் இரவு 10.30 மணிக்கு போன் அடிக்கும். குரலைத் தாழ்த்தி 'விகடன் படிச்சாச்சா?' என்பார்கள். 'ராஸ்கல்...' என்று நீங்கள் ஏதேனும் திட்டினாலும் மெல்லிய சிரிப்புச் சத்தம்தான் கேட்கும்!

இந்த வகை 'ஸ்லோமோஷன்' துன்புறுத்துதல், பெண்ணின் நிம்மதியை அடியோடு சிதைத்துவிடுகிறது. அலுவலகத்தில் வேலையில் கவனம் செலுத்த முடியாமல் போய்விடுகிறது. மற்ற சிநேகிதிகள் 'வேண்டாம் வம்பு' என்று உங்களை மெள்ள தவிர்க்கத் துவங்குவார்கள். போலீஸில் முறையிட்டால், அவர்களுக்கு இருக்கும் ஆயிரம் பிரச்னைகளுக்கு நடுவே 'இது ஒரு பெரிய விஷயமாம்மா?' என்று அலட்சியம் காட்டக்கூடும். போலீஸுக்குப் போன விஷயமும் 'அவனுக்குத் தெரியாமல் இருக்காது. மறுநாள் உங்கள் கூடவே நடந்து வந்து, 'போலீஸுக்கு போகிறாயா?.. உன் முகத்தில் ஆசிட் அடிக்க வேண்டியதுதான்!' என்று மிரட்ட லாம். கடைசியில் உச்ச கட்ட மன அழுத்தத்துக்கு (Depression) போய்விடும் நிலை ஏற்பட்டு விடுகிறது.

ஒரு பெண்ணைத்தான் ஆண் துரத்த வேண்டும் என்றில்லை! ஒரு ஆண் (ஹோமா செக்ஷுவலாக இருக்கும் பட்சத்தில்) இன்னொரு ஆணைத் துரத்தலாம்! ஒரு பெண் ஆணைத் துரத்துவதும் நடக்கிறது (மேலை நாடுகளில் இது அதிகம்!). குழந்தைகளைப் பின்தொடர்பவர்கள் உண்டு. ஒரு சிறுவன் இன்னொரு சிறுவனை அல்லது சிறுமியைத் தினமும் பின்தொடர்ந்து பயமுறுத்தக்கூடும்! (இது கொஞ்சம் ஓவர் என்கிறீர்களா?).

மனிதனுக்குள்ளே ஒரு மிருகம்!

நான் பள்ளியில் எட்டாம் வகுப்பு படித்தபோது, என்னைவிட பெரிய பையன் ஒருவன் என்னைப் பின் தொடர்ந்ததுண்டு. பள்ளிக்கூடத்துக்குப் போனாலே, அவன் எங்கேயாவது இருக்கிறானா என்று பயத்துடன் பார்ப்பேன்.

திடீரென்று ஒரு வகுப்பிலிருந்து வெளியே வந்து, என்னைப் பார்த்து குரூரமாகப் புன்னகைப்பான். இடைவேளையில் குடிநீருக்கு க்யூ நிற்கும்போது திரும்பிப் பார்த்தால், எனக்குப் பின்னால் நெருக்கமாக அவன் – என்னையே முறைத்தபடி!

பிறகு எங்கு என்னைப் பார்த்தாலும் மெள்ள தலையில் ஒரு குட்டு வைத்துவிட்டு போக ஆரம்பித்தான். ஒருமுறை பள்ளியில் மேட்டூர் அணைக்கு எக்ஸ்கர்ஷன் போனார்கள். நானும் அதில் கலந்துகொண்டேன். 'அப்பாடா' என்றிருந்தது! சேலம் ரயில் நிலையத்தில் இறங்கி நிமிர்ந்தால், பிளாட்பாரத்தில் அவன்! எக்ஸ்கர்ஷனில் அவனும் வந்திருக்கிறான்! வெறுத்துபோய் விட்டது. என்னைவிட பலசாலியாக வேறு இருந்தான் அவன். சண்டையும் போட முடியாது!

சேலத்திலிருந்து மேட்டூர் போன வழியெங்கும் தொடர்ந்து என் தலையில் குட்டிக்கொண்டே வந்தான். எக்ஸ்கர்ஷனில் நான் அழுததுதான் அதிகம்!

பிற்பாடு, இதனாலேயே (10-ம் வகுப்பிலிருந்து) திருவல்லிக்கேணி அருகிலுள்ள குப்பங்களில் உள்ள இளைஞர்களை நான் நண்பர்களாக்கிக்கொண்டேன். எதற்கும் பயப்படாத, முரட்டுத் தனமான அந்த இளைஞர்கள் என் மீது மிகுந்த நட்பு உணர்வு கொண்டார்கள். என்னைத் துன்புறுத்திய பையனை (இரண்டு

ஆண்டுகள் கழித்து!) மெரீனாவில் மடக்கி புரட்டியடித்தார்கள். அந்த தர்ம அடியில் நானும் கலந்துகொண்டு, ஒருவழியாக அவனைப் பழிதீர்த்தேன்!

'சிறுவர்கள் கூடவா இப்படித் துரத்தித் துன்புறுத்து வார்கள்?' என்று புருவம் உயர்த்தும் சில வாசகர் களுக்காக, எனக்கு நிகழ்ந்த இந்த அனுபவத்தைச் சேர்த்துக்கொண்டிருக்கிறேன்!

மிகப்பெரிய அளவில் இந்தப் பின்தொடரும் துன்புறுத்தலுக்கு ஆளாகிறவர்கள் பெண்கள்தான். 16 வயதிலிருந்து 45 வயது வரை உள்ள பெண்களுக்கு இந்த அனுபவம் அதிகம் நிகழ்கிறது என்கிறது புள்ளிவிவரம்!

ஒரு பெண்ணின் விருப்பமில்லாமல் அவளைப் பின்தொடர் வதை அவ்வளவு பெரிய தப்பாக நாம் எடுத்துக் கொள்வதில்லை. 'பெண்ணை ஆண் தொடர்வது இயற்கையான செயல்தானே!' என்றுகூட சமாதானம் செய்பவர்கள் உண்டு.

பண்டைய காலத்திருந்து ஒரு ஆணின் மனதுக்குள் இருக்கும் 'மிருகம்' இது! கற்காலத்தில் பெண்ணை ஆண் அப்படித்தான் தொடர்ந்து சென்று, கைப்பற்றி இழுத்துச் சென்று உடலுறவு கொண்டான். இது ஆழ்மனதில் நம் மனதுக்குள் தங்கியிருக்க வேண்டும்!

அமெரிக்காவில் மட்டும், ஓராண்டில் இப்படிப் பெண்களை பின்தொடர்ந்து பிரச்னை செய்ததாக இரண்டு லட்சம் பேரை போலீஸ் எச்சரித்து விட்டிருக்கிறது! நம் நாட்டில் நிச்சயமாக கோடிக்கணக்கில் இந்தவகை 'மிருகங்கள்' இருக்க வேண்டும்!

பின்தொடர்வதற்கும் வயசுக்கும் சம்பந்தமில்லை!

நியூயார்க்கில் அறுபத்துமூன்று வயதான ஸோல் வாக்ட்லர் என்பவர் தன்னை விவாகரத்து செய்த மாஜி மனைவியைப் பின்தொடர்ந்து இரண்டு ஆண்டுகளாகத் துன்புறுத்தினார். 'உன் மகளை கடத்தப் போகிறேன் (இவருக்கும் மகள்தான்!)'

என்று தொடர்ந்து போனில் எச்சரிக்கை செய்வதும், மனைவி எங்கு சென்றாலும், இரண்டடி பின்னால் அவளைத் திட்டிக் கொண்டே நடப்பதும் அவர் வழக்கம்.

'மகளை கடத்தப் போகிறேன்' என்று மிரட்டியதும்தான் போலீஸில் அந்தப் பெண் புகார் செய்தார். வாக்ட்லர் கைது செய்யப்பட்டார். பிறகு அவருக்கு 15 மாதம் சிறைத்தண்டனையும், 30,000 டாலர் (அந்தப் பெண்ணுக்குத் தரச்சொல்லி) அபராதமும் விதிக்கப்பட்டது.

– இப்படியாக மாஜி மனைவியைத் துன்புறுத்திய வாக்ட்லர், அந்த மாதம்தான் 'ரிட்டையர்' ஆன அமெரிக்க சுப்ரீம் கோர்ட்டின் நீதிபதி!

சில பெண்கள், வருடக்கணக்கில் தன்னை 'ஃபாலோ' பண்ணுபவனைப் பற்றி வீட்டில்கூட சொல்ல மாட்டார்கள். இது பெரிய தவறு! 'ஒருவன் அதிகபட்சம் ஐந்தாண்டுகள்தான் ஒரு பெண்ணைப் பின்தொடர்வான். அதற்குப் பிறகு, அடுத்த கட்டமாக ஏதாவது விதத்தில் நிச்சயமாக அந்தப் பெண்ணுக்கு அவனிடமிருந்து ஆபத்து ஏற்படும்' என்பது மனோதத்துவ நிபுணர்கள் கருத்து.

டேவிட் சேப்மேன் என்னும் இளைஞன் தொடர்ந்து சில வருடங்களுக்கு 'பீட்டில்ஸ்' இசைக்குழுவைச் சேர்ந்த ஜான் லெனன் (John Lennon) எங்கு சென்றாலும் கூடவே 'ஃபாலோ' செய்தான்.

'நீ மட்டும் புகழடையலாமா? நானும் உன்னைச் சுட்டுக் கொன்றுவிட்டுப் புகழ்பெறுகிறேன் பார்!' என்கிற மனப்பான்மை யும் சேப்மேனிடம் இருந்தது. கடைசியில் நடைபாதையில் வைத்து ஜான் லெனனை சுட்டுக் கொன்றான் அந்த வெறியன்.

பிரபலமானவர்களுக்கு இந்தப் பிரச்னை நிறைய உண்டு. மார்லன் பிராண்டோ, எலிசபெத் டெய்லர், அமிதாப், ரஜினி, கமல் போன்றவர்களுக்கு அவ்வளவு பிரச்னை வராது. அவர்களைச் சுற்றி ஒரு அரண் விழுந்துவிடுவதாலும், நாலு இடங்களில் அவர்களைச் சுலபமாக பார்க்க முடியாததாலும் அவர்கள் தப்பிக்கிறார்கள்.

ஒரு சமயம் மார்லன் பிராண்டோவை ஒரு புகைப்படக்காரர் எங்கு சென்றாலும் தொடர்ந்தார். திடீரென்று திரும்பி வந்த பிராண்டோ ஓங்கிவிட்ட குத்தில், புகைப்படக்காரரின் மூக்கு உடைந்துவிட்டது!

ஒருபடி கீழே இருப்பவர்களுக்குத்தான் பிரச்னை! குறிப்பாக டி.வி-யில் தோன்றும் நடிகைகளுக்கும், செய்தி வாசிப்பவர்களுக்கும் இப்படிப்பட்ட 'வெறி ரசிகர்கள்' இருக்கலாம்.

டி.வி-யில் காமிரா பார்த்து அவர்கள் பேசுவதை ஏதோ தன்னைப் பார்த்துப் பேசுவதாக இவர்கள் நினைப்பார்கள். பொது இடத்தில் அவர்கள் தென்பட்டால் வலியச் சென்று பேச்சுக் கொடுப்பார்கள். இந்தப் பெண்களும் தன்னைப் பற்றி நல்லபடியாக எல்லாரும் நினைக்க வேண்டும் என்பதற்காக, மிகவும் கனிவாக உரையாடுவார்கள். ரசிகரின் பெயரை விசாரிப்பார்கள். 'சரிதான், அந்த பெண்ணுக்கு ஏதோ தன் மீது ஒரு ஈடுபாடு இருக்கிறது' என்கிற முடிவுக்கு 'ரசிகர்' வரக்கூடும். பிறகு தினமும் ஒரு காதல் கடிதம் எழுதுவது போன்ற பல பிரச்னைகள் பின்தொடரும்!

ஆகவே, 'யார் எவர் என்று தெரியாமல் ஒருவரிடம் அதீத கனிவாக இருப்பதை பிரபலமானவர்கள் தவிர்ப்பது நல்லது' என்று மனோதத்துவ நிபுணர்கள் அறிவுறுத்துகிறார்கள்!

இப்படிப் பெண்களை வெறுமனே தொடர்ந்து சென்று மறைமுகமாகத் துன்புறுத்தி இன்பம் காணும் மனிதர்களுக்குள்ளே வசிக்கும் 'மிருகம்' எந்த அளவுக்கு ஒரு மனிதனைத் தூண்டும்? இந்த வகை மிருகங்கள் எத்தனை வகை உண்டு? இவர்களிடமிருந்து தப்பிக்க எந்த வழிகளைப் பின்பற்றுவது?

இந்தக் கேள்விகளைத் தவிர, இன்னொரு கேள்வியும் உண்டு!

அது – உங்கள் வீட்டுக்குள்ளேயே இந்த மிருகம் வசிக்கிறதா?

ஆமாம்! இப்படி ஓர் மிருகத்தையே சரியாகப் புரிந்து கொள்ளாமல் அவசரப்பட்டு திருமணம் செய்துகொண்டு விடும் அப்பாவிப் பெண்களும் உண்டு!

மனிதனுக்குள்ளே ஒரு மிருகம்!

கணவன் – ஒரு சாடிஸ்ட்

சாடிஸம் என்றால் என்ன? இதோ, ஒரு சீரியல் கொலைகாரன் அதைத் தெளிவாக விளக்குகிறான் –

'மற்றவர்களைத் துன்புறுத்துவது சாடிஸம் இல்லை. துன்புறுத்தும்போது ஏற்படும் ரியாக்ஷனை, அந்த அலறலை, வேதனையை ரசிப்பதுதான் சாடிஸம்!'

ஒருவரை சிகரெட்டால் சுடும்போது, அவர் வலியை வெளிப்படுத்தாமல் கம்மென்றிருந்தால் சாடிஸ்ட்டுக்குக் கவலை வந்துவிடும்!

மற்றவரை முழுமையாகத் தனக்கு அடிமையாக்க வேண்டும். தன்னைக் கண்டாலே அவர் நடுங்க ஆரம்பிக்க வேண்டும். எவ்வளவு கேவலமான ஆணையிட்டாலும் அதற்குக் கீழ்ப்படிய வேண்டும். அவரை அடிக்க சவுக்கைக் கேட்டால், அவரே அதைக்கொண்டு வந்து பணிவோடு தரவேண்டும்.

மொத்தத்தில், ஒருவர்மீது நூறு சதவிகித ஆளுமை செலுத்துவது. அதுதான் சாடிஸம்!

மனோதத்துவ நிபுணர்கள் சொல்லும் விளக்கம் இதுவே.

மற்றவர்களைத் துன்புறுத்தி, அவர்கள் வேதனையைப் பார்த்து ரசிக்கும் சாடிஸ்ட்டுகள் எல்லோரும் அடிப்படையில் 'சுயநல தற்பெருமை வெறியர்களாக (Narcissist)

இருப்பார்கள்.

'நார்ஸிஸிஸ்ட்'டுகளுக்குத் தாங்கள் தான் உலகம்! கனிவு, நட்பு, மற்றவர்களைப் புரிந்துகொள்ளுதல் எதுவும் இவர்களுக்குத் தெரியாது.

மற்றவர்களைத் தனக்காகப் பயன்படுத்திக் கொள்ள வேண்டும். பிறகு தூக்கியெறிய வேண்டும். மற்ற சராசரி மனிதர்கள் திகைப்படையும் அளவுக்குத் 'தான்' என்கிற உணர்வு மட்டுமே இவர்களுக்கு விசுவரூபம் எடுத்து நிற்கும்.

இந்த வகை சாடிஸ்ட்டுகள் பொல்லாதவர்களாக இருப்பார்கள். நிறைய சிந்தித்து, திட்டம் போடுகிற இவர்களுக்குக் குரூரமான கற்பனை சக்தி நிறையவே உண்டு.

ஒரு சின்ன உதாரணம் – பெரிய அலுவலகத்தில் பணிபுரியும் என் நண்பர் ஒருவர் ட்ரான்ஸ்ஃபர் ஆகி ஹைதராபாத் சென்றார்.

அங்கு அவருக்கு அதிர்ஷ்ட வசமாக வாடகைக்கு அழகான வீடு கிடைத்தது. வீட்டுக்கு அட்வான்ஸ் தந்த பிறகு, அவருடைய மேலதிகாரி அந்த வீட்டுக்கு வந்து பார்த்தார். பார்த்த

85

வுடன் அவர் முகம் மாறியது. மூன்று நாள் கழித்து நண்பரை அழைத்து, 'உங்கள் ட்ரான்ஸ்ஃபர் ரத்தாகிவிட்டது. நீங்கள் பழைய ஊருக்கே திரும்ப வேண்டும்' என்றார் மேலதிகாரி.

வீட்டு அட்வான்ஸைத் திருப்பி வாங்கிக்கொண்டு ஊர் திரும்பத் தயாரானார் நண்பர். வீடும் போய் விட்டது. திடீரென்று நண்பரை மீண்டும் இரண்டு நாள் கழித்துக் கூப்பிட்ட மேலதிகாரி, 'இல்லையில்லை! நீங்கள் இங்கேதான் பணிபுரிகிறீர்கள். பர்மிஷன் வாங்கி விட்டேன்' என்றார். இப்போது வேறு வீடு பார்க்கவேண்டிய நிலை. அதற்காக அலைச்சல்!

சற்று அழகான வீட்டில் தன்கீழ் பணிபுரியும் அதிகாரி வசிப்பதைப் பார்க்க அந்த மேலதிகாரிக்குச் சகிக்கவில்லை. இது ஒரு வகை சாடிஸமே!

சீரியல் கொலைகாரர்களில் 'நார்ஸிஸிஸ்ட்'டுகள் உண்டு. டெட்பண்டி மகா தற்பெருமையாளன். கோர்ட்டில் டி.வி. குழுக்களையும் நிருபர்களையும் பார்த்தால் போலீஸிடம் இருந்து திமிறிக்கொண்டு போய் பேட்டி கொடுப்பான் அவன். கைவிலங்குகளோடு இருகரங்களையும் உயர்த்தி, போட்டோவுக்கு விதவிதமாக 'போஸ்' கொடுப்பான்.

பிறகு ஒருபடி மேலே போய் 'என் வழக்குக்கு நானே வக்கீலாக இருந்து வாதாடப் போகிறேன்!' என்று அறிவித்தான் அவன். எதிர்க்கட்சி வக்கீலை மடக்கி ஒரு கேள்வி கேட்டுவிட்டு, பெருமிதத்துடன் கோர்ட்டில் இருப்பவர்களை நோக்கி ஒரு பார்வை பார்ப்பான்.

சில சமயம் இந்த தற்பெருமையே கொலைகாரர்களைக் காட்டிக் கொடுத்துவிடுவதுண்டு!

அட்லாண்ட்டாவில் (யு.எஸ்.) பல குழந்தைகளைக் கடத்திச் சென்று கொன்ற வேய்ன் வில்லியம்ஸ் என்பவன் கோர்ட்டில் அடித்துக் கொண்ட தற்பெருமை சொல்லி மாளாது. இதைப் புரிந்துகொண்ட ப்ராஸிக்யூஷன் வக்கீல்,

நைஸாக அவனிடம் பேச்சுக் கொடுத்துக்கொண்டே வந்து, திடீரென்று 'குழந்தைகளைக் கொல்லும்போது உனக்குப் பயம், நடுக்கம் எதுவும் வரவில்லையா?' என்று கேட்க, 'துளிக்கூட வரவில்லை' என்று வாய் தவறிப் பெருமையாகச் சொல்லித் தொலைத்து மாட்டிக் கொண்டான் வில்லியம்ஸ்!

இந்தக் குணங்களோடு Anti social Personality Disorder (APD) என்பதும் சேர்ந்துகொள்ளும். அதாவது, சமூகவிரோதக்

குணநலன்! இந்த 'குணம்' இருப்பவர்களுக்குக் கூச்சம், தன்மானம், வருத்தம், இரக்கம், பயம் எதுவுமே இருக்காது. தண்டனையால் இவர்களைத் திருத்த முடியாது.

நினைத்ததை (தீய காரியத்தை) உடனே நிறைவேற்றிக் கொள்

பவர்கள் இவர்கள். சக மனிதர்கள் எல்லோரும் இவர்களுக்கு இரைகளே. விபத்தில் அடிபட்டு ரத்த வெள்ளத்தில் கிடக்கிறவரின் கழுத்தை நெறித்துக் கொன்றுவிட்டு சர்வசாதாரணமாக வாட்ச், செயினைக் கழற்றிக்கொண்டு போகிறவர்கள் இவர்கள்!

1977-ல் கிறிஸ்டீன் மெக்கெய்ர் என்கிற பெண் வழக்கறிஞர், ஒரு கொடூரமான 'சாடிஸ' தம்பதிக்கு எதிராக வாதாடித் தண்டனை வாங்கித் தந்தார். அவர் எழுதிய Perfect Crime (படுகச்சிதமான குற்றம்) என்கிற புத்தகத்தில், அந்தத் தம்பதியால் காலீன் என்கிற இளம்பெண்ணுக்கு நேர்ந்த கொடுமையை விளக்குகிறார்...

காலீன், கலிபோர்னியா அருகே ஒரு சிநேகிதியின் பிறந்த நாள் விழாவில் கலந்துகொண்டாள். திரும்புகிற வழியில், தெருவில் நின்று 'லிஃப்ட்' கேட்டாள். ஒரு வேன் வந்து நின்றது.

மனிதனுக்குள்ளே ஒரு மிருகம்!

அதில் காமரூன், ஜேனீஸ் தம்பதியும் இரண்டு வயது குழந்தையும் இருந்தார்கள். குடும்பத்தோடு அவர்களைப் பார்த்து நிம்மதி அடைந்து வேனில் ஏறிக்கொண்டாள் அந்தப் பெண். காலீனுடன் ஜாலியாகப் பேசினார்கள் அவர்கள்...

பிறகு கார் வேகமாகச் செல்லச் செல்ல, தம்பதியின் அணுகு முறை மாறியது. காட்டுப் பகுதியில் உள்ள ஒரு வீட்டுக்குத் துப்பாக்கி முனையில் அந்தப் பெண்ணை அவர்கள் கடத்திச் சென்றார்கள். அங்கே காலீன் சிறைப்படுத்தப்பட்டுத் தினமும் விதவிதமாக சித்ரவதை செய்யப்பட்டாள். அந்த மனைவியும் மௌனமாக கணவனுக்கு உதவினாள்.

☞காலீனின் பிறந்தமேனி முழுவதும் கெட்ட வார்த்தைகளை பெயிண்ட் பிரஷ் உபயோகித்து எழுதி, வெறிச் சிரிப்பு சிரித்தான் காமரூன்.

இரவுநேரத்தில் ஒரு மரப்பெட்டியில் துளைகள் போட்டு, அதற்குள் காலீன் உடலை வளைத்து மடக்கி, விலங்குகளால் கைகளைப் பிணைத்துப் பூட்டி வைத்தான் காமரூன். நினைத்தபோது எல்லாம் அவளை வெளியே இழுத்து, விலங்குகளை அவிழ்க்காமல் பலவிதங்களில் உடலுறவு கொண்டான் அவன். மனைவி கம்மென்று பார்த்துக்கொண்டு இருப்பாள்!☜

போலீஸ், 'காணாமல் போனவர்கள்' லிஸ்ட்டில் காலீனைச் சேர்த்து கேஸை மூடிவிட்டது!

ஒரு வாரம், ஒரு மாதமல்ல... ஏழு வருஷங்கள் அந்தப் பெண்ணைச் சிறை வைத்திருந்தார்கள் அந்தக் கணவனும் மனைவியும்!

கடைசியாக ஒரு நாள் அந்தத் தம்பதி முயல் வேட்டையாடக் காட்டுக்குப் போனபோது, எப்படியோ தப்பித்த காலீன் போலீஸுக்குப் போய்ச் சொல்ல, தம்பதி கைது செய்யப் பட்டனர்.

வழக்கு முடிந்து ஆயுள் தண்டனை தரப்பட்டதும், ஒரு

பிரபல மனோதத்துவ நிபுணர் வந்து போலீஸிடம் 'குற்றவாளியை நான் சந்திக்க வேண்டும்!' என்று கோரிக்கை விடுத்தார்.

'யாரை... காமரூனைத்தானே?' என்றனர் போலீஸ். 'இல்லை... அவனுடைய மனைவி ஜேனீஸை!' என்றார் மனோதத்துவ நிபுணர்.

இப்படிப்பட்ட ஒரு குரூரமான மிருகத்தை அந்தப் பெண் எப்படித் திருமணம் செய்துகொண்டாள்? அவன் செய்த எல்லாக் கொடுமைகளுக்கும் எப்படி ஒரு அடியாள் போல அந்தப் பெண்மணியால் கைகட்டிச் சேவகம் செய்ய முடிந்தது?

இப்படிப்பட்ட சாடிஸ்ட்டுகளின் மனைவிகள் விசித்திரமானவர்களா? அப்பாவிகளா?

தெருவுக்குத் தெரு இப்படிப்பட்ட (எல்லாவற்றையும் பொறுத்துக் கொள்ளும்) மனைவி ஒருவராவது இருக்கக் கூடும்!

ஒரு கரடி பொம்மை தரமுடியுமா?

இதில் நான் எழுதுகிற தகவல்கள் சிலருடைய மனதில் பாதிப்பை ஏற்படுத்தலாம். இங்கே விவரிக்கவிருக்கும் மனித மிருகங்கள் வாசகர்களுக்கு அவ்வளவு 'அந்நியமாக' இருக்காது என்பதையும் சொல்ல வேண்டும். இந்த வகை மனிதர்கள் இல்லாத நாடே கிடையாது என்பதும் குறிப்பிடத்தக்கது. உலகெங்கும் நிச்சயமாக கோடிக்கணக்கான பெண்கள் இவர்களுக்கு இரை யாகி, மௌனமாக பல சித்ரவதைகளை நெடுங்காலமாக அனுபவிக்கிறார்கள். ஒரு பிரத்யேகமான கொடூரமான சிறை இது. அதிலிருந்து தப்பிக்கும் பெண்கள் மிகச் சிலரே!

நான் குறிப்பிடுவது – ஒரு குரூரமான சாடிஸ ஆணுக்கு வாழ்க்கைப்படுவது. (உண்மையில் இது வாழ்க்கையில்லை – நரகம்!)

மேலைநாடுகளில் திருமணத்துக்கு முன்பு 'காதலிக்கும் காலம்' என்கிற ஒரு அத்தியாயம் உண்டு. நம் நாட்டில் அந்த அத்தியாயம் அவ்வளவாகக் கிடையாது. இங்கே பெற்றோரே பெண்ணை ஒரு மிருகத்துக்கு திருமணம் செய்து வைத்துவிடுவது சர்வசாதாரணமாக நடப்பதுண்டு!

ஆகவே, நம்மூரில் பெண்ணை மயக்கி, அவளைக் காதல் வலையில் வீழ்த்திப் பிறகு மணந்துகொள்கிற கில்லாடித்தனம் ஆணுக்கு அவ்வளவு அவசியப்படுவதில்லை! பெற்றோர் பார்த்து திருமணம் செய்தவுடனேயே, கணவன் என்னும் மிருகம் நேரடியாக சுயரூபத்தைக் காட்ட முடியும்!

உலகெங்கும் உள்ள இந்த சாடிஸ கணவர்கள் ஒன்றுசேர்ந்து ஒரு சங்கமே ஆரம்பிக்கலாம்! அந்த அளவுக்கு இவர்கள்

எல்லோருமே ஒரே மாதிரியானவர்கள். கற்பனை சக்தி சற்று அதிகமுள்ளவர்களுடைய அணுகுமுறையில் குரூரமும் அதிக மாக இருக்கும் என்பதுதான் வித்தியாசம்!

எப்படிப்பட்ட பெண்கள் இந்தக் கொடுமையில் சிக்கு கிறார்கள்?

இளமை, சற்றே தாழ்வு மனப்பான்மை, உலக அனுபவம் இல்லாமை, கொஞ்சம் அப்பாவித்தனம், முடிவு எடுப்பதில் தடுமாற்றம், அண்மையில் மனரீதியாக ஏற்பட்ட ஏதாவது பாதிப்பு,

ஏற்கெனவே சின்னதாக ஒரு காதல்தோல்வி- – மேற்கண்ட விஷயங்களில் சில இருந்தால்கூடப் போதும். சுலபமாக இந்தப் பெண்கள் வலையில் வீழ்ந்து விடுவார்கள்! இவர்களை தங்களிடம் சிக்கவைக்கும் 'பசுத்தோல் போர்த்திய ஓநாய்கள்' அதற்காக பெரிய நாடகமே ஆடி மயக்குவார்கள்.

துணிச்சலான, சுதந்திரமான பெண்களை இவர்கள் நெருங்க மாட்டார்கள். சுலபத்தில் நம்புகிற, அப்பாவித்தனமான பெண்கள் யார் என்பதை இவர்களால் கண்டுபிடிக்க முடியும். (இந்த வகைப் பெண்களுக்கு Dependent personality Disorder இருக்கும் என்கிறார்கள் மனோதத்துவ நிபுணர்கள். சுருக்கமாக DPD. அதாவது, மற்றவரை அப்பாவித்தனமாக சார்ந்திருக்கும் குணநலன்!)

முதலில் மயக்கும் படலம்! – ஒரு பெண்ணைத் தேர்ந்தெடுத்த வுடன், அவளிடம் மிகுந்த அன்புடனும் கரிசனத்துடனும் இந்த

மிருகங்கள் நடந்துகொள்வார்கள். தொடர்ந்து வாழ்த்து அட்டைகள், பரிசுப் பொருட்கள் வாங்கித் தருவார்கள். அந்தப் பெண்ணுக்காகக் காத்திருப்பார்கள். கையில் பூங்கொத்து இருக்கும்!

இந்தக் 'காதல்' என்கிற பாலம் இருக்கிறதே.. அதற்குக் கீழே நிறைய குப்பைகளைத் தள்ள முடியும்! பாலத்தின் மேலிருந்து பார்த்தால் எதுவும் தெரியாது!

திருமணம் ஆன பிறகு மெள்ள மெள்ள கணவனின் சுயரூபம் வெளியே தெரியும். முக்கியமானது செக்ஸ்! பாவம், அந்தப் பெண் கற்பனை செய்து வைத்திருந்த பாலியல் வாழ்க்கை வேறு மாதிரியானதாக, 'ரொமான்டிக்' ஆக இருந்திருக்கும். இங்கே சில புது அனுபவங்களை அவள் சந்திக்க ஆரம்பிப்பாள்!

'என் விருப்பத்தை நிறைவேற்ற

மாட்டாயா? இதில் எந்தத் தப்புமில்லை!' என்று எடுத்துச் சொல்லி இயற்கைக்கும் வழக்கத்துக்கும் மாறான செக்ஸ் அணுகுமுறைகளுக்கு உடன்பட வைப்பான் கணவன். சம்பிரதாயமான உடலுறவில் அவனுக்கு விருப்பம் அதிகம் இருக்காது. அவள் தன் சுயமதிப்பை இழக்கும்படியான வெவ்வேறு விதங்களில் உடலுறவு கொள்வான். இதில் மனைவிக்கு விருப்பம் இருக்கிறதா என்று கனிவுடன் கேட்பதெல்லாம் கிடையாது. இதனால் அந்தப் பெண்ணுக்கு சுயகௌரவம் குறைந்துவிடும். ஆரம்பத்தில் இந்த வகை 'பர்வெர்ஷ'னுக்கெல்லாம் அவள் உடன்பட்ட பிறகு, அணைத்துக்கொண்டு 'தேங்க்ஸ்' சொல்வான். போகப்போக இதெல்லாமும் நின்றுவிடும். 'இனி நான் விரும்பியதை நீ செய்தாக வேண்டும்' என்கிற உத்தரவுதான்!

பிறகு பெற்றோர், உறவினருடன் மனைவிக்கு உள்ள தொடர்பு களை அவன் துண்டிப்பான். கணவனுக்குத் தெரியாமல் எதையுமே செய்ய முடியாது. 'இவர் என்ன டைப்' என்கிற முடிவுக்கு வரமுடியாமல், குழப்பத்துடனும், அவமானத்துடனும் (பெற்றோரிடம் சொல்லாமல்) கணவனுடன் 'அட்ஜஸ்ட்' பண்ணிக்கொண்டு வாழ ஆரம்பிப்பாள் அந்தப் பெண்!

லாஸ்ஏஞ்சலீஸில் ஒரு இன்ஷ்யூரன்ஸ் நிறுவனத்தில் பணியில் இருந்த ஆனி என்கிற பெண்ணை, லைல் என்கிறவன் இப்படித்தான் மயக்கித் திருமணம் செய்துகொண்டான். (நம்மூரிலும் ஆயிரக்கணக்கில் 'ஆனி'க்கள் இருப்பார்கள். சந்தேகமே வேண்டாம்!) லைல் மீது ஆனி அப்பாவித்தனமான காதல் வெறிகொண்டு கடைசியில் அவனுக்கு அடிமையாக, கைப்பாவையாக ஆனாள்.

மெள்ள மெள்ள ஆனியை மது குடிக்க வைத்தான் லைல். பிறகு போதைப் பொருளுக்குப் பழக்கினான். அவளிடம் மென்மையாக நடந்துகொள்வதெல்லாம் அடியோடு போய்விட்டது. பசுத்தோலையெல்லாம் தூக்கிப்போட்டுவிட்ட முழு ஓநாயுடன் வாழ்க்கை நடத்த வேண்டிய நிலை அவளுக்கு வந்துவிட்டது!

ஆனியை சங்கிலியாலும் கயிறுகளாலும் பிணைத்து விதவித மாக சித்ரவதை செய்ய ஆரம்பித்தான் லைல். 'பெண்களுக்கு பின்புறம் பெரிசாக இருக்க வேண்டும். அதுதான் எனக்குப் பிடிக்கும்!' என்றான் அவன். அவள் அவனுக்காக ஏராளமான கொழுப்பு உணவு வகைகளையும், ஐஸ்க்ரீமையும் வாங்கித் தின்றாள். அவ்வப்போது அவள் பின்புறத்தை 'டேப்' கொண்டு வந்து அளந்து, 'குட்! ஆனால், இது போதாது!' என்பான்.

ஆனி பருமனாக ஆனாள். அவளுடைய சுயமதிப்பு அடியோடு போய்விட்டது. பிறகு அவன் பிரம்பு ஒன்றை வாங்கி வந்தான். அவளைக் கட்டிப்போட்டு தினமும் பின்புறத்தை அடித்து விளாசினான் அவன். உடனே ஆயின்மெண்ட்டும் தடவிவிடுவான்!

☞ லைலை நிர்வாணமாக்கி சங்கிலிகளால் பிணைத்து போட்டோக்கள் எடுத்துக்கொண்டான். ஒரு நோட்டுபுத்தகத்தில் 'நான் உனக்கு அடிமை. நீதான் எனக்கு எல்லாம். நீ சொல்கிற எதற்கும் கீழ்ப்படி வேன்!' என்று ஆயிரம் முறை அவளை எழுத வைத்தான். இதற்குள் பிரம்பு முனை தேய்ந்து விரிசல் விட்டுவிட்டது! உடனே புது பிரம்பு வாங்கி வந்தான்.

மனைவியோடு நேர்முக செக்ஸ் அடியோடு நின்றுவிட்டது. தினமும் விதவிதமான 'பர்வெர்ஷன்'கள்தான். அவளுடைய பின்புறம் வழியாக (Anal) டார்ச்லைட், உருளையான நீண்ட மரக்கட்டை இவற்றை நுழைத்து அப்படியே இருக்கச் சொல்லி போட்டோ எடுத்துக் கொண்டான். உச்சகட்டமாக ஒரு பீரோவுக்குள் அவளைச் சங்கிலியால் பிணைத்து கவிழ்த்து உட்காரவைத்து, இரு நண்பர்களை அழைத்து வந்து அவளுடன் உடலுறவு கொள்ளச் செய்தான். பீரோவைத் திறந்தால் அவள் பின்புறம் மட்டுமே தெரியும். முகம் தெரியாது! ☜

லைல் காட்டிய கொடூரமும், சாடிஸமும் தறிகெட்டுப்போய் விட்டது. கூடவே, தான் ஒரு வெறிப்பிடித்த ஓநாய் என்பது வெளிஉலகுக்குத் தெரியாத அளவுக்கு சர்வசாதாரணமாக, மென்மையாக நடந்துகொண்டான் அவன்.

முழுமையான அடிமையாகப் போய்விட்டால் அதிலிருந்து மீண்டுவருவது மிகவும் சிரமம். மனோதத்துவ ரீதியில் சாடிஸம் என்பதுகூட பழகிவிடும்! ஆகவே, அந்த நிலையில்கூட, 'இப்போதும் அவரைத்தான் காதலிக்கிறேன்' என்று ஒரு பெண் சொன்னால் ஆச்சரியப்படத் தேவையில்லை!

கடைசியில், ஆனி என்கிற அந்தப் பெண்ணுக்கு மனப்பிரமைகள் வர ஆரம்பித்தன (Hallucinations). அடுத்தகட்டமாகத் தன்னைக் கணவன் கொலை செய்யப்போகிறான் என்று கற்பனை செய்தாள் அவள். அந்தப் பிரமையே அவளை ஒருவிதத்தில் காப்பாற்றியது!

ஒருநாள் தன்னை அடிக்கப் பயன்படுத்திய பிரம்பு, போட்டோக்களைத் தூக்கிக்கொண்டு தப்பி ஓடினாள் ஆனி. அவள் நிலைமையைப் பார்த்து பெற்றோர் துடித்து திகைத்துப் போனார்கள்.

லைலைக் கைது செய்தது போலீஸ். கோர்ட்டில் வேறுவிதமாக பிரச்னை வெடித்தது! அவனுக்கெதிரே சாட்சிக் கூண்டில் நிற்கவே பயந்தாள் லைல். 'அவன் கண்களை என்னால் சந்திக்க முடியாது!' என்று அவள் சொன்னபோது அவளுடைய உடல் பதறியது. 'என் விரல்கள் நடுங்காமலிருக்க ஏதாவது கரடிப் பொம்மை (Teddy Bear) அல்லது தலையணை தரமுடியுமா... அதை அணைத்துக்கொண்டு சாட்சி சொல்கிறேன்..' என்றாள் ஆனி பரிதாபமாக. நீதிபதி அதற்கு அனுமதி தந்தார்! கோர்ட்டில் வழக்கறிஞர்கள்கூட கண்கலங்கினார்கள்.

ஒருவழியாக, கணவன் என்ற பெயருக்கு களங்கம் ஏற்படுத்திய அந்த மிருகத்துக்கு நீண்ட கால சிறைத் தண்டனை கிடைத்தது!

பல காரணங்களால், மனைவி என்பவள் துணிவோடு வெளியே வந்து போலீஸில் புகார் கொடுக்கத் தவறுவதால்தான், இப்படிப்பட்ட கொடூரமான மனிதர்கள் மாட்டிக்கொள்ளாமல் ஒவ்வொரு ஊரிலும் வெற்றிகரமாகச் செயல்பட்டுக் கொண்டிருக்கிறார்கள்!

கிரிமினல் மண்டை

சுமார் நூற்று ஐம்பது ஆண்டுகளுக்கு முன் வாழ்ந்த ஸிஸேர் லாம்ரோஸோ என்னும் இத்தாலிய குற்றவியல் நிபுணர், பலவிதமான ஆராய்ச்சிகளுக்குப் பிறகு ஒரு புத்தகம் எழுதினார். 1876-ல் வெளிவந்த 'வன்முறை மனிதன்' என்கிற அந்தப் புத்தகம், ஐரோப்பா முழுவதும் மிகுந்த பரபரப்பை ஏற்படுத்தியது.

புத்தகத்தில் லாம்ரோஸோ முன்வைத்த விளக்கம் இதுதான்–

'கிரிமினல் மனிதர்கள் பிறவியிலேயே அதற்கான மூளையுடன் பிறக்கிறார்கள். ஒருவனுடைய தலை மற்றும் முக அமைப்பைப் பார்த்து, அவன் வன்முறை மிகுந்தவனா, இல்லையா என்பதைக் கண்டுபிடிக்க முடியும்!'

கைரேகை போல தலையின் 'ஷேப்'பை ஆராய்ந்து ஒருவருடைய குணாதிசயம் மற்றும் எதிர்காலம் எப்படியிருக்கும்

என்பதைச் சொல்லும் 'ஃப்ரெனாலஜி' என்னும் கலை அப்போது ஐரோப்பாவில் பிரபலமாகியிருந்தது.

அதாவது, மூளையில் பல பகுதிகள் உண்டு. அதில் ஒவ்வொரு பகுதியும் வளர்ச்சி அடைந்ததாகவோ இல்லாமலோ இருக்கலாம். மண்டையைத் தடவிப் பார்ப்பதன் மூலம் அதைக் கண்டுபிடிக்க முடியும்- அதாவது மண்டையில் உள்ள 'மேடு பள்ளங்களை' வைத்து ஒருவனுடைய குணாதிசயங்களைச் சொல்ல முடியும்!

சில முரடர்களையும் கொலைகாரர்களையும் வரவழைக்கச் செய்து அவர்களுடைய மண்டைகளை ஆராய்ந்து அதற்கான அளவுகோல்களையும் தயாரித்து தந்தார் லாம்ரோஸோ.

'இதன்மூலம் குழந்தைப் பருவத்திலேயே மனித மிருகங்களைக் கண்டுபிடிக்கும் வாய்ப்பு உண்டு' என்றார் அவர்!

ஒருவகையில், லாம்ரோஸோவின் ஆராய்ச்சிகளை அடிப்படையாக வைத்துத்தான் அப்போது ஓவியர்கள் கொலைகாரர்களை முரட்டுத்தனமாக வரைய ஆரம்பித்தார்கள்! (இன்றும் இது தொடர்கிறது!)

லாம்ரோஸோ புகழடைந்த சமயத்தில், ஒரு பெண்ணைக் கொலை செய்ததாக இரு சகோதரர்கள் கைது செய்யப்பட்டார்கள். இருவரும் குற்றச்சாட்டை மறுத்தார்கள். நீதிபதி லாம்ரோஸோவை வரவழைத்தார். இருவருடைய மண்டைப் பகுதிகளை வெகுநேரம் ஆராய்ந்து, முடிவில் ஒருவரை மட்டும் குற்றவாளியாகச் சுட்டிக்காட்டினார் லாம்ரோஸோ! அதற்கான காரணங்களையும் அவர் விளக்க, அந்தச் சகோதரருக்கு மரண தண்டனை வழங்கப்பட்டது.

லாம்ரோஸோவின் ஆராய்ச்சியைத் தொடர்ந்து சில ஐரோப்பிய நாடுகள், 'கிரிமினல் மண்டையுடன்' குழந்தைகள் பிறந்தால், அவற்றை உடனே கொன்றுவிட சட்டம் கொண்டு வந்தால் சமுதாயத்துக்கு நல்லதாக இருக்குமா என்கிற ரீதியில் விவாதங்கள் நடத்தின! உடனே சமூகவியல் ஆராய்ச்சியாளர்கள் ஒன்றுகூடி தலையையும் முகச் சாயலையும் வைத்து மிருகத்தன்மை மிகுந்தவர் என்று முடிவுக்கு வருவது ஆபத்தான அணுகுமுறை என்று ஆட்சேபனை தெரிவித்தார்கள்.

அதே சமயம், மூளை பற்றிய ஆராய்ச்சிகளும் விரிவடைய, லாம்ரோஸோவின் 'தத்துவம்' மெள்ள மெள்ள செல்வாக்கு

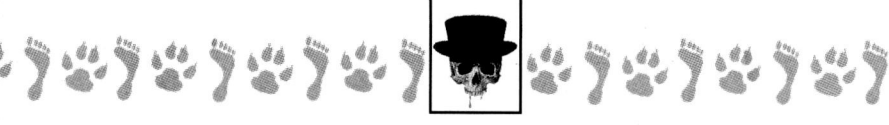

இழந்தது. சமூக விஞ்ஞானிகள், 'பால்மணம் மாறாத முகத் துடன்' கூடிய, மண்டை தத்துவத்திலிருந்து மாறுபட்ட, பல கொலைகாரர்களை ஆதாரத்துடன் சுட்டிக்காட்டியதும் ஒரு காரணம்!

பிற்பாடு ஒரு மனிதனின் பிறப்பு, மற்றும் வளரும் சூழ்நிலை பற்றி ஆராய்ச்சிகள் மேற்கொள்ளப்பட்டன. ஒரு மனிதனுக்கு சமூகத்தின் மீதும் சகமனிதர்கள் மீதும் வெறுப்பும், கோபவெறி யும் வருவதற்கு.. அவன் வளர்ந்த சூழ்நிலைதான் காரணம் என்கிற கருத்து முன்வைக்கப்பட்டது. மோசமான பெற்றோர், சிறுவயதில் துன்புறுத்தப்படுவது, கல்வி அறிவு இல்லாமை, வறுமை போன்றவை ஒரு சிறுவனை எதிர்காலத்தில் முரட்டுத் தனம் கொண்ட வன்முறையாளனாக மாற்றுகிறது என்றார்கள் ஆராய்ச்சியாளர்கள்.

'ஒருவன் குற்றவாளியாகப் பிறப்பதில்லை, சூழ்நிலைதான் அவனை அப்படி ஆக்குகிறது' என்கிற கருத்து பிரபலமடைந்தது அப்போதுதான்.

மூளைக்குள்ளே வன்முறையைத் தூண்டும் பகுதி என்று ஒன்று உண்டா என்ற சோதனைகளை மருத்துவ நிபுணர்கள் தொடர்ந்து மேற்கொண்டார்கள்.

வன்முறை என்கிற குணத்தை உற்பத்தி செய்கிற குறிப்பிட்ட பகுதி மூளைக்குள் கிடையாதுதான். ஆனால் அடிப்படை உணர்ச்சிகளான செக்ஸ், பயம், உடனடி தற்காப்பு, கோபம் போன்றவைகளைக் கையாளும் 'குட்டி மூளை' ஒன்று மூளையின் மையத்தில் (முதுகெலும்பின் நரம்பு மண்டலம் மூளைக்குள் சென்று முடியும் பகுதியில்) இருப்பது கண்டு பிடிக்கப்பட்டது. அது – 'அமிக்டலா'!

மூளைக்குள் 'அமிக்டலா' உள்ள பிரதேசத்தின் பெயர் 'லிம்பிக் பகுதி' என்று அழைக்கப்படுகிறது. பாம்பு போன்ற சில அடிப்படையான (ஊர்ந்து செல்லும்) விலங்கினங்களிடம் இருப்பது அமிக்டலா பகுதி மட்டும்தான். 'ஊர்வன'விலிருந்துதான் பிற்பாடு பாலூட்டிகள் தோன்றின. பிறகு அதிலிருந்து குரங்கு வகை (Primates)... கடைசியாக

மனிதன்!

ஓர் உயிரினம் வாழ அத்தியாவசியமானது இந்த அடிப்படையான 'அமிக்டலா மூளை'தான். அதைச் சுற்றித்தான் மற்ற மூளைப்பகுதிகள் பிற்பாடு பரிணாம வளர்ச்சியடைந்தன. இப்போதும் ஒவ்வொரு (பகுத்தறிவு பெற்ற) மனிதனின் மூளைக்கு உள்ளேயும் 'அமிக்டலா' அடங்கிய 'லிம்பிக்' பகுதி உண்டு!

1848-ம் ஆண்டு ரயில்வேயில் பணிபுரிந்த பீனியஸ்கேஜ் என்பவருக்கு ஒரு விபரீதமான விபத்து நேர்ந்தது. ரயில்பாதை

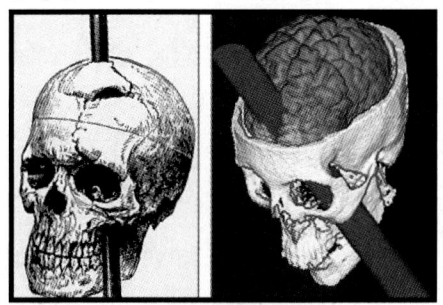

கேஜ் விபத்து...

போடுவதற்காக மலைப்பகுதி ஓரமாக வெடிகுண்டுகள் பொருத்திக் கொண்டிருந்தார் கேஜ். திடீரென்று ஒரு வெடிகுண்டு வெடிக்க, கேஜ் தூக்கி எறியப்பட்டார்.

அப்போது தடிமனான இரும்புக் கம்பியொன்று படுவேகமாக அவர் கன்னத்தைத் துளைத்துக் கண்ணை சிதற அடித்து, உச்சந்தலையைக் கிழித்துக்கொண்டு வெளியே பாய்ந்துவிழுந்தது. அப்படியும் கேஜ் உயிர் தப்பினார்! மருத்துவர்கள் வெற்றிகரமாக அந்தக் கம்பியை அகற்றினார்கள். அவருடைய ஒரு கண்ணில் மட்டும் பார்வை போய்விட்டது. மூளையின் முன்பகுதியும் சேதம் அடைந்தது.

மயக்கம் தெளிந்த பிறகு, கேஜுக்கு சிலமுறை வலிப்பு வந்தது. அதோடு சரி! கேஜ் ஆச்சர்யமாக பிழைத்துக் கொண்டதோடு

மனிதனுக்குள்ளே ஒரு மிருகம்!

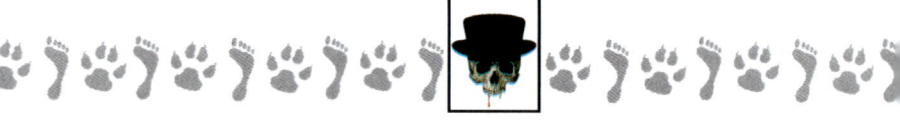

சில மாதங்கள் கழித்து பழையபடி நடமாடவும் செய்து, மீண்டும் வேலையிலும் சேர்த்துக் கொள்ளப்பட்டார்!

திகைப்பேற்படுத்தும் அடுத்த ஆச்சர்யம் காத்திருந்தது!

கேஜ் மிகவும் அமைதியான டைப். எல்லோரிடமும் பணிவோடு நடந்து கொள்பவர். மென்மையாகப் பேசுபவர், கோபம் துளியும் வராது. மற்றவர்கள் சண்டை போட்டாலே மிகுந்த வருத்தப் படுவார். உடனே சென்று, அவர்களைச் சமாதானப்படுத்து வார். இதெல்லாம் விபத்துக்கு முன்பு!

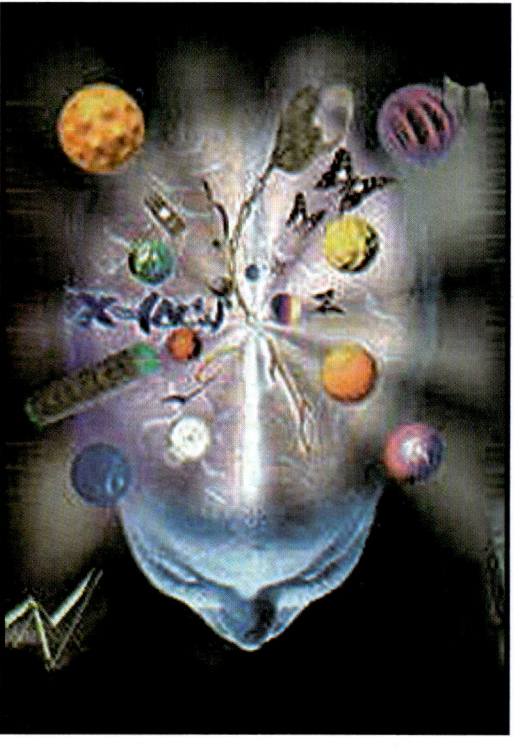

விபத்துக்குப் பிறகு, குணமடைந்து மருத்துவமனையில் இருந்து வெளிப்பட்ட கேஜ், முற்றிலும் மாறுபட்ட மனிதராக இருந்தார்!

கேஜ் இப்போது, முரட்டுத்தனமான மனிதராக ஆகியிருந் தார். அவரிடமிருந்து கெட்ட வார்த்தைகள் சரமாரியாக வெளிப் பட்டன.

பொறுமை அடியோடு போய்விட்டது. முன்கோபம் காரணமாக மற்றவர்களை, சிறு விஷயத்துக்கெல்லாம் தாக்க ஆரம்பித்தார் கேஜ். இந்தப் புதிய வன்முறை குணங்களைப்

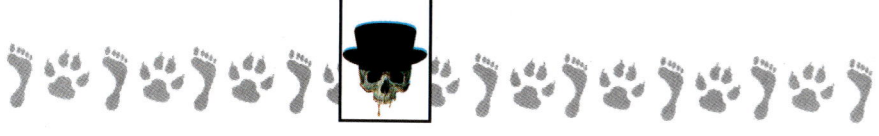

பார்த்து எல்லோரும் திகைத்துப்போனார்கள்.

கேஜுக்கு வயதாகி, அவர் இறந்து பல ஆண்டுகள் கழித்து மருத்துவ அறிஞர்கள் அவருடைய வன்முறைக்கு விளக்கம் சொன்னார்கள்!

பரிணாம வளர்ச்சியில் மனிதனின் மூளை முழு வளர்ச்சி அடைந்த கையோடு பகுத்தறியும் திறனும் மனிதனுக்கு வந்தது. பின்விளைவுகளைப் பற்றிச் சிந்திக்கும் சக்தி வந்துவிட்டதால் அவனால் உணர்ச்சிகளைக் கட்டுப்படுத்திக்கொள்ள முடிந்தது.

இந்தக் கட்டுப்பாட்டை இயக்குவது – மூளையின் முன்பகுதி. அதாவது, நெற்றிப் பகுதிக்கு உள்ளே உடனடியாக இருக்கும் மூளைப்பகுதி. இதற்கு Pre Frontal Cortex என்று பெயர். எதையும் சீர்தூக்கிப் பார்க்கும் பகுதி இதுவே. 'இவனோடு சண்டையிட்டால் மேலதிகாரிக்குத் தெரிந்து, நம் வேலை போகக்கூடும்' என்று சிந்திக்க வைப்பது Pre Frontal Cortex தான்.

நண்பர் ஒருவர் 'பாம்பு' என்று சொல்லி ஒரு கயிறை நம் முன்னால் தூக்கிப் போட்டவுடன் சரேலென்று பின்வாங்கச் செய்வதும் மூளையின் 'லிம்பிக்' பகுதியே. அது கயிறு தான் என்பதை மின்னல் வேகத்தில் புரியவைத்து, நம்மை அசடு வழியச் சிரிக்கச் செய்வது Pre frontal Cortex! மொத்தத் தில், அடிப்படை உணர்ச்சிகள் வெளிப்பட்டு வெடிக்காமல் இருக்க உதவும் 'ப்ரேக்' இது!

கேஜ் என்கிற அந்த மனிதருக்கு விபத்தில், நெற்றிக்குள் உள்ள அந்த மூளைப்பகுதி நாசமாகிவிட்டது. 'அமிக்டலா'வில் உருவான அவருடைய கோபம், வன்முறைச் செயல்கள் எல்லாம் தடையில்லாமல் வெடித்து வெளிப்பட்டதற்கு அதுவே காரணம் என்று மூளை அறிஞர்கள் (பல ஆண்டுகள் கழித்து) விளக்கி னார்கள்!

அப்படியென்றால், 'அமிக்டலா'தான் வன்முறையின் பிறப்பிடமா?!

மனிதனுக்குள்ளே ஒரு மிருகம்!

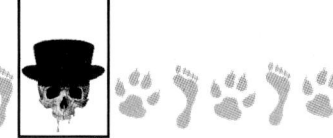

அசுர வெறியில் 52 கொலைகள்!

பசி, பாலுணர்வு, பயம், பளீரிடும் கோபம் போன்ற அடிப்படை உணர்ச்சிகளின் தலைமைச் செயலகமான நடுமைய மூளையின் லிம்பிக் பகுதி மட்டுமே துடிப்போடு இயங்க, அதேசமயம் முன் மூளைப்பகுதி (Prefrontal Cortex) நல்லவிதமாக வளர்ச்சியடையாமல் போனால், அந்த மனிதன் மிருக வெறியோடு வாழ்வானா?

ஒரேயடியாக அப்படி எதிர்பார்க்க முடியாது! அந்தப் பாதிப்பு உள்ளவர்கள் உணர்ச்சிகளின் கைப்பாவையாக இருப்பார்கள் என்றாலும், அவர்கள் எல்லோரும் கொலை வெறியர்களாக இருப்பதில்லை என்கிற உண்மை சோதனைகள் மூலம் தெரியவர.. இது விஞ்ஞானிகளை நெருடியது!

அதாவது, முன் மூளைப் பகுதி வளராத சிலர் மந்தபுத்தியுடன், நினைத்ததை உடனே செய்கிற குணமுடையவர்களாக இருந்தார்களே தவிர, கொலைகார புத்தி கொண்டவர்களாக இல்லை. சிலருக்குத்தான் கொலைவெறி!

அப்படியென்றால் மனிதனின் வன்முறைக் குணத்துக்கு வேறு என்னதான் காரணம்?

ஹார்மோன்ஸ்?

மூளைக்குள் ஹார்மோன்ஸ் அளவு ஏறுமாறாக இருந்தாலும், மனிதனிடம் வன்முறை தூண்டப்படுகிறது!

முரட்டுத்தனமும், முன்கோபமும், உள்ளவர்களின் மூளையில் டெஸ்ட்டோஸ்டரோன் ஹார்மோன் அதிகம் சுரப்பதாகக் கண்டுபிடித்திருக்கிறார்கள். பல துறைகளில் பணிபுரிபவர்களை வரவழைத்து பெரிய அளவில் சோதனைகள் மேற்கொள்ளப் பட்டதில், மிக அதிகமான அளவில் மூளைக்குள் டெஸ்ட்டோஸ்டரோன் சுரப்பது எப்படிப்பட்ட மனிதர்களுக்கு என்பது தெரியவந்தது. அவர்கள் – வழக்கறிஞர்கள்! மிகக் குறைச்சலான அளவு ஹார்மோன் இருந்தது, யோகா டீச்சர்களிடமும் மதபோதகர்களிடமும்!

ஆக மொத்தத்தில், வன்முறைக்கான ஒரு குறிப்பிட்ட காரணத்தை இதுவரை எந்த விஞ்ஞானியாலும் கண்டுபிடிக்க முடியவில்லை என்பதுதான் உண்மை. ஒருவன் பிற்காலத்தில் கொலைகாரனாகப் போகிறான் என்பதையோ, மென்மையாகச் சிரித்துப் பேசும் ஒருவன் நாட்டுக்குத் தலைவனான பிறகு கொடூரமான சர்வதிகாரியாக மாறப் போகிறான் என்பதையோ முன்கூட்டியே சொல்ல முடியாது!

அதோ, தொட்டிலில் புன்னகையோடு படுத்திருக்கும் அழகிய குழந்தை பிற்காலத்தில் வக்கிரமான சாடிஸ்ட் ஆகுமா, அல்லது பக்குவமடைந்த ஞானியாக ஆகுமா? முதலிலேயே இதை விஞ்ஞானப்பூர்வமாகக் கண்டுபிடிக்க முடியுமா? ஊகூம்!

மூளை அந்த அளவுக்கு விசித்திரமான ஒரு ஆச்சர்யம்! ஆனால், பல விஷயங்கள் ஒரு சரியான விகிதத்தில் கலக்கும் போது... மூளைக்குள் வன்முறை பிறக்கிறது! யாருக்கு எது என்ன சதவிகிதம் தேவைப்படும் என்பதைச் சொல்வது முடியாத காரியம். மனிதனுக்குள்ளே இருக்கும் மிருகத்தைத் தூண்டிவிட்டு, வெறியோடு பாயச் செய்யும் 'உந்துசக்தி' – ஒவ்வொருவருக்கு ஒவ்வொரு மாதிரி இருக்கிறது!

ரத்த வெறியன் சிக்காடிலோ முதல் கொலை செய்தபோது, அவன் வயது 44. பிறகு, பன்னிரண்டு வருஷங்களில் (ஏதோ இழந்த வருடங்களை ஈடுசெய்வது போல) 52 சிறுவர்களையும் சிறுமிகளையும் அவசர வெறியுடன் மடமடவென்று கொன்று ரத்தம் குடித்தான் அவன்!

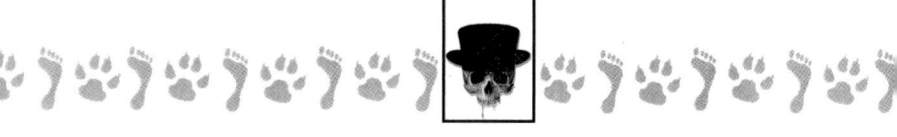

44 வயதில் 'கொலை செய்ய ஆரம்பி' என்று அவனுக்கு ஆணையிட்டது எந்த சக்தி?

ஜெஃப்ரி டாமரை எடுத்துக்கொண்டால், அவன் கடத்திக் கொண்டு வந்த ஆண் அல்லது பெண்ணை நிர்வாணமாக்கிப் படுக்க வைத்துக்கட்டிப் போடுவான். பிறகு தானும் நெருக்கமாக படுத்துக்கொண்டு 'இரை'யை அணைத்தவாறு, அந்த உடலின் கதகதப்பை ரசிப்பான். கூடவே, மார்புப் பகுதியில் காதை வைத்துக்கொள்வான். 'லப்டப்' என்னும் இதயத்துடிப்பு காதில் கேட்கக் கேட்க, அவனுக்குள் உள்ள மிருகம் சிலிர்த்துக்கொள்ளும். உடனே கொலைவெறி துவங்கும். பிறகு சித்ரவதை–கடைசியாகக் கொலை!

ஒருவனின் இதயத்துடிப்பும் உடலின் கதகதப்பும் டாமருக்குக் கொலைவெறி ஏற்படுத்தியது எப்படி?

'வன்முறையாளன் உருவாவது எப்படி?' என்கிற கேள்விக்கு புகழ்பெற்ற அமெரிக்க மனோதத்துவ டாக்டர் பார்க் எலியட் டையட்ஸ் கச்சிதமாக ஒரு பதில் தந்தார். 'வன்முறைக்கு – **சரியான** ஜீன்களும் (Genes) **சரியில்லாத** பெற்றோரும் இணைந்தால் போதும்!'

'இன்னொரு டெட்பண்டி, டாமர், கேஸி, சிக்காடிலோ போன்ற கொலைகாரர்களை விஞ்ஞானப்பூர்வமாகத் திட்ட மிட்டு உருவாக்க என்னவெல்லாம் வேண்டும்?' என்று ஒரு கருத்தரங்கில் அவரிடம் கேட்கப்பட்டது.

"மனைவியையும் குழந்தைகளையும் கெட்ட வார்த்தைகளால் திட்டித் தாக்குகிற, வன்முறை நிறைந்த தந்தை தேவை. ஹிஸ்டிரியாவும், குடிப்பழக்கமும், முன் கோபமும் உள்ள அம்மாவும் தேவை. குழந்தையை அம்மா மிக மோசமாக நடத்த வேண்டும். 12 வயதுவரை மகனை, அம்மா தன் பக்கத்தில் படுக்க வைத்துக்கொள்ள வேண்டும். செக்ஷுவலாக மகனைத் தூண்டிவிட்டு, பிறகு அதைக் குற்றம் என்று சொல்லி, அவனைக் கட்டிப்போட்டு பிரம்பால் விளாச வேண்டும். அம்மாவுக்குக் கள்ளக் காதலர்கள் இருக்க வேண்டும். மகன் எதிரிலேயே

அவர்களுடன் உடலுறவு கொள்வது, மகனை நீலப்படங்களைப் பார்க்க அனுமதிப்பது, நல்ல நண்பர்கள் அவனுக்கு இல்லாதது....

தவிர.. மூளையின் முன்பகுதி வளர்ச்சியடையாமை, அதீத டெஸ்ட்டோஸ்டரோன் சுரத்தல்.. இத்தனை களேபரமான விஷயங்களும் குறிப்பிட்ட விகிதத்தில் ஒன்றுசேர்ந்தால், அநேகமாக 99 சதவிகிதம் சிறுவனின் மூளைக்குள் வன்முறைக்கான வெடிமருந்து முழுமை அடைந்து தீப்பற்றிக் கொண்டு, ஒரு சீரியல் கொலைகாரன் உருவெடுப்பான்!'' என்றார் டாக்டர் டையட்ஸ்.

ஏதோ டி.வி. சமையல் நிகழ்ச்சியில் கொஞ்சம் சீரகம், கொஞ்சம் பூண்டு, ஒரு தேக்கரண்டி நெய்.. என்று 'ரெஸிபி' சொல்வதுபோல டாக்டர் விளக்கம் சொல்ல, கேள்வி கேட்டவர்கள் வெறுத்துப் போய் உட்கார்ந்துவிட்டார்கள். ஆனால், உண்மை அதுதான்!

சரி, பெண்களுக்கும் இந்த அனுபவங்கள் மூளைக்குள் நிகழ்கிறதா? பெண் வன்முறையாளர்களின் அணுகுமுறை எப்படி அமையும்? உதாரணமாக, பெண்களில் சாடிஸ சீரியல் கொலைகாரர்கள் ஏன் இல்லை?!

பல வாசகர்களின் மனதுக்குள் இந்தக் கேள்விகள் எழாமல் இருந்திருக்காது!

புள்ளிவிவரப்படி, சீரியல் கொலைகாரர்களில் ஐந்து சதவிகிதம்தான் பெண்கள்!

மூளை, அதனுள் உள்ள லிம்பிக் பகுதி, அமிக்டலா... எல்லாமே ஆணுக்கும் பெண்ணுக்கும் பொதுவானது. இருப்பினும், ஏன்

பெண்களில் 'சீரியல் கில்லர்கள்' உருவாகவில்லை?!

கள்ளக்காதல், பணத்தாசை, பொறாமை போன்ற காரணங்களுக்காகத் திட்டம் போட்டுக் கொலை செய்யும் பெண்கள் உண்டு. ஆனால், கொலை செய்வதில் ஆர்வம், பரவசமெல்லாம் பெண்களுக்கு இருப்பதில்லை!

அமெரிக்காவில், அறுபத்துநான்கு வயதான டொராத்தி ப்யூண்டா என்னும் பெண்மணி, தன் வீட்டு மாடிப் பகுதியை வயதான, தனித்துவிடப்பட்ட பெண்களுக்கு வாடகைக்கு விட்டு, பிறகு அவர்களை விஷம் கொடுத்துக் கொன்றாள் – பணம் மற்றும் நகைகளுக்காக! 1988–ல் (இப்படி ஒன்பது கொலைகள் செய்ததற்காக) டொராத்திக்கு ஆயுள் தண்டனை கிடைத்தது.

ஆண்களுக்கு முரட்டுத்தனத்தையும் வெறியையும் (Aggression) ஏற்படுத்தும் டெஸ்ட்டோஸ்டரோன் ஹார்மோனின் கிளர்ச்சி பெண்களிடம் கிடையாது. அது சற்றுப் பிரத்யேகமான ஆண் ஹார்மோன்!

ஆனால், அமெரிக்காவைப் பரபரப்புக்குள்ளாக்கிய ஒரு பெண் சீரியல் கொலைகாரி உண்டு! அவள் – அய்லீன் கரோல் வூர்னோஸ்!

சிறுவயதில் அநாதரவாக விடப்பட்ட வூர்னோஸ், பிற்பாடு விலைமாதுவாக ஆனாள். ஃப்ளாரிடாவில் இரவு நேரத்தில், காரில் வரும் நடுத்தர வயது ஆண்களிடம் லிஃப்ட் கேட்டு, அவர்களுடைய காமப்பசியைத் தீர்த்துப் பணம் வாங்கிக் கொள்வது அவள் தொழில்.

ஓரிரவு வூர்னோஸை காரில் அழைத்துச் சென்ற ஒருவன், அவளிடம் மிகவும் முரட்டுத்தனமாக, சாடிஸத்துடன் நடந்துகொண்டான். கோபம் கொண்ட வூர்னோஸ், அவனுடைய கைத்துப்பாக்கியைப் பறித்து, அவனைச் சுட்டுக் கொன்றாள்.

பிறகு, 'நான் எதற்காக மெனக்கெட்டு இந்த ஆண் மிருகங்களின் ஆசையைப் பூர்த்தி செய்து, பணம் சம்பாதிக்க

வேண்டும்? ஜஸ்ட் லைக் தட்.. சுட்டுத் தள்ளிவிட்டுப் பணம், வாட்ச், செயினையெல்லாம் எடுத்துக்கொண்டு நான்பாட்டுக்குப் போகலாமே?' என்கிற எண்ணம் அவளுக்குத் தோன்றியது!

முதல் கொலைக்காக போலீஸிடம் அவள் சிக்கவில்லை. அது அவளுக்குக் கூடுதல் துணிச்சலைத் தந்தது! வூர்னோஸ் சீரியல் கொலைகாரியாக மாறினாள். மனதில் இச்சையைத் தேக்கிக் கொண்டு காரில் வந்த பல ஆண்கள், அவளிடம் சிக்கி உயிரிழந்தார்கள்.

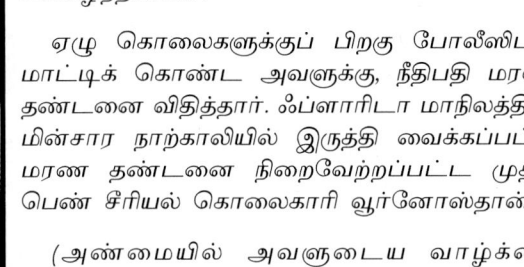

ஏழு கொலைகளுக்குப் பிறகு போலீஸிடம் மாட்டிக் கொண்ட அவளுக்கு, நீதிபதி மரண தண்டனை விதித்தார். ஃப்ளாரிடா மாநிலத்தில், மின்சார நாற்காலியில் இருத்தி வைக்கப்பட்டு மரண தண்டனை நிறைவேற்றப்பட்ட முதல் பெண் சீரியல் கொலைகாரி வூர்னோஸ்தான்!

(அண்மையில் அவளுடைய வாழ்க்கை 'Monster' என்கிற படமாகத் தயாரிக்கப்பட்டு, வூர்னோஸாக அதில் நடித்த சார்லீஸ் தெரான் என்கிற நடிகை சிறந்த நடிப்புக்காக 'ஆஸ்கர்' விருது பெற்றார்!)

வூர்னோஸ் செய்த கொலைகள் செக்ஸுக்காகவோ, ஆர்வத்துக்காகவே, பரவசத்துக்காகவோ இல்லை என்பதை வாசகர்கள் புரிந்துகொண்டிருப்பீர்கள்!

ஒரு ஆண் தன்னந்தனியாக, கொலைவெறியோடு செயல்படுவது வேறு! சில நேரங்களில் கொலை வெறியும் கவர்ச்சியும் இணையும்போது அந்த ஆண், ஒரு கூட்டத்தைத் தன் கைப்பிடியில் கொண்டுவரக்கூடும்!

என்ன சொன்னாலும் கேட்கிற, அடிமைப் புத்தி உள்ள ஒரு கூட்டம் அவனிடம் சிக்கிக்கொண்டால், அதன் விளைவுகள்...

அது ஒரு வித்தியாசமான பயங்கரம்!

டாங்கிகள் முற்றுகையிட்டிருக்க...
பற்றி எரியுது கொரேஷ் ஆசிரமம்!

கொரேஷ்

'என்னோடு சொர்க்கம் வருவீர்களா?'

நவம்பர் 18, 1978.. அமெரிக்காவின் தென்கோடியில் உள்ள கயானாவைச் சேர்ந்த 'ஜோன்ஸ் டவுன்' என்கிற பகுதியில் சுமார் ஆயிரம் பக்தர்கள் கூடியிருக்கிறார்கள். உயரமான மேடை.. ஒலிப்பெருக்கியில் பக்திமயமான இசை..

திடீரென்று பக்தர்கள் பரவசமாக கூக்குரல் எழுப்ப, அதோ, மேடைமீது தோன்றுகிறார் ரெவரெண்ட் ஜேம்ஸ் வாரன் ஜோன்ஸ். இசை பணிவோடு நிறுத்தப்படுகிறது.

காற்றைக் கிழித்துக்கொண்டு எதிரொலிக்கும் கம்பீரமான குரலில் ஜேம்ஸ்.. அதாவது, ஜிம்ஜோன்ஸ் முழங்குகிறார்.

'என் அருமைக் குழந்தைகளே, இந்த உலகைப் பொறுத்தவரையில், இதுவே நமது கடைசி சந்திப்பு!

நாம் எல்லோரும் இறக்கப் போகிறோம். வேறுவழி இல்லை. நாம் உயிர்த் தியாகம் செய்யாவிட்டால், விளைவுகள் விபரீதமாகப் போய்விடும்!

வெளியிலிருந்து நெருங்கிக்கொண்டிருக்கும் தீயசக்திகள் நம்மை அழிக்க முடிவெடுத்துவிட்டன. அவற்றிடம்

சிக்கப்போகிறோமா அல்லது இறைவனிடம் சரணடையப் போகிறோமா?

நான் உங்கள்மீது வைத்திருக்கும் அதே அன்பு என்னிடமும் உங்களுக்கு இருப்பது உண்மையானால், என்னோடு உயிர் துறக்கத் தயாராகுங்கள்.

கவலை வேண்டாம். இது இறைவனின் கட்டளை! நாளை நாம் அனைவரும் மீண்டும் உயிர்த்தெழுவோம். சொர்க்க லோகமான ஒரு புதிய உலகத்தில் நாம் மீண்டும் சந்திப்போம். நாளை நமது! பக்தர்களே! என்னோடு வருவீர்களா?' – உருக்க மாக, ஆவேசமாக ஜிம்ஜோன்ஸ் கேள்வி எழுப்ப, 'வருவோம், வருவோம்..!' என்று கூட்டம் இடியோசை போல முழங்குகிறது.

அதைத் தொடர்ந்து..

சயனைடு விஷம் கலக்கப்பட்ட மினரல் தண்ணீர் அடங்கிய பெரிய 'ட்ரம்'களை சிஷ்யர்கள் கொண்டுவந்து நிறுத்துகிறார்கள். அதில் லெமன் ஜூஸ் கலக்கப்பட்டது. 'இந்த பானத்தைக் குடித்த, சில நிமிடங்களில் நீங்கள் இறந்துவிடுவீர்கள். ஆகவே, கட்டுப்பாட்டுடன், குடும்பம் குடும்பமாக க்யூ வரிசையில் வந்து பானத்தைப் பெற்றுக் கொள்ளுங்கள். முதலில் குழந்தைகள்!' – ஒலிப்பெருக்கியில் ஜிம்ஜோன்ஸ் ஆணையிடுகிறார்.

வரிசையாக வந்து, முதலில் குழந்தைகளுக்கு பெற்றோர் விஷக் குடிநீரைப் புகட்டிவிடுகிறார்கள். கைக்குழந்தைகளின் வாயைப் பிரித்து, சிரிஞ்ச் மூலம் நர்ஸ்கள் சயனைடு விஷத்தைப் பீய்ச்சுகிறார்கள். சில சிறுவர்கள் முரண்டுபிடிக் கிறார்கள். சிஷ்யகோடிகள் பலவந்தமாக அவர்களைப் பிடித்துக்கொண்டு, விஷத்தைக் குடிக்க வைக்கிறார்கள். கடைசி நிமிடத்தில் மரண பயம் காரணமாகத் தப்பிக்கப் பார்க்கும் சிலர், துப்பாக்கி முனையில் குடிக்க வைக்கப்படு கிறார்கள். ஒரு வழியாக ஜிம்ஜோன்ஸின் திருநாமத்தைக் குரல் நடுங்க உச்சரித்தவாறு, அமைதியாகவே அத்தனை பேரும் விஷம் குடிக்க.. 'ட்ரம்'கள் அகற்றப்படுகின்றன.

சில நிமிடங்களில் ஆயிரக் கணக்கான பக்தர்கள் தள்ளாட ஆரம்பிக்க, தலைமை சிஷ்யர்கள் அவர்களைக் கைத்தாங்கலாக அழைத்துச் சென்று, அகன்ற புல்தரையில் வரிசையாகப் படுக்க வைக்கிறார்கள். பிறகு ஓரமாக நின்று, சிஷ்யர்கள் குவளையில் விஷம் எடுத்து சாவதானமாகக் குடிக்கிறார்கள்.

'எல்லோரும் கைகோத்துக் கொள்ளுங்கள். முடிந்தால் பக்கத்தில் இருக்கும் உங்கள் சகோதரனை, சகோதரியை அரவணைத்துக் கொள்ளுங்கள். முடிவு நெருங்கிவிட்டது. புதிய ஆரம்பம் துவங்கி விட்டது!' –கிறீச்சிடுகிறார் ஜிம் ஜோன்ஸ்.

ஜிம் ஜோன்ஸ்

படுத்திருந்த அத்தனை பேரின் உடல்களும் துடிக்கின்றன. 'என்ன இது?' என்பதுபோல எல்லோருடைய மூக்கு, வாய் வழியாக சிவந்த ரத்தம் எட்டிப் பார்க்கிறது. பிறகு.. மரண அமைதி..!

சூரியன் தொலைவிருக்கும் மலைகளுக்குப் பின்னே மறைகிறான். மெள்ள இருள் சூழ்கிறது..

'முயற்சி செய்தேன்.. முடிந்த வரை முயற்சி செய்தேன்..' என்று உரக்கக் குரலெழுப்பிய ஜிம்ஜோன்ஸ் வானத்தை அண்ணாந்து பார்த்து, 'அம்மா.. அம்மா..!' என்று அலறுகிறார்.

மறுவிநாடி 'டுமீல்' என்ற சத்தம். தன் நெற்றிப்பொட்டில், ஜிம் ஜோன்ஸ் வைத்திருந்த கைத்துப்பாக்கி இயங்குகிறது. மூளை சிதற, சரிந்து விழுந்த ஜிம்ஜோன்ஸின் உயிர் பிரிகிறது!

சற்று முன்கூட்டியே தகவல் போய், ஹெலிகாப்டர்களில் போலீஸ் அந்த இடத்துக்கு விரைந்தும்... காலம் கடந்துவிட்டது. அவர்கள் வானிலிருந்து பார்த்தபோது, பசுமையான பரந்த வெளியில் உடல்கள் இறைந்துகிடந்தன.

கவர்ச்சி மிகுந்த ஒரு போலி சாமியார், பக்தகோடிகளை உச்சக்கட்டமாக எந்த அளவுக்கு அடிமைகளாக இயக்க முடியும் என்பதற்கு ஜிம்ஜோன்ஸ் ஓர் உதாரணம்!

நம் நாட்டுக்கு இணையாக, அமெரிக்காவில் சுமார் 2,500 'பக்தி' இயக்கங்கள் (Cults) உண்டு! அவற்றில் பல விபரீதமானவை!

Cult என்பது இப்போது கெட்ட வார்த்தையாக ஆகிவிட்டது! உண்மையில் Cult என்றால், ஒரு புதிய மதம் அல்லது தத்துவத்தை உருவாக்கிக்கொண்டு இயங்கும் ஒரு கூட்டம். அநேகமாக இதற்கு தனிநபர் ஒருவர் கவர்ச்சிமிகுந்த தலைவராக அல்லது குருவாக இருப்பார். அதாவது, தனிநபர் வழிபாடுதான்

இது – Personality Cult.

இதுபோன்ற மத இயக்கங்களின் தலைவனாக இருப்பவர்களுக்கு வயது ஒரு பொருட்டாகக் கருதப்படுவதில்லை. அவர் தக்கனூண்டு பையனாகவும் இருக்கலாம், தாடிக் கிழவனாகவும் இருக்கலாம்!

நாட்டில் பொருளாதாரப் பிரச்னைகளும், மக்களிடையே ஒருவிதத் தவிப்பும் மன உளைச்சலும் அதிகமாகும் காலங்களில் இப்படிப்பட்ட புதிய மத இயக்கங்கள் தோன்றும்!

மனிதன் ஒரு சமூக விலங்கினம் (சோஷியல் அனிமல்). தனிமையும், நண்பர்கள் இல்லாமையும் அவனைப் பைத்தியம் பிடிக்க வைத்துவிடுகிறது. அதுபோன்ற தருணங்களில், புதிய 'மதத்தலைவர்' அல்லது போலிச் சாமியாரின் வலையில் அவன் சுலபமாக விழ நேர்கிறது. அவர் அவனை அரவணைத்துக் கொள்ளும்போது, அவனுக்கு 'அப்பாடா' என்றிருக்கிறது. இனிமேல் 'I belong...' என்கிற உணர்வு!

விஷத் தண்ணீர் குடித்ததும்...

அமெரிக்காவில் டெக்ஸாஸ் மாநிலத்தில் வாக்கோ (WACO) என்கிற பகுதியில் 'ஆசிரமம்' அமைத்தவர் டேவிட் கொரேஷ். அவருக்கு மூவாயிரத்துக்கும் மேற்பட்ட தீவிர விசுவாச சிஷ்யர்கள் உருவானார்கள். அவர்களில் ஹார்வர்ட் பல்கலைக் கழகத்தில் படித்த வழக்கறிஞர்களில் இருந்து டாக்டர்கள், நர்ஸ்கள், கம்ப்யூட்டர் நிபுணர்கள், தச்சுத் தொழிலாளிகள் வரை உண்டு! கொரேஷ் மென்மையாக மணிக்கணக்கில் உரை நிகழ்த்துவார். அவருடைய உரைகள் (Sermons) சுமார் 15 மணிநேரம் தொடரும். சிஷ்யர்கள் கேட்டே தீரவேண்டும்!

தன்னைக் 'கடவுள்' என்றே சொல்லிக்கொண்டார் கொரேஷ். அதே சமயம் கடவுள் தன்னிடம் தொடர்ந்து உரையாடிக் கொண்டிருப்பதாகவும் சொன்னார் (மனச் சிதைவு நோயாளிகளுக்கும் இந்த அனுபவம் உண்டு!). 15 மணி நேரம் என்னத்தைப் பேசுவது? உலகம் (விரைவில்) அழிவதற்குமுன் என்னவெல்லாம் பயங்கரங்கள் நடக்கும் என்பதும், தன்னால் எப்படி எல்லாம் பக்தர்கள் காப்பாற்றப்படுவார்கள் என்பதும் தான் அவரது உரைகளின் மையக் கருத்தாக இருக்கும்! கற்பனை சக்தியும், கவர்ச்சியான குரலும் அவரது முக்கிய ஆயுதங்கள்!

மெள்ள மெள்ள நிஜ ஆயுதங்களையும் சேகரிக்க ஆரம்பித்தார் கொரேஷ். அவரது இயக்கத்துக்கு 'டாவிடியன்ஸ்' என்று பெயர் வைத்தார். ஒரு கோட்டைக்குள் அவர் தலைமையின்கீழ் நூற்றுக்கணக்கில் மிகத் தீவிரமான சிஷ்யர்கள் அவரைப் பாதுகாத்தார்கள். யாரும் முரண்டும் பிடிக்க முடியாது. மிகப்பெரிய அளவில் 'அடியாள் படை' துப்பாக்கிகளோடு ரோந்து சுற்றியது!

கொரேஷ் இயக்கத்தினர் லைசென்ஸ் இல்லாமல் சக்திவாய்ந்த துப்பாக்கிகள், வெடிகுண்டுகள் வைத்திருந்ததால், அமெரிக்க போலீஸ் அந்த இடத்தை முற்றுகையிட்டது. உள்ளேயிருந்து வெறி பிடித்த சில சிஷ்யர்கள் திடீரென்று வெளிப்பட்டு துப்பாக்கி களால் சுட.. நான்கு போலீஸார் செத்து விழுந்தார்கள்.

திகைத்துபோன போலீஸுக்குக் கோபம் தலைக்கேற, போலீஸ் தலைமையதிகாரிகள் 'அட்டாக்!' என்று கர்ஜித்தார்கள். ஆனால், உள்ளே சுலபத்தில் நுழைய முடியவில்லை. அந்த அளவுக்கு கொரேஷின் தற்காப்பு நடவடிக்கைகள் பலமாக இருந்தன!

உள்ளே, நூற்றுக்கணக்கானவர்கள் கொரேஷ் ஆணைக்குக் கட்டுப்பட்டு, துப்பாக்கிகளை ஏந்திப் போருக்குத் தயாரானார்கள்.

'இதையெல்லாம் நான் எதிர்பார்த்தேன்! அரசாங்கம் நம்மை அழிக்க முனைந்து விட்டது. நம்மில் ஒருவர்கூட அவர்களிடம் சிக்காமல் சொர்க்கம் போக வேண்டும். புதிய யுகத்துக்காகத்

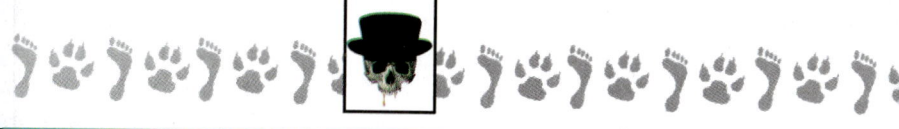

புல் தரையில் பிணக்குவியல்!

தயாராகுங்கள்!' என்று முழங்கிய கொரெஷ், பைபிளிலிருந்து பாடல்களை உரக்கப் படிக்க ஆரம்பித்தார். அந்தக் கோட்டையின் மாடியில் நாலாபுறமும் அணிவகுத்த சிஷ்யர்கள், பரவச உணர்வோடும் ஆவேசத்துடனும் துப்பாக்கி களை நீட்டி போலீஸைக் குறிபார்த்தார்கள்.

ஐம்பத்தோரு நாள் முற்றுகைக்குப் பிறகு FBI மற்றும் போலீஸ் படையினர், டாங்கிகளைப் பயன்படுத்திக் கோட்டைச் சுவர்களின் மீது துளைகள் போட்டு, மயக்க வாயுவை உள்ளே ரப்பர் குழாய்கள் மூலம் பீய்ச்சினார்கள்.

பிறகு என்ன நடந்ததென்று தெரியவில்லை. திடீரென கோட்டையிலிருந்து தீச்சுவாலைகள் கிளம்பின. கொரெஷ் ஆணைக்குக் கட்டுப்பட்டு, சிஷ்யர்களும் அடிமைக் குடும்பங்களுமே உள்ளே தீ வைத்துக்கொண்டார்கள் என்று சொல்லப்படுகிறது. குபுகுபுவென்று எரிந்த தீயில் நூற்றுக் கணக்கான பேர் உயிரிழந்து கரிக்கட்டைகளானார்கள்.

இதற்கு முன்பு பல மிருகங்களைப் பார்த்தோம். ஜிம்ஜோன்ஸ், கொரேஷ் – இவர்களுக்குள் இருந்த மிருகம் வேறுமாதிரியானது. மயக்கி, தன்வசப்படுத்தி, கடைசியில் உயிர்க்குடிக்கும் மிருகம்!

இவர்களுக்கு எப்படி ஆயிரக்கணக்கான அடிமைகள் கிடைத்திருக்கிறார்கள்? என்னதான் அப்படி ஒரு கவர்ச்சி இவர்களுக்கு இருக்கிறது?

இதைக் கொஞ்சம் தெரிந்து கொண்டால், நம்மை இப்படிப் பட்டவர்களிடமிருந்து பாதுகாத்துக்கொள்ளலாம், இல்லையா?!

'நான் ஒரு கடவுள்!'

எந்தவொரு மனிதனுக்கும் 'இக்கட்டான சூழ்நிலை' என்பது ஏற்படாமல் இருக்காது. 'எத்தைத் தின்னால் பித்தம் தெளியும்?' என்கிற பதற்றத்தில் தவிக்கும் தருணம் பார்த்து ஒரு தட்டுத் தட்டினால் நீங்களும் நானும்கூட ஒரு போலியான 'பக்தி இயக்கத்தில்' விழுந்துவிட வாய்ப்புண்டு!

இப்படி விழக்கூடியவர்கள் (Potential Victims) எங்கேயெல்லாம் இருக்கிறார்கள் என்பதைக் கண்டுபிடிக்க, இயக்கத் தலைவர் (அல்லது சாமியார்!) தெருத்தெருவாக, வீடுவீடாக அலைய முடியாது. ஆகவே, அவருக்கு ஒரு விரிவான 'நெட்வொர்க்' தேவைப்படுகிறது!

இயக்கத்துக்காகப் பக்தர்களை வலைவீசிப் பிடித்துவர, விசுவாசமான 'சிஷ்யர் படை' வேண்டும். இந்தப் படையை உருவாக்குவதுதான் சாமியாரின் முக்கியமான வேலை. அவர் மெனக்கெடுவது அந்த ஆரம்பக் கட்டத்தில்தான்!

முதலில் ஐந்தாறு பேர்களுடன்தான் இப்படிப்பட்ட இயக்கங்கள் (Cults) ஆரம்பிக்கப்படுகின்றன என்பது ஆச்சரியமாக இருக்கும். இந்தச் சிறு கூட்டம் 'ஓவர்டைம்' போட்டு வேலை செய்யும். இவர்களுடைய இலக்கு மத்தியதர வகுப்பு, அலுவலகங்கள், பிறகு.. முக்கியமாகக் கல்லூரிகள்!

கல்லூரிகளில் ஜமாவோடு சேராமல், தனியாக வளையவரும் மாணவராகப் பார்த்து ஒரு சிஷ்யர் அறிமுகம் செய்துகொள்வார். பிறகு, நாலைந்து சிஷ்யர்கள் அவரைச் சந்தித்துத் தனியாக அழைத்துச் சென்று, டிபன் எல்லாம் வாங்கிக் கொடுத்து, அந்த மாணவரைப் பற்றியும் அவருடைய எண்ண ஓட்டங்களைப் பற்றியும் தெரிந்து கொள்வார்கள்.

இயக்கத் தலைவரிடம் அந்த மாணவரை அழைத்துக்கொண்டு போய்விட்டால் போதும்.. அதுவே பாதி வெற்றி! பிறகு, ஒரு வாரம் 'கேம்ப்' என்பார்கள். அதில் கலந்து கொண்டால்,

போதும். மாணவர் ஒரு புதிய சிஷ்யராக மாறிவிடுவார்!

அந்த மாணவருக்கு இனி ஒரு பிரத்யேக அடையாளம் கிடைத்து விடுகிறது! நாம் எல்லோருமே 'க்ரூப் ஆக்டிவிடி' எதிலாவது சேரப் பிரியப்படுகிறோம். அந்த 'ஆக்டிவிடி'க்கான ஏற்பாடுகளை முன்னின்று கவனிப்பது போன்ற பணிகள் தரப்பட்டால், மாணவர் பெருமித உணர்ச்சி அடைந்துவிடுவார்!

சில ஆண்டுகள் கழித்துப் பார்த்தால், இப்படிப்பட்ட இயக்கங்களில் ஆயிரக்கணக்கில் தீவிர பக்தர்கள் அலைமோதுவார்கள். ஆசிரமம் (அரண்மனை!) அமைக்கும் பணியெல்லாம் பிறகு துவங்கிவடும்!

தனிமையில் தவிப்பு, பெற்றோர் அன்பு அவ்வளவாக இல்லாமை, பெண்களிடம் பழகுவதில் கூச்சம், தாழ்வு மனப்பான்மை.. இந்தப் பாதிப்பெல்லாம் உள்ள இளைஞர்கள் திடீரென்று ஒரு கட்டுப்பாடான கூட்டத்தில் முக்கியமானவராக நடத்தப்படுவது சாதாரண விஷயமல்ல!

ஜிம் ஜோன்ஸ்

கொரேஷ்

போனஸாக, 'இரவுநேர பக்தி நடனங்களில்' பெண்களோடும் நெருக்கமாக ஆடக்கூடிய வாய்ப்புகளையும் இயக்கம் ஏற்படுத்தித் தரும். மொத்தத்தில், வெளி உலகத்தைவிட, இந்த 'உலகம்' மிகுந்த நிம்மதியையும் மகிழ்ச்சியையும் தரக்கூடியதாக அமையும். மாணவர் அந்த இயக்கத்தில் 'ஆயுள் மெம்பர்' மாதிரி ஐக்கியமாகிவிடுவார்!

ஜிம்ஜோன்ஸ் ஸான்ஃப்ரான்ஸிஸ்கோவில் ஒரு சிறு அறையில் தினமும் சில சிஷ்யர்களோடு கூடுவார். பிறகு, ஆயிரக்கணக்கான சிஷ்யர்கள் புடைசூழ, தனியே தீவு போன்ற

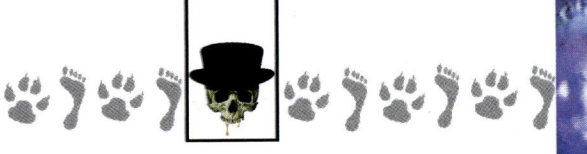

(நூற்றுக்கணக்கான ஏக்கர்கள் கொண்ட) கயானா காட்டுக்குச் சென்று, தன் சாம்ராஜ்யத்தை அமைத்தார்!

கொரேஷ் பிரபலமான பிறகு டெக்ஸாஸில் எழுபத்தேழு ஏக்கர் கொண்ட ஒரு தனிமையான இடத்தை லட்சக்கணக்கான டாலர்கள் கொடுத்து வாங்கினார்!

நாம் கடவுளை ஒளிமயமாக, அற்புதமான சிம்மாசனத்தில் அமர்ந்திருப்பதாகத்தான் கற்பனை செய்துகொள்கிறோம். கடவுள் எளிமையாக இல்லையே என்கிற சந்தேகம், பொறாமை உணர்வெல்லாம் நமக்கு ஏற்படுவதில்லை!

அதேபோலத்தான் இயக்கத் தலைவரும் மதிக்கப்படுகிறார். கொரேஷ், அவரது கோட்டை உச்சியில் சொகுசான பெரிய அறை ஒன்றைத் தனக்காக அமைத்துக்கொண்டார்.

நவீன எலெக்ட்ரானிக் சாதனங்கள், ஏ.ஸி., அங்கிருந்து எல்லா இடங்களையும் நோட்டம் விட நுட்பமான காமிராக்கள், 'ஜகூஸி' குளியல் தொட்டி.. எல்லாம் அங்கே உண்டு!

தோட்டத்தில் பயிரிடுவது, மலர்ச்செடிகள் பொருத்துவது, பெருக்குவது போன்ற வேலைகளில் வியர்வை சொட்ட ஈடுபடுகிறவர்கள் பக்தர்களே!

ஓரளவுக்கு நல்ல முறையில் துவங்கும் Cult-கள்கூடப் போகப் போகக் கெட்டுப்போய்ச் சீரழியக்கூடும் – குறிப்பாக, அதன் தலைவருக்குக் கிறுக்குப் பிடித்தால்! பக்தகோடிகள் பெருகப் பெருக, தலைவர் தன்னை நிஜமாகவே கடவுள் என்று நினைக்க ஆரம்பிப்பார் (Delusions!). உண்மையில் இவர் சாமான்ய மனிதர்தான் என்பதால், கடவுளிடம் நாம் எதிர்பார்க்கும் கருணை, கனிவு, அன்பு எல்லாம் இவருக்கு இருக்காது!

போகப்போக தலைவருக்கு சர்வாதிகார மனப்பான்மை வந்துவிடும். மேன்மையான லட்சியங்கள் என்கிற போர்வைக்குள்ளே தலைவன் என்கிற தனிமனிதனின் பேராசை, பண ஆசை, செக்ஸ் ஆசை மூன்றும் தலைதூக்கும்.

முற்றிலும் மூளைச்சலவை செய்யப்பட்ட பெண்சிஷ்யைகள் தேமேயென்று இயக்கத் தலைவரின் பாலியல் தேவைகளுக்கு

இரையாகி, ஏதோ இறைவனிடம் உடலுறவு கொண்ட பரவசத்தை அடைவார்கள்!

கொரேஷ், ஜிம்ஜோன்ஸ் இருவரும் வக்கிரமான செக்ஸ் விளையாட்டுகளில் ஈடுபட்டனர். 12 வயதான பெண்குழந்தைகளைக்கூட விட்டு வைக்கவில்லை கொரேஷ். பல பக்தைகள் அவனால் கர்ப்பமுற்றார்கள். ஆசிரமத்தில் வளைய வந்த முக்கால்வாசிக் குழந்தைகள் அவருடையதே!

ஜோன்ஸ் Bisexual. அதாவது ஆண், பெண் இருவரிடமும் செக்ஸ் வைத்துக்கொள்பவர். பக்தர்களின் மனைவி களுடன் உடலுறவு கொள் வதில் இருவரும் விருப்பம் காட்டினார்கள். 'பாவங் களிலிருந்து விடுபட்டுப் பரிசுத்தம் அடைய நேரடியான வழி இது!' என்றார்கள் இருவரும்!

மனிதனுக்குள்ளே ஒரு மிருகம்!

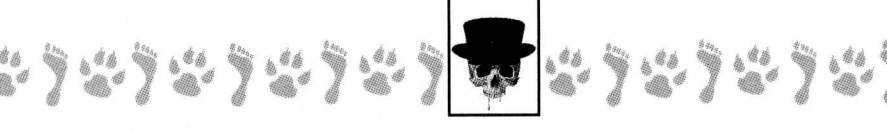

சில சமயங்களில் வந்து சேரும் குடும்பங்களில் இருக்கும் குழந்தைகள், இயக்கத் தலைவருக்கு பிரச்னையாக அமைவார்கள். குழந்தைகளுக்கு அடிமைத்தனம் இருக்காது. முரண்டு பிடிப்பது, தலைவருக்குப் பணியாமல் இருப்பது.. இதெல்லாம் தர்மசங்கடமான பிரச்னைகள்!

ஆகவே குழந்தைகளுக்கு கொரேஷ், ஜிம்ஜோன்ஸ் இருவருமே கடுமையான தண்டனைகள் தந்தார்கள். பிடிவாதம் பிடிக்கும் குழந்தை களை ஒரு டின்னுக்குள் பூட்டி வைப்பது இவர்கள் வழக்கம்!

கடைசியில் முழு அடிமைகளாக ஆகி, எளிமையான உணவையே உண்டு இளைத்துப் போய் சிறைப்பட்ட நாடோடிகளைப் போல, வெறித்த பார்வையுடன் ஆசிரமக் கோட்டைக்குள் வளைய வரும் பக்தர்கள் 'விஷத்தைக் குடி' என்று தலைவன் ஆணையிட்டவுடன் அதைக் குடிப்பதில் என்ன ஆச்சர்யம் இருக்கிறது?!

சீரழிவதற்குப் பெரிய இயக்கம் என்று ஒன்று தேவையில்லை. வீட்டுக்குள்ளேயே 'சாத்தானை வழிபடுகிறேன்' என்று சொல்லிக்கொண்டு விசித்திரமாகவும் விபரீதமாக வும் வாழும் குடும்பங்கள் உண்டு!

ஒரு தொழில் நிறுவனத்தில் தலைமை அதிகாரியாக இருக்கும் 34 வயது (பெயர் சொல்லப்படாத) பெண்மணி மனோதத்துவ மாநாடு ஒன்றில் கண்ணீருடன் வெளிப்படை யாக விவரித்த நிகழ்ச்சி இது –

அந்தப் பெண்ணின் குடும்பம் சாத்தான் வழிபாடு என்ற பெயரில் கொடூரமான, விசித்திரமான, வக்கிரமான சடங்குகளைப் பின்பற்றியது. பாட்டனார்தான் எல்லாவற்றையும் துவக்கிவைத்த தலைவர்.

☞ சிறுமியாக இருந்தபோது அவளை பாட்டனார், தந்தை, சித்தப்பா மூவரும் பாலியல் பலாத்காரம் செய்தனர் – திரும்பத் திரும்ப! அவளுக்கு இரண்டு வயதானபோது இளைஞன் ஒருவனுக்கு 'சாத்தான்' முன்பு திருமணம் செய்வித்தார்கள்.

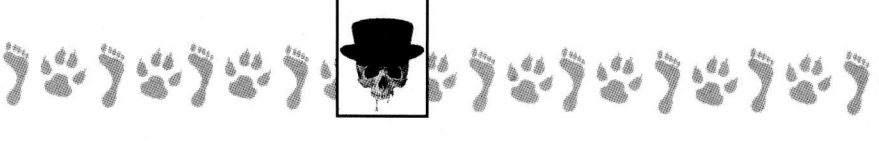

அந்த இளைஞனும் திருமணமானதிலிருந்து சிறுமியிடம் செக்ஸ் வைத்துக்கொண்டான். சிறுமிக்கு 13 வயதில் இரட்டைக் குழந்தைகள் பிறந்தன. இரட்டைக் குழந்தைகளின் தலைகளையும் அரிவாளால் வெட்டி (சாத்தானுக்காக) பலிகொடுத்தார் பாட்டனார்.

பிறகு அவள் கர்ப்பமுற்றபோது ஆறாவது மாதத்திலேயே கருவை செயற்கையாக வெளிவரச் செய்து, அந்த கருக்களை (Fetuses) பூஜைக்குப் பிறகு வெட்டித் துண்டு துண்டாக்கி குடும்பத்தினர் சமைத்து உண்டனர்!

சில வருடங்களுக்குப் பிறகு, அந்தப் பெண் மறுபடி கர்ப்பம் அடைந்தாள். 'இதுதான் கடைசி என்று சாத்தான் ஆணையிட்டுவிட்டார்' என்று சொல்லிய பாட்டனாரும் தந்தையும் அவளை ஓரிரவில் பின்னாலிருந்த மாட்டுத்தொழுவத்துக்குத் தூக்கிச் சென்று படுக்கவைத்து கட்டிப் போட்டனர்.

பிறகு, கைகளில் தீப்பந்தங்கள் ஏந்தியவாறு சுற்றி வந்து குடும்பத்தினரும், உறவினர்களும் நடனமாடினார்கள்.

வெறியோடு நடனமாடி நிறுத்திய பாட்டனார் சில மந்திரங்களை உரக்க உச்சரித்துவிட்டு, நீண்ட கத்தி ஒன்றை எடுத்து, அவளுடைய பிறப்பு உறுப்பில் வேகமாகப் பாய்ச்சினார். ரத்தம் பீறிட பயங்கரமாக அலறிய அந்தப் பெண் மயக்கமுற்றாள்.

பல வருடங்கள் கழித்து, எப்படியோ தடுமாறித் தப்பித்து ஓடிய பிற்பாடு நல்லவேலையில் அமர்ந்த அந்தப் பெண்மணி தன் கதையைச் சொன்னவுடன் மாநாட்டில் பெரிய மௌனம் நிலவியது. பல பிரதிநிதிகள் அதிர்ச்சியோடு விசும்ப ஆரம்பித்தார்கள்.

ஆகவே, வீட்டுக்குள்ளேயும் உறவினர்களிடமும்கூட எச்சரிக்கையாக இருக்க வேண்டியிருக்கிறது!

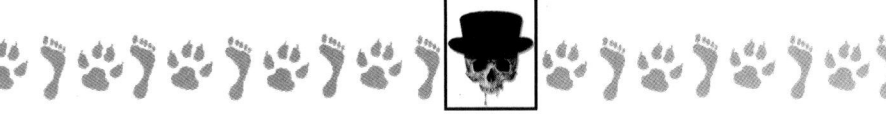

மூளைச்சலவையும் முட்டாள் பக்தர்களும்

மனிதன், தனக்கென்று இறைவனால் தரப்பட்ட மூளையைக் கழற்றி, அதை இன்னொருவனிடம் ஒப்படைத்து, அவனைத் தன் சார்பில் சிந்திக்க வைப்பதென்பது அவமானகரமான செயல்.

தன்னிடம் இருக்கும் அறிவை, கல்வித்திறனை மற்றவருடன் பகிர்ந்துகொண்டு, மற்றவரையும் அறிவாளியாக்க முனைவதுதான் ஒரு குருவின், ஒரு தலைவனின் கடமை.

மாறாக, மூளைச்சலவை செய்து பகுத்தறிவைப் பறித்துக்கொண்டு, அடிமைகளை உருவாக்குபவன் எந்த விதத்திலும் மேன்மையானவன் இல்லை!

ஜிம் ஜோன்ஸும் கொரேஷும் செய்தது இதைத்தான். இவர்களிடம் அடைக்கலமடைந்த ஆயிரக்கணக்கானவர்கள் பரிதாபமானதொரு வீழ்ச்சியைத்தான் அடைந்தார்கள்.

எகிப்திய பாரோ மன்னர்கள் பிரமிடுகளைக் கட்டப் பல்லாயிரக்கணக்கான அடிமைகளைப் பயன்படுத்தி வருத்தியதைவிட, மோசமான சாதனையை இந்த இயக்கத் தலைவர்கள் செய்கிறார்கள்!

அதாவது, பிரமிடு கட்டிய அடிமைகளுக்கு 'தாங்கள் அடிமைகள்' என்பதாவது தெரியும்! இவர்களோ, நாளைக்கே தங்கள் தலைவன் சொர்க்கலோகத்துக்கு அழைத்துக் கொண்டு போகப் போகிறான் என்று அப்பாவித்தனமாக நம்புகிற அளவுக்கு மூளைச்சலவை செய்யப்பட்ட பரிதாப ஜென்மங்கள்!

டேட்... சில ஸ்டில்கள்!

இப்படிப்பட்ட இயக்கங்களுக்கு (Cult) தலைவனாக இருப்பவனின் 'குணநலன்களை'ப் பொறுத்தே இயக்கத்தின் செயல்பாடுகளும் அமைகிறது.

பணவெறி, சர்வாதிகார மனப்பான்மை, செக்ஸ் வெறி, இவையோடு உச்சகட்டமாக கொலைவெறியும் தலைவனிடம் குடிகொண்டு விட்டால் கேட்கவே வேண்டாம்!

சார்லஸ் மேன்ஸன் ஒரு கச்சிதமான உதாரணம்!

சாதாரணமாக 'சீரியல் கில்லர்'கள் தனித்தே இயங்குவார்கள். சில சமயங்களில் இரண்டு அல்லது மூன்று பேர் இணைந்து கொலை, கற்பழிப்பில் ஈடுபடுவதுண்டு.

ஜோஸப் மற்றும் மைக்கேல் காலிஞ்சர் கூட்டாக இணைந்து பல கொலைகள் செய்தார்கள். மைக்கேல், ஜோஸப்பின் மகன்!

பதினோரு பேரைக் கற்பழித்துக் கொடூரமாகக் கொலை செய்த சீரியல் கொலைகாரன் ஹென்றி லூகாஸ், ஓடீஸ் டூல் என்கிற இளைஞனோடு இணைந்தே அத்தனை கொடூரங்களையும் செயல்படுத்தினான். இருவரும் ஹோமோசெக்ஷுவல் தோழர்கள்!

மேன்ஸன்

இருவர் அல்லது மூவராகக் கொலைகாரர்கள் இணையும்போது, அதில் சில 'ப்ளஸ் பாயிண்ட்'டுகள் உண்டு. 'எப்படியெல்லாம் சித்ரவதை செய்யலாம்' என்று கலந்தாலோசிக்கவும் புதுமையான கொலைத் திட்டங்களுக்கு ஐடியாக்கள் தரவும் மற்றவர்கள் பயன்படலாம்!

இருப்பினும், ஒரு கொலைகாரன் இன்னொரு கொலைகாரனைப் பக்கத்தில்

வைத்துக்கொண்டு நிம்மதியாகத் தூங்கமுடியாது! அதனால்தான் சீரியல் கொலைகாரர்களில் ஜோடியாக இயங்குபவர்கள் இருபத்தைந்து சதவிகிதத்தினரே!

விபரீதமான Cult–களின் தலைவர்களை அல்லது தலைமைச் சாமியார்களின் பின்னணியைப் பற்றிப் பத்திரிகைகள்கூடத் தீவிரமாகத் துப்பறிவதில்லை! ஒரு இயக்கம் விபரீதமாக விசுவரூபம் எடுத்த பிறகுதான் செய்திகள் வர ஆரம்பிக்கின்றன!

சார்லஸ் மேன்ஸனையே எடுத்துக் கொண்டால், அவன்மீது நூற்றுக்கணக்கான சிஷ்யர்களும் சிஷ்யைகளும் ஒரு ஆவேசமான காதல் கொண்டிருந்தார்கள். அவன் சொல்வதை மயங்கிய விழிகளுடன் உடனே செய்து முடிக்கும் அடிமைகள் அவர்கள்!

அமெரிக்காவில், டிசம்பர் மாதம் பிறந்த (1934) மேன்ஸன், தன்னை 'யேசு' என்று பிரகடனப்படுத்திக் கொண்டான். பிற்பாடு, சிறைச்சாலை பதிவேட்டில்கூட 'சார்லஸ் மேன்ஸன் (அல்லது) யேசு கிறிஸ்து' என்றுதான் கையெழுத்துப் போட்டான் அவன்!

மேன்ஸனின் வாழ்க்கை வரலாற்றைப் பிற்பாடு போலீஸ் புரட்டிப் பார்த்தபோது தெரியவந்த தகவல்கள் திகைப்பூட்டின...

மேன்ஸனின் அம்மா ஒரு விலைமாது. தன் அப்பா யார் என்பது மேன்ஸனுக்குத் தெரியாது. சிறுவயதில் வறுமை காரணமாகப் பல உறவினர்களின் வீடுகளில் வசித்து, அங்குமிங்குமாகப் பந்தாடப்பட்டான் மேன்ஸன்.

பிறகு, மீண்டும் அம்மாவிடம் அவனைத் தூக்கிப் போட்டுவிட்டுப் போனார்கள். அம்மா, மகனை அருகில் வைத்துக்கொண்டே பாலியல் தொழிலில் ஈடுபட்டாள். சில கஸ்டமர்கள், துருதுருவென்றிருந்த மகனையும் படுக்கைக்குத் தூக்கிச் சென்று பயன்படுத்திக் கொண்டார்கள்.

பன்னிரண்டு வயதுக்குள் மேன்ஸன் அடியோடு சீரழிந்து போனான். பலமுறை வன்முறைகளில் ஈடுபட்டுச் சிறைச்சாலையிலும் அடைக்கப்பட்டான்.

(சார்லஸ் மேன்ஸனைப் பற்றி ஏராளமான புத்தகங்கள் எழுதப்பட்டிருக்கின்றன. இன்றும்கூட மேன்ஸனை Folk Hero–வாகக் கருதி வழிபடும் ரகசியக் கூட்டங்கள் உண்டு. மேன்ஸனைப் பின்பற்றியவர்கள் இளைய தலைமுறையைச் சேர்ந்தவர்களே! இவர்கள் எல்லோருமே பெற்றோர், கல்வி, சமுதாயத்தை வெறுத்து வெளியே வந்தவர்கள். மேன்ஸன் ஆவேசமான, வன்முறை மிகுந்த கவிதைகள் எழுதி, அதற்குத் தானே இசையும் அமைத்தான்! அவற்றின் ஒலிநாடாக்கள் ரகசியமாக ஆயிரக்கணக்கில் விற்றன!)

மேன்ஸனை அழைத்துக்கொண்டு, தினமும் 'பாரு'க்குச் சென்று குடிப்பது அம்மாவின் வழக்கம். ஒரு நாள் அவள் கையில் பணமில்லாததால், 'பாரி'ல் பணிபுரிந்த (குழந்தையில்லாத) ஒரு பெண்ணிடம் மேன்ஸனைக் கொடுத்துவிட்டு, 'எனக்கு ஒரு பாட்டில் ரம் வேண்டும். அதற்குப் பதிலாக இவனை வைத்துக்கொள்' என்றாள் தாய்!

ஒரு வாரம் கழித்துப் 'பையனைக் காணோம்' என்று தேடி அலைந்த மேன்ஸனின் தாய்மாமன், சிறுவனைக் கண்டுபிடித்து வீட்டுக்கு அழைத்து வந்தார். மீண்டும் அம்மாவிடம்! இப்போது அவள் லெஸ்பியனாகவும் மாறியிருந்தாள்!

படிக்காமல், மூலையில் அமர்ந்து, கண்ணெதிரே அம்மாவின் பாலியல் தொடர்புகளைப் பார்த்துக் கொண்டிருந்த மேன்ஸனைப் பற்றி லேசாகக் கவலைப்பட்ட அம்மா, ஒரு சர்ச் நடத்தி வந்த ஆதரவற்ற குழந்தைகளுக்கான பள்ளியில் அவனை சேர்த்துவிட்டுப் போனாள். அம்மாவை கடைசியாக மேன்ஸன் பார்த்தது அப்போதுதான்!

சர்ச்சிலும் கொடுமைகள் தொடர்ந்தன. சின்னக் குற்றங்களுக்குக்கூட சவுக்கால் விளாசப்பட்டான் மேன்ஸன். குறிப்பாக, படுக்கையில் சிறுநீர் கழித்ததற்காகப் பலமுறை சவுக்கடி வாங்கினான் அவன்.

அங்கு இருந்து ஒரு நாள் தப்பிச் சென்ற மேன்ஸனின் உள்ளத்தில் வெறியும் முரட்டுத்தனமும் குடிகொண்டது. பிறகு, திருடியதற்காக சிறையில் அடைக்கப்பட்டான். சிறையில் ஏற்பட்ட அனுபவங்கள் அவனைக் கடைந்தெடுத்த

மனிதனுக்குள்ளே ஒரு மிருகம்! 123

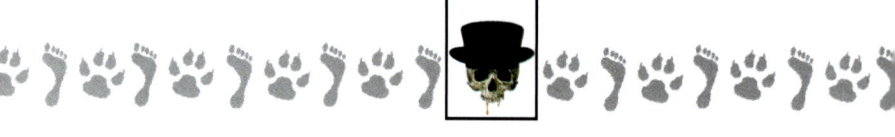

வன்முறையாளனாக்கியது!

காவலதிகாரிகள், ஜெயிலர்கள், மற்ற கைதிகள் என்று அங்கே பலரும் ஹோமோசெக்ஸ் வெறியர்களாக இருந்தார்கள். மேன்ஸனின் கவர்ச்சியான தோற்றம், அவர்கள் எல்லோரையும் கவர்ந்தது!

நடிகை கொலை!

குறிப்பாக, தலைமை ஜெயில் அதிகாரி ரொம்ப சாடிஸ்ட் ஆக இருந்தான். ஒரு முரட்டுக் கைதியை விட்டு மேன்ஸனை சித்ரவதை செய்யச் சொல்லி, வலி தாங்காமல் மேன்ஸன் அலறும்போது, சிறுவனின் முகத்தருகே அமர்ந்து சுயஇன்பம் அனுபவிப்பது அந்த அதிகாரிக்குப் பிடித்திருந்தது!

விடுதலையானவுடன் திருமணம் செய்துகொண்டான் மேன்ஸன். ஒரு குழந்தையும் பிறந்தது. 'திருந்தி வாழலாம்' என்று நினைத்த மேன்ஸன் மீது பொய் கேஸ் போட்டு, ஏழாண்டு சிறையில் தள்ளியது போலீஸ். இந்த முறை வெளியே வந்தபோது, மனைவி ஒரு லாரி டிரைவருடன் ஓடிப்போயிருந்தாள்!

அப்போது அமெரிக்காவில் L.S.D. என்னும் போதை வஸ்து பிரபலமாகி இருந்தது. முதன்முறையாக அதை உபயோகிக்க ஆரம்பித்தான் மேன்ஸன்.

ஓரிரவு L.S.D. போதையுடன் ஆவேசம் வந்தது போல, ஒரு 'பாரி'ல் தன் கவிதையை உரக்கப் பாடியவாறு நடனமாடி, கடைசியில் மயக்கமாக மேடையில் விழுந்தவுடனே... மேன்ஸனுக்கு வலிப்பு வந்துவிட்டது!

இதைப்பார்த்த இளைஞர் கூட்டம் பெரும் கரவொலியுடன் அவனைச் சூழ்ந்துகொண்டு உதவினார்கள். மேன்ஸனின் கவர்ச்சி, அவனது பேச்சு, வாதத்திறமை, விபரீதமான தத்துவங்கள்... இளைஞர்களை வியக்கவைத்தது!

பிறகு, மேன்ஸனின் 'ஹெல்ட்டர் ஸ்கெல்ட்டர்' என்கிற இயக்கம் பிறந்தது. ஏராளமான இளைஞர்களும் பெண்களும்

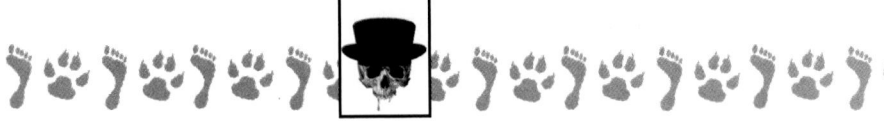

அவனைத் தலைவனாக ஏற்றுக்கொண்டார்கள்.

வீட்டைவிட்டு ஓடிவந்த பல இளம்பெண்கள் நேரே செல்வது மேன்ஸனிடம்தான்! 'மேன்ஸன் இசைக்குழு' ஒன்றும் துவக்கப்பட்டது. இரண்டு பெரிய வேன்கள் வாங்கி, அதில் நாடோடிகளைப் போல மேன்ஸன் இயக்கத்தினர் ஊர் ஊராகச் சென்றனர்.

'சொகுசாக வாழ்கிறவர்களும் பணக்காரர்களும் சினிமாக்காரர்களும் சமுதாயத்தின் விரோதிகள். நச்சுப் பாம்புகளைப் போல அவர்களை அடித்துக் கொல்ல வேண்டும். இளைய தலைமுறையான நீங்கள்தான் அதைச் சாதிக்க வேண்டும்' என்று ஆணை பிறப்பித்தான் மேன்ஸன்.

அதிலிருந்து, போகிற இடமெல்லாம் ஒதுக்குப்புற பங்களாக்களில் நுழைந்து, வசதியான குடும்பங்களை வெட்டித் தள்ளினார்கள் மேன்ஸனின் சிஷ்யர்கள்!

உலகப் புகழ்பெற்ற திரைப்பட இயக்குநர் போலான்ஸ்கியின் காதல் மனைவி மகா அழகியான ஷெரோன் டேட். பிரபல சினிமா நடிகையான அவர் தன் ஆண், பெண் நண்பர்களுடன் கலிபோர்னியாவில், ஹாலிவுட் அருகே புறநகரில் தன் வீட்டில் பெரிய பார்ட்டி கொண்டாடிக் கொண்டிருந்த போது (போலான்ஸ்கி வெளிநாட்டில் ஷூட்டிங்கில் இருந்தார்!), சார்லஸ் மேன்ஸன் அந்த வீட்டைக் குறிவைத்தான்...

அவனது கூட்டத்தினர் இரவில் நுழைந்து, அத்தனை பேரையும் கொடூரமாகக் கொன்று, உடல்களை வரிசையாகத் தொங்கவிட்டார்கள். அமெரிக்காவை அதிரவைத்த கொலைகள் அவை! மேன்ஸன் போலீஸிடம் சிக்கியதும் அதற்குப் பிறகுதான்!

இன்று எழுபது வயதாகும் சார்லஸ் மேன்ஸன், சிறையில் 'கடைசிவரை ஆயுள் தண்டனை'யை அனுபவித்துக் கொண்டிருக்கிறான்! இன்னமும் அவனது சிஷ்யர்களும் சிஷ்யைகளும் வெளியே நம்பிக்கையோடு காத்துக் கொண்டிருக்கிறார்கள்...

மூளைச்சலவையில் இதுதான் பிரச்னை... மீண்டுவருவது சிரமம்!

விசேஷமான ஒரு குரங்கு

'மனிதனுக்குள்ளே ஒரு மிருகம்' என்கிற இந்தத் தலைப்பு எந்தளவுக்குச் சரியானது என்கிற கேள்வி அவ்வப்போது எனக்குத் தோன்றும்! சர்வசாதாரணமாக, மனிதன்-மிருகம் என்று இரண்டு வகையாகப் பிரிப்பது நியாயம்தானா? அதாவது, மனிதர்களாகிய நாம் ஒரு பக்கம் – உயர்ந்த மேடையில்! மற்ற அத்தனை உயிரினங்களும் இன்னொரு பக்கம் – தாழ்ந்த நிலையில்! இது சரியான கருத்தா, திமிரான கருத்தா?!

இந்தக் கேள்விகளுக்குப் பதில் சொல்ல, 'மனிதன் யார்?' என்கிற கேள்விக்குப் போக வேண்டியிருக்கிறது!

நியாயமாக இந்தத் தொடருக்கு 'விலங்குக்குள் ஒரு மிருகம்..' என்றுதான் தலைப்பிட்டிருக்க வேண்டும்! யானை, குரங்கு, காண்டாமிருகம், ஒட்டகம் போல நாமும் ஒரு விலங்கினம்தான் என்பது நூற்றுக்கு நூறு உண்மை! நாம் சற்று விசேஷமான ஒரு விலங்கு என்பதை வேண்டுமானால் ஒரு மரியாதைக்காக ஒப்புக்கொள்ளலாம்!

மனிதனுக்கும் மற்ற விலங்கினங்களுக்கும் நடுவே ஒரு பெரிய இடைவெளி இருப்பது உண்மைதான். அந்த இடைவெளியை வெற்றிகரமாகத் தாண்டி 'பகுத்தறிவு' என்கிற நிலப்பரப்பின்மீது குதித்த ஒரே விலங்கினம் மனிதன் மட்டுமே!

விலங்குகளால் சாதிக்க முடியாத பல ஆச்சர்யங்களை மனிதன் சாதித்திருக்கிறான். மனிதன் பேசினான், பாடினான், மொழிகளை உருவாக்கினான், சிக்கலான உபகரணங்களைத் தயாரித்துக்கொண்டான்! இவை தவிர, மனிதன் மட்டுமே உடைகள் அணிந்தான். ஓவியங்களையும் சிற்பங்களையும்

கவிதைகளையும் உருவாக்கி ரசிப்பது மனிதன் மட்டுமே. உச்சகட்டமாக அவன் கண்டுபிடித்த விசித்திரமான ஒன்று – மதம்!

அதே சமயம் கொலை, சித்ரவதைகளை ரசித்துச் செய்வது,

4 லட்சம் ஆண்டுகளுக்கு முன்பு மனிதக் குடும்பம்...

போர் தொடுத்து ஒரு நாட்டு மக்களைப் பூண்டோடு அழிப்பது, போதை வஸ்துக்களைப் பயன்படுத்துவது... இதிலெல்லாம் ரசனையோடு ஈடுபடுகிற ஒரே உயிரினம்– மனிதன் மட்டுமே!

'மனிதன் என்பவன் பிரத்யேகமாக இறைவனால் உருவாக்கப்பட்டவன்' என்கிற ஆழ்ந்த நம்பிக்கையுடன் மனிதன் பல்லாயிரக்கணக்கான ஆண்டுகளாக வாழ்ந்து வந்தான். 'கடவுளின் விசேஷமான படைப்பே நாம்!' என்கிற அசைக்க முடியாத கருத்து உலகெங்கும் வெகுகாலத்துக்கு நிலவியது.

மனிதனுக்குள்ளே ஒரு மிருகம்!

நம்முடைய தாத்தா! 30 லட்சம் ஆண்டுகளுக்கு முன்!

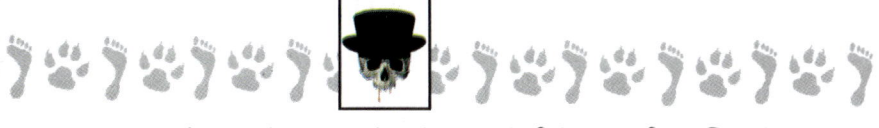

1859-ம் ஆண்டு சார்லஸ் டார்வின் 'மனித இனம் குரங்குகளிடமிருந்து தோன்றிப் பிரிந்தது' என்கிற கண்டுபிடிப்பை முன்வைத்தபோது உலகமே திகைத்தது. வாடிகன் சர்ச் டார்வின் தத்துவத்துக்குக் கடுமையான ஆட்சேபனையைத் தெரிவித்தது. உலக மக்கள் அனைவரும் தர்மசங்கடத்துடன் 'என்ன மடத்தனமான கருத்து!' என்று கோபப்பட்டார்கள்.

விஞ்ஞானம் விசுவரூபம் எடுத்தவுடன் மனிதனும் ஒரு விலங்கினம்தான் என்பது சர்வ சாதாரணமாக நிரூபிக்கப்பட்டு விட்டது. கண்கள், கால்கள், மற்ற உறுப்புகள், எலும்புகள், செக்ஸ் உறுப்புகள், மாலிக்யூல்கள், ஜீன்ஸ் எல்லாவற்றையும் ஆராய்ந்து, 'நாம் எந்த வகை விலங்கு?' என்கிற கேள்விக்கும் விஞ்ஞானம் தெளிவாக பதில் சொல்லி விட்டது.

டார்வின்

மொழி இல்லாமல், வெறுமனே உறுமியவாறு காடுகளில் பிறந்த மேனியோடு மனிதன் அலைந்து கொண்டிருந்தபோது, முன்னேறிய வேற்றுகிரக வாசிகள் பூமிக்கு ஒரு 'விசிட்' அடித்திருந்தால், மற்ற குரங்குகளோடு மனிதனையும் பிடித்து 'ஜூ'வில் உட்கார வைத்திருப்பார்கள். ஒரே ஒரு விஷயம் மட்டும் அவர்களுக்கு லேசான வியப்பை ஏற்படுத்தியிருக்கும். 'இந்தக் குரங்கின் உடலில் அவ்வளவாக முடி இல்லையே!' என்பது! (உடலில் முடி இல்லாத நாய் வகைகூட உண்டு!)

உண்மையில் மனிதன் ஒரு குரங்கு வகையே! சிம்பன்ஸிக்கும் மனிதனுக்கும் இடையே உள்ள வித்தியாசங்கள் ரொம்பக் குறைவு. நமக்கும் சிம்பன்ஸிக்கும் 98.4 சதவிகிதம் ஒரே 'ஜீன்'கள்தான்! அந்த 1.6 சதவிகித ஜீன்ஸ் நமக்குப் பெரிய மாற்றங்களைத் தந்துவிட்டது

மனிதனுக்குள்ளே ஒரு மிருகம்!

பிக்மி (குள்ள) சிம்பன்ஸி என்று ஒரு வகை உண்டு. அது நமக்கு ('ஜீன்'ஸைப் பொறுத்தவரை) இன்னும் நெருக்கம்! மனிதனைப் போல நேருக்கு நேர் முகம் பார்த்து உடலுறவு கொள்கிற ஒரே குரங்கு வகை அது! 'பிக்மி' பெண் குரங்குகள் மாசம் பூராவும் புணர்ச்சிக்குத் தயாராக இருக்கும். மனிதப் பெண்களை போலவே அவைகளுக்கு மாதா மாதம் 'பீரியட்ஸ்' உண்டு!

3 லட்சம் ஆண்டுகளுக்கு முன்பு... இன்னொரு மனித இனம்...

கொரில்லாவுக்கும் சிம்பன்ஸிக்கும் நடுவில் வரும் குரங்குதான் மனிதன். அதாவது, சிம்பன்ஸிக்கு கொரில்லாவைவிட நாம் நெருங்கிய உறவு! மனித ரத்தத்தில் உள்ள முக்கியமான 'ஹெமக்ளோபின்'னில் உள்ள 287 யூனிட்களும் (ஆக்ஸிஜனை எடுத்துச்செல்லும் இந்த புரோட்டின்தான் ரத்தத்துக்கு சிவப்பு கலர் தருகிறது!) ஒரு மாற்றமும் இல்லாமல் சிம்பன்ஸி ரத்தத்திலும் உண்டு (மனித ரத்தத்தில் 'க்ரூப்பு'கள் வேறு இருப்பதால் சிம்பன்ஸியின் ரத்தத்தை நம்மால் ஏற்றுக்கொள்ள முடியாது என்பது வேறு விஷயம்)!

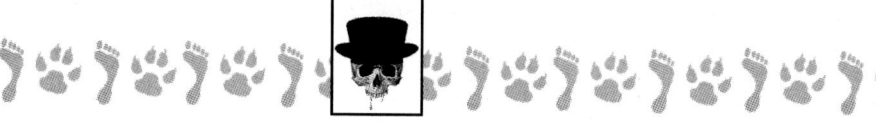

மனிதனின் நேரடி 'கஸின் பிரதராக' இருக்கும் சிம்பன்ஸியை மருத்துவ பரிசோதனைகள் என்கிற பெயரில் சித்ரவதை செய்வதற்கு தற்போது உலகெங்கும் எதிர்ப்புக் கிளம்பியிருக்கிறது. 'யு.எஸ். தேசிய உடல் நல நிலைய'த்தில் சிம்பன்ஸிக்களைக் கட்டிப்போட்டு அவைகளுடைய உடலில் விதவிதமான வைரஸ் கிருமிகளை ஊசியால் செலுத்திச் சோதனைகள் செய்கிறார்கள். சில சிம்பன்ஸிக்கள் ஒரு வருடம் தொடர்ந்து இந்த 'டார்ச்சரை' அனுபவித்துப் பிறகு பரிதாபமாகச் செத்தும் போகின்றன. கேட்பார் கிடையாது!

சரி, முதல் மனிதன் எப்போது தோன்றினான்? சுருக்கமாக, நாற்பது லட்சம் ஆண்டுகளுக்கு முன்பு ஆப்பிரிக்கக் காடுகளில் ஒரு குரங்குவகை கொஞ்சம் கொஞ்சமாக நிமிர்ந்து நின்று இரண்டு கால்களால் நடக்க ஆரம்பித்தது. அதுதான் மனிதனின் முன்னோடி! அந்தக் 'குரங்கு மனிதன்' பரிணாம வளர்ச்சி பெற்றுப் பெற்று ஐந்து லட்சம் ஆண்டுகளுக்கு முன் (இன்றைய) மனிதன் தோன்றினான்.

குரங்குகளில் சிம்பன்ஸி, கொரில்லா, உராங் உடான், கிப்பன் என்று நான்கு வகை இருப்பதுபோல, சில லட்சம் ஆண்டுகளுக்கு முன்புவரை மனிதன் என்கிற குரங்கு இனத்திலும் மூன்று வகை இருந்தது. அதில் ஒரு 'குரங்கு' மனிதன் மட்டும் சற்று கில்லாடியாக, புத்திசாலித் தனமாக இயங்கியது. அது செய்த முதல் காரியம் – மற்ற மனித இனங்களை அடியோடு அழித்ததுதான்!

நாற்பதாயிரம் ஆண்டுகளுக்கு முன்புவரை கூட நியாண்டர்தால் என்கிற இன்னொரு மனித வகையினர் உலகில் நம்மோடு வாழ்ந்து வந்தனர். அந்த இனமும் அடியோடு அழிந்ததற்குக் காரணம் மனிதனின் கொலைவெறிதான் என்கிறார்கள் விஞ்ஞானிகள். மிஞ்சியது ஒரே ஒரு விசேஷமான, குரங்கு! அதுதான் நாம்!

இப்படியாக, மனிதன் தோன்றியவுடனேயே 'மற்றவர்களை கொலை செய்வது' என்கிற வன்முறைச் செயலும் தோன்றி விட்டது!...

குரங்குத் தலைவன் படுகொலை!

சக மனிதர்களுடன் வன்முறையில் மனிதன் ஈடுபடுவதைப் போல, மற்ற விலங்கினங்களும் தங்களுக்குள் சண்டையில் இறங்குவதுண்டா?!

அநேகமாக எல்லா உயிரினங்களும் ஒன்றோடு ஒன்று மோதிக்கொள்கின்றன. சிங்கம், ஓநாய், ஆடு, மாடு, மான், ஒட்டகச்சிவிங்கி.. எல்லாமே தங்களுக்குள் சண்டையிடுவதை நாம் பார்க்கிறோம். விலங்கினங்கள் சண்டையில் ஈடுபட மூன்று காரணங்கள் உண்டு. ஒன்று பெண்ணுக்காக... மற்றது எல்லைக்காக... இன்னொன்று தலைமைக்காக!

மான்கூட்டத்துக்குத் தலைமை தாங்கும் கலைமானுடன் இன்னொரு ஆண் மான் ஓடிவந்து தலையால் முட்டி மோதிச் சண்டையிடும். அது ஒரு போட்டிதான் (Contest for Leadership). தவிர, அது எச்சரிக்கை மிகுந்த மோதல் – கொல்வதற்காக அல்ல, பலத்தை நிரூபிப்பதற்காக! அதற்கு இணையாக மேஜை மீது இரு மனிதர்கள் கைகளைப் பொருத்தி ‘கை மல்யுத்தம்’ (Arm Wrestling) போடுவதைச் சொல்லலாம்!

முட்டி மோதி சண்டையிடும் மான்களில் இரண்டே சதவிகிதம்தான் எதிர்பாராத வண்ணம் படுகாயப்படுகின்றன என்பது குறிப்பிடத்தக்கது! சண்டையில் தோற்ற மான், தானாகப் பின்வாங்கிவிடும். ஜெயிக்கும் மான் தலைமையேற்கும். இனி எந்தப் பெண் மானையும் முதலில் புணரும் உரிமை அதற்குக் கிடைக்கிறது. அதேபோல ஓநாய்க்கூட்டம் இன்னொரு ஓநாய்க் கூட்டத்தின் எல்லைக்குள் அத்துமீறி நுழைந்தால், யுத்தம் நிகழும். முக்கியமாக அந்த மோதல் தங்கள் எல்லைக்குள் கிடைக்கும் உணவுக்காக! கோபம், ஆத்திரம், பொறாமை, பழிக்குப்பழி காரணமாக எந்த விலங்கினங்களும் தங்களுக்குள் மோதிக்கொள்வதில்லை. அந்த உணர்வுகள் அவற்றுக்குக் கிடையாது!

மனிதன் அப்படியல்ல! லட்சக்கணக்கான ஆண்டுகளுக்கு முன் மனிதர்கள் தங்கியிருந்த காட்டுப்பகுதியில் உள்ள குகைகள், மரங்கள், பழங்களுக்கு அவர்கள் உரிமை கொண்டாட ஆரம்பித்துவிட்டனர். சில சமயங்களில்

பருவநிலை காரணமாக உணவு குறைச்சலாகவே கிடைக்கும். குகைகளுக்குள்கூட பனிக்காலங்களில் கொடிய விலங்குகள் புகுந்துகொள்ளும்.

ஒரு குட்டையில் உள்ள தண்ணீரை மற்றவர்கள் குடிக்க மனிதர்கள் அப்போதே அனுமதி மறுத்தார்கள். பெண்களை வன்முறையாகவே ஆண்கள் தூக்கிச் சென்று பலவந்தமாகப் புணர்ந்தார்கள். ஏற்கெனவே அந்தப் பெண்ணோடு வசித்த மனிதன் சத்தியமாக வந்தவனுடன் மோதியிருப்பான். எல்லா மோதல்களுமே எல்லைக்காக, உணவுக்காக, பெண்களுக்காக! ஆதிகாலத்திலேயே மனிதனின் வாழ்க்கை, நாள்தோறும் வன்முறை நிறைந்ததாகவே அமைந்தது!

இருப்பினும், மற்ற விலங்கினங்களோடு மனிதனை ஒப்பிடும்போது, அவனிடம் ஒரு பெரிய மைனஸ் பாயிண்ட் இருந்தது. அது – குறைவான உடல் வலிமை!

பல லட்சக்கணக்கான ஆண்டுகளாக மனிதன் உடல்ரீதியாக ‘வீக்’ ஆகவே இருந்து வருகிறான். சிங்கம், புலி, யானை,

காண்டாமிருகம், காட்டெருமை... எதனோடும் நேரடியாக மோதி மனிதனால் வெற்றி கொள்ள முடியாது. அவனுக்கு அதற்கான உடற்கட்டோ, நகங்களோ கோரைப்பற்களோ கிடையாது!

நியாயமாக, இப்போது உலகில் மிஞ்சியிருக்கிற ஒரு மனித இனமும் பல்லாயிரக்கணக்கான ஆண்டுகளுக்கு முன்பே அழிந்தொழிந்திருக்க வேண்டும். புத்திசாலியான மனிதன் துவளவில்லை. மிருகங்களைச் சமாளிக்க, ஆயுதங்கள் தயாரிக்க ஆரம்பித்தான்!

கும்பலாகப் பதுங்கிச் சென்று காட்டெருமையைக் கூர்மையான கற்களாலோ, ஈட்டியைப் போல சீவப்பட்ட மரக்கிளைகளாலோ குத்தி அவனால் கொல்ல முடிந்தது. இந்த வெற்றிக்குப் பிறகு புதுப்புது ஆயுதங்களைக் கண்டுபிடிப்பது அவனுடைய முக்கிய தொழிலாகிவிட்டது. அதிலிருந்துதான் ஆயுத விஷயத்தில் இன்றுவரை எப்பேர்ப்பட்ட முன்னேற்றம்! ஒரு பட்டனைத் தட்டி விட்டால் ராக்கெட் மூலம் அணுகுண்டுகளைக் கொண்டு சென்று ஒரு நாட்டையே அழிக்கும் அளவுக்கு மனிதனின் கண்டுபிடிப்புகள் இன்னமும் தொடர்கின்றன!

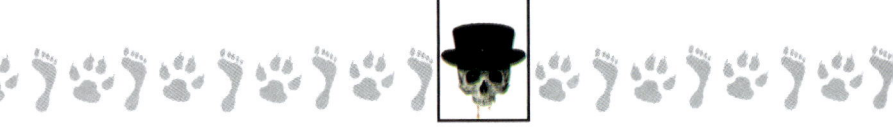

ஆதிகாலத்தில் பெண்கள் குகைகளில் குழந்தைகளைக் கவனித்துக்கொண்டு, வேட்டைக்குச் சென்ற ஆண் திரும்பி வரும்வரை பொறுமையாகக் கவலையோடு காத்திருந்தாள். ஆகவேதான் பெண்களிடம் வன்முறை உணர்வு ஆணின் அளவுக்கு வளரவில்லை.

ஆர்வத்துக்காக வித்தியாசமானதொரு கேள்வி! ஆண்கள் – சக ஆண்களைக் கொல்வது, பெண்கள் – பெண்களைக் கொல்வது – எது அதிகம்?

டாலி, மார்ட்டின் வில்ஸன் என்னும் விஞ்ஞான ஜோடி பிரிட்டனிலிருந்து, உகாண்டா வரை ஆராய்ச்சிகள் மேற்கொண்டதில், ஆண்கள் மற்ற ஆண்களைக் கொல்வது 90 சதவிகிதம். மிச்சம்தான் பெண்கள்!

அதே சமயம், இன்னொரு விசித்திரமான தகவல்! இரண்டாயிரம் பெண்களில் ஒரே ஒரு பெண்ணுக்கு ஆணிடம் உள்ள அத்தனை வன்முறை உணர்வுகளும் இருக்கக்கூடும்– அந்தப் பெண் Turner's Syndrome என்கிற க்ரோமோஸோம்

ஜேன் கூடால்

பிரச்னையால் பாதிக்கப்பட்டவளாக இருப்பாள். அதாவது, பெண்ணிடம் உள்ள இரண்டு xx க்ரோமோஸோம் களில் ஒரு x க்ரோமோஸோமின் 'குணநலன்கள்' பிறப்பிலேயே மிஸ்ஸிங் ஆக இருந்து அது 'டம்மி'யாக இருந்தால், அந்தப் பெண்களுக்கு அநேகமாகக் குழந்தை பிறக்காது என்பதைத் தவிர, திடீர்க் கோபம், அடிதடியில் இறங்குவது, ரொம்ப கெட்ட வார்த்தைகளால் திட்டுவது, தன்னிடம் அடிபட்டவர் கீழே விழுந்தால் எட்டி உதைப்பது, அவர் மீது ஏறி நின்று ஆவேசமாகக் குதிப்பது... இதையெல்லாம் அந்தப் பெண் பின்பற்றுவாள் (ஆண்கள் மட்டுமே செய்கிற விஷயங்கள் இவை!).

முன்பே சொல்லப்பட்ட சில காரணங்களுக்காக விலங்குகளிடையே நேரடி மோதல்கள் நிகழலாமே தவிர, ஜூலியஸ் சீசரைக் கொல்லச் சதியாலோசனை நிகழ்த்தி, திட்டம் வகுத்து, செனட் அரங்கத்தில் சீசர் நுழைந்த சமயம் பார்த்து, அவரை புரூட்டஸ், காஷியஸ் மற்றும் சகாக்கள்

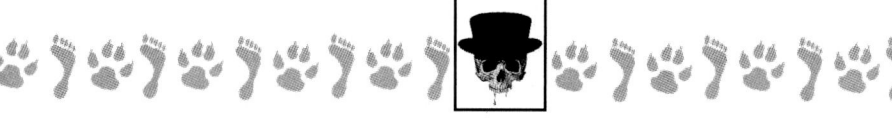

சூழ்ந்துகொண்டு கொன்று தீர்த்த அதே கொலைவெறித்தனமான அணுகுமுறை விலங்குகளிடையே உண்டா என்றால் 'இல்லை' என்றுதான் ஆராய்ச்சியாளர்கள் கூறுகிறார்கள்.

ஜேன் கூடால் என்கிற உலகப் புகழ்பெற்ற பெண்மணி, குரங்குகளை (குறிப்பாக Apes – அதிலும் சிம்பன்ஸிகளை) நீண்டகாலமாக ஆராய்ச்சி செய்தவர். சிம்பன்ஸிகளிடையே அவருக்கு 'நண்பர்கள்'கூட உண்டு!

1960–ல் டான்ஸானியா காடுகளில் 'கோம்பி' என்ற காட்டுப்பகுதியில் அவர் தங்கி, சிம்பன்ஸி கூட்டுக் குடும்பங்களை ஆராய்ந்ததில் – மிகுந்த அமைதியாக, ஒற்றுமையாக, ஒன்றுக்கொன்று உதவியாக சிம்பன்ஸிகள் வாழ்ந்து வந்ததை அவர் கண்டார். அப்படியென்றால் உலகிலுள்ள ஒரு கோடி விதமான உயிரினங்களில், சுமார் நாலாயிரம் விதமான பாலூட்டிகளில், மனிதன் மட்டுமே திட்டம் போட்டு, கூட்டுச் சேர்ந்து எதிராளியைத் தீர்த்துக் கட்டுகிற உயிரினமா?

சில வாரங்கள் ஆராய்ச்சிக்குப் பிறகு ஜேன் கூடாலுக்கு ஒரு அதிர்ச்சி காத்திருந்தது.

திடீரென ஒருநாள், நூற்றுக்கணக்கான சிம்பன்ஸிகள் அடங்கிய கூட்டுக்குடும்பம் இரண்டாகப் பிரிந்தது. முதலில் சில தலைமை சிம்பன்ஸிகள் தனிக்கட்சி ஆரம்பித்தன. வேறு வழியில்லாமல் தொண்டர்களும் இரு தரப்பாகப் பிரியவேண்டி வந்தது.

ஓரிரவு, கோடி (Godi) என்கிற 21 வயதான ஆண் சிம்பன்ஸி (தலைவர்) அடர்ந்த காட்டில் மரம் ஓரமாக அமர்ந்து பழங்களைச் சாப்பிட்டுக்கொண்டிருந்தது.

அப்போது புதர்களின் பின்னாலிருந்து பல சிம்பன்ஸிகள் மெள்ளத் தலையைத் தூக்கி நோட்டம் விட்டன. பிறகு பதுங்கி வந்த சிம்பன்ஸிகள் வலது புறம், இடதுபுறம் என்று இடம் மாறி அமர்ந்தன. பிறகு திடீர் அட்டாக். ஜூலியஸ் சீசர் கதையேதான்! நாலாபுறமும் சூழ்ந்து கொண்ட (எதிர்க்கட்சி) சிம்பன்ஸிகள், தனியாக அமர்ந்திருந்த 'கோடி' என்கிற அந்த 'சிம்ப்'பைக் கிழித்துக் குதறின. ஆச்சரியம்! படுகாயத்துடன் கீழே விழுந்த 'கோடி'யின் கை, கால்களை நான்கு சிம்பன்ஸிகள் அழுத்திப்

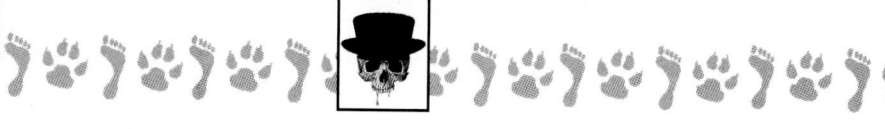

பிடித்துக்கொள்ள, ஒரு சிம்பன்ஸி பெரிய கல்லைத் தூக்கி வந்து 'கோடி'யின் தலைமீது போட்டது. 'கோடி'யின் வாழ்க்கை அத்தோடு ஓவர்!

அதைத் தொடர்ந்து இரு தரப்பிலும் 'தலைவர்கள்' மர்மமான முறையில் கொலை செய்யப்பட்டனர்! சில சிம்பன்ஸி தலைவர்கள் தப்பினார்கள். அவர்களுடைய அந்தக் கட்சியில் எல்லாத் தலைவர்களையும் இழந்த எதிர்க்கட்சித் தொண்டர்கள் மீண்டும் சங்கமம் ஆனார்கள்!

உலக விஞ்ஞானிகள் இந்தத் திட்டமிட்ட வன்முறையைக் (Organised Violence) கேட்டுத் திகைத்துப் போனார்கள். மனிதனுக்கு மிக நெருக்கமான சிம்பன்ஸிக்கும் 'மனித வன்முறை' இருக்கிறது என்பது ஆராய்ச்சியாளர்களிடையே மிகுந்த பரபரப்பையும் சலசலப்பையும் ஏற்படுத்தியது!

சிம்பன்ஸிகள் மாறி மாறி எதிர்க்கட்சித் தலைவர்களை வரிசையாகத் தீர்த்துக்கட்டியது ஏன்?

எதிராளிகளாக இருந்த சிம்பன்ஸி தலைவர்கள் எல்லோரும் இறந்தால், மீண்டும் அந்த அணி தங்களோடு சேரும், அந்த அணியில் உள்ள அத்தனை பெண்களும் மீண்டும் நம்முடைய 'அந்தப்புரத்துக்கு' வரவேண்டியிருக்கும், பெரிய அளவில் தொண்டர்கள் நம்மோடு சேருவார்கள், நம் எல்லை விரிவடையும்!

சரி, இதெல்லாம் சிம்பன்ஸிகளுக்கு எப்படித் தெரியும்?! மனிதனுக்கு மட்டுமே மூளைக்குள் தோன்றுகிற வன்முறை எண்ணங்கள் அல்லவா அவை?!

ஒரு கொலையைச் செய்துவிட்டு நீதிமன்றத்தில், 'என்னை மட்டும் குற்றம்சாட்டுகிறீர்களே? சிம்பன்ஸிகள்கூடத்தான் திட்டம் போட்டுக் கொலையெல்லாம் செய்கின்றன! நானும் ஒரு குரங்குதான். ஆகவே, இந்தக் கொலை வழக்கில் என்னையும் சிம்பன்ஸியாகப் பாவித்து விடுதலை தரவேண்டும் யுவர் ஹானர்!' என்று ஒரு கொலைகாரன் வாதாடலாமோ?!

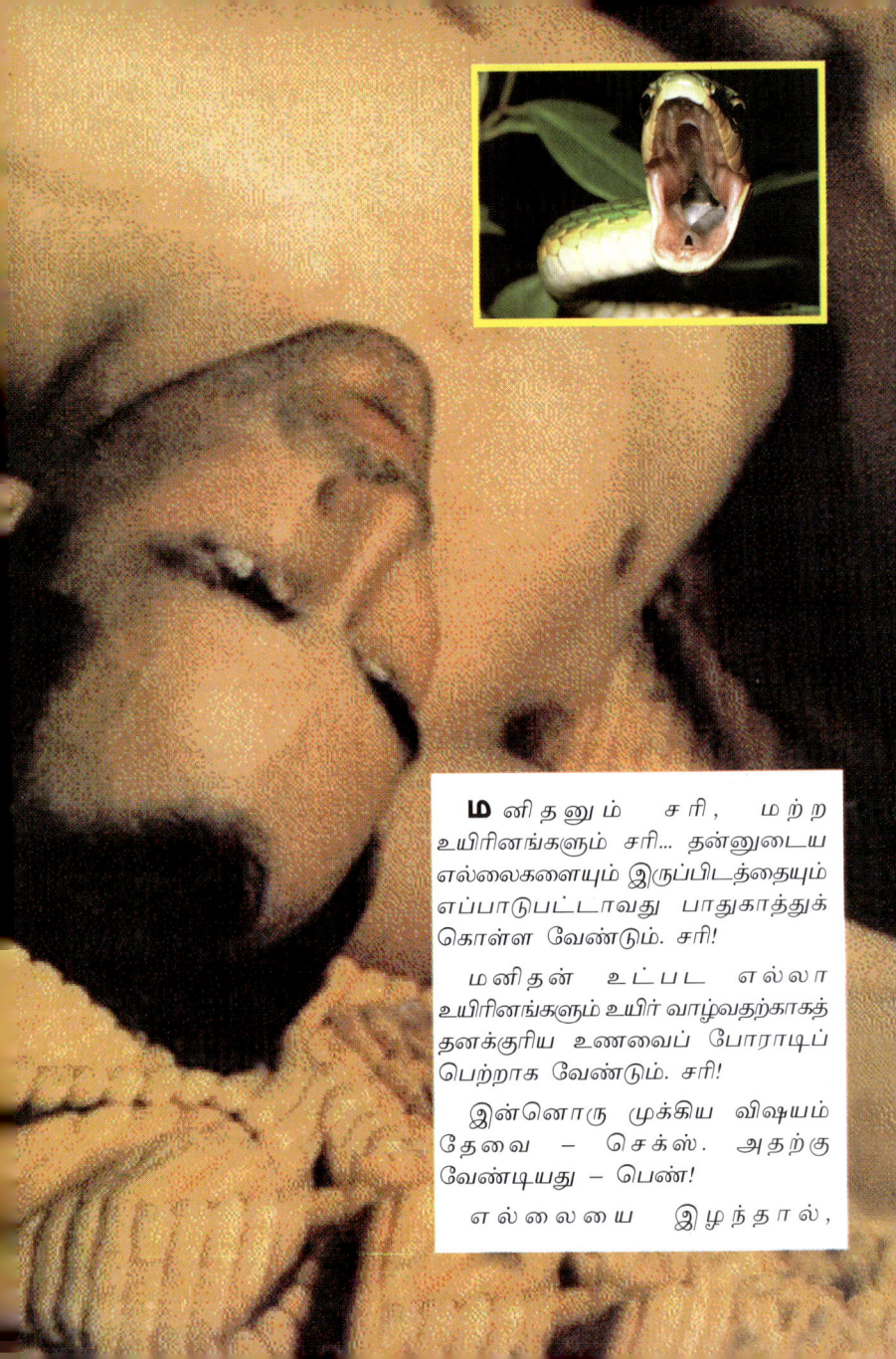

மனிதனும் சரி, மற்ற உயிரினங்களும் சரி... தன்னுடைய எல்லைகளையும் இருப்பிடத்தையும் எப்பாடுபட்டாவது பாதுகாத்துக் கொள்ள வேண்டும். சரி!

மனிதன் உட்பட எல்லா உயிரினங்களும் உயிர் வாழ்வதற்காகத் தனக்குரிய உணவைப் போராடிப் பெற்றாக வேண்டும். சரி!

இன்னொரு முக்கிய விஷயம் தேவை – செக்ஸ். அதற்கு வேண்டியது – பெண்!

எல்லையை இழந்தால்,

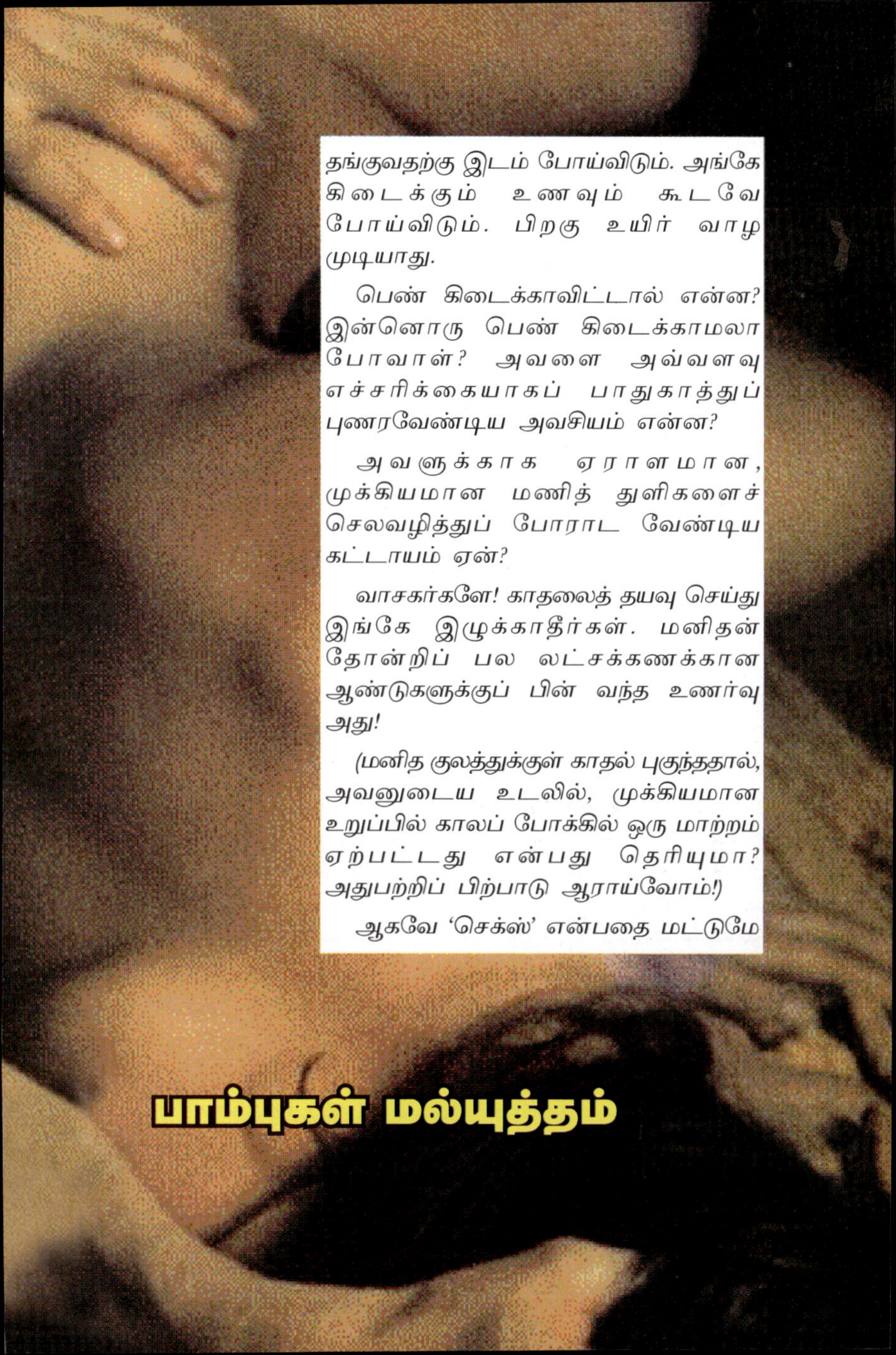

தங்குவதற்கு இடம் போய்விடும். அங்கே கிடைக்கும் உணவும் கூடவே போய்விடும். பிறகு உயிர் வாழ முடியாது.

பெண் கிடைக்காவிட்டால் என்ன? இன்னொரு பெண் கிடைக்காமலா போவாள்? அவளை அவ்வளவு எச்சரிக்கையாகப் பாதுகாத்துப் புணரவேண்டிய அவசியம் என்ன?

அவளுக்காக ஏராளமான, முக்கியமான மணித் துளிகளைச் செலவழித்துப் போராட வேண்டிய கட்டாயம் ஏன்?

வாசகர்களே! காதலைத் தயவு செய்து இங்கே இழுக்காதீர்கள். மனிதன் தோன்றிப் பல லட்சக்கணக்கான ஆண்டுகளுக்குப் பின் வந்த உணர்வு அது!

(மனித குலத்துக்குள் காதல் புகுந்ததால், அவனுடைய உடலில், முக்கியமான உறுப்பில் காலப் போக்கில் ஒரு மாற்றம் ஏற்பட்டது என்பது தெரியுமா? அதுபற்றிப் பிற்பாடு ஆராய்வோம்!)

ஆகவே 'செக்ஸ்' என்பதை மட்டுமே

பாம்புகள் மல்யுத்தம்

இங்கு முக்கியமாக எடுத்துக் கொள்ள வேண்டியிருக்கிறது. புணர்ச்சி என்பது மனிதனிடம் உள்ள மிக மிக அடிப்படையான, மிருகத்தனமான உணர்வு (இந்த இடத்தில் 'மிருகத்தனமான' என்பதை மென்மையாக உச்சரிக்கவும்!).

எல்லா உயிரினங்களுக்கும் இருப்பது போலவே மனிதனுக்கும் 'பெண்ணுடன் உறவு கொள்ள வேண்டும்' என்கிற உணர்வு அவன் கூடவே பிறந்த ஒன்று.

மிருகங்கள் புணர்ச்சியோடு நிறுத்திக்கொண்டன. எந்தவொரு இனமும் வளர அந்தத் தகுதி மட்டுமே போதும். ஆனால், மனிதன் பிற்பாடு காதலைக் கண்டுபிடித்தான்! திருமண பந்தத்தை உருவாக்கிக் கொண்டான். இது அவனுக்கு மிகவும் வசதியாக இருந்தது! இதனால் ஒரு பெண்ணைப் போராடித் தக்கவைத்துக் கொள்ள வேண்டிய அவசியம் அவனுக்கு இல்லாமல் போய்விட்டது!

ஒரு விதத்தில் மிகச் சுயநலமான, கில்லாடித்தனமான கண்டுபிடிப்பு – திருமணம்!

சற்று யோசித்துப் பாருங்கள்! உங்களோடு வாழ்ந்து, குழந்தைகள் பெற்றுத் தரக்கூடிய பெண்ணைத் தனியாக விட்டு, நீங்கள் நகர்ந்தாலே நூற்றுக்கணக்கான ஆண்கள் அந்தப் பெண்ணைத் தூக்கிச் சென்று புணர்வதற்காக அருகில் காத்திருக்கிறார்கள் என்றால் எப்படி இருக்கும்?

அவர்களில் பலசாலியான ஒருவன், மற்றவர்களை அடித்துத் தள்ளிவிட்டு, அவளை அபகரித்துக்கொண்டு போய்விடுவான் என்கிற நிலை இருப்பின், அந்தப் பெண்ணைவிட்டு உங்களால் அகல முடியுமா? மற்ற வேலைகள் எதையேனும் கவனிக்க முடியுமா?

பல லட்சக்கணக்கான ஆண்டுகளுக்கு மனிதன் அப்படித்தான் திகிலோடும் கவலையோடும் வாழ்ந்தான். அதற்கேற்ப, நிரந்தரமான பெண் துணை என்பதே, அவன் வாழ்க்கையில் இல்லாமல் போனது!

மனிதனிடம் செக்ஸ் உணர்வு என்பது உற்பத்தியாகிற இடம் – அவன் மூளையின் ஆழத்தில் உள்ள லிம்பிக் பகுதியில்தான் – அதாவது, 'பாம்பு மூளை'ப் பகுதி!

உண்பது, புணர்வது, தற்காத்துக் கொள்ளத் தாக்குவது – இந்த மூன்று உணர்வுகளே கொண்டிருக்கும் பாம்பு,

உடலுறவுக்காக நிகழ்த்தும் களேபரமான போராட்டத்தைப் பார்த்தால், பொதுவாகவே 'செக்ஸ் உணர்வு' என்பது எவ்வளவு வீரியமானது(!) என்பது புரியும்!

சாதாரணமாக, நல்ல பாம்புகளை எடுத்துக்கொண்டாலே, ஆண்பாம்பு தான் போகிற வழியில் பெண் பாம்பைச் சந்தித்தவுடன் உடனே அதற்கு 'மூடு' ஏற்பட்டு, பெண்ணை ஓரமாகத் தள்ளிக்கொண்டு போய் செக்ஸ் வைத்துக்கொள்ள முடியும் என்கிற கதையே நடக்காது!

இரண்டு பாம்புகளும் (Cobras) சுற்றிச் சுற்றி வந்து 'ஹிஸ்ஸ்... என்ற சீறலுடன் ஒன்றன்மீது ஒன்று பலமுறை பாயும். பிறகு, ஒன்றையொன்று இறுக்கிப் பின்னிப் பிணைந்து சாய்ந்தாடியவாறு செங்குத்தாக நிலத்தில் நிற்கும். பார்ப்பதற்கு 'பாலே டான்ஸ்' போலிருந்தாலும், இந்தக் 'கட்டிப் பிடிப்பும்' புரளலும் மணிக்கணக்கில், சில சமயம் நாள் முழுவதும்கூடத் தொடரும். பலமுறை இரண்டும் நிலத்தில் விழுந்து விழுந்து எழும். கடைசியில் ஒரு பாம்பு சோர்வடைந்து, சோகமாகப் பின்வாங்கும்! (சோகம் என்பது உண்மை! பிறகு, குறுக்கே ஒரு எலி போனால்கூட, அதைப் பாய்ந்து பிடிக்காத அளவுக்கு பாம்பு 'அப்செட்' ஆகிறது என்கிறார்கள் விஞ்ஞானிகள்!)

இதைப் பார்த்துவிட்டு 'ஆணும் பெண்ணும் ஜோடியாக இப்படி ஆரத் தழுவிப் பிணைத்துக்கொண்டு பல மணி நேரம் உடலுறவில் ஈடுபடுகிறது' என்று பலர் நினைத்துக் கொள்கிறார்கள். அது தப்புக் கணக்கு!

இந்தப் பாம்புகளின் அருகில் சென்று பார்த்தால், ஒரு அதிர்ச்சி காத்திருக்கும்! இந்தத் 'தழுவலில்' ஈடுபட்ட இரு பாம்புகளுமே ஆண்கள்! அது அணைப்பும் அல்ல, மல்யுத்தம்! (விலங்கினங்களிலும் 'ஹோமோ செக்ஸ்' முயற்சிகள் உண்டு என்பது தனித் தகவல்!)

அப்படியென்றால், பெண் பாம்பு எங்கே? அது, புதருக்குப் பின்னால், பலகணியிலிருந்து பார்க்கும் இளவரசியைப் போல 'தேமே'யென்று காத்துக் கொண்டிருக்கிறது – மல்யுத்தத்தில் வெல்லப்போகும் சாம்பியனுடன் உடலுறவு கொள்வதற்காக!

ஒரு போட்டியாளருடன் சண்டை போட்டு ஜெயிக்காமலெல்லாம் பெண்ணுடன் செக்ஸ் வைத்துக்கொள்வது என்பது பாம்பு இனத்தில் கிடையாது!

Zoo-ல் கார்ட்டர் பாம்புகள்!

நல்ல பாம்பு இப்படியென்றால், மற்ற ஒவ்வொரு பாம்பு வகைக்கும் ஒவ்வொரு விதமான தவிர்க்க முடியாத போராட்டம் உண்டு.

கார்ட்டர் (Garter) பாம்பு என்று ஒரு வகை உண்டு. குறிப்பாக, வட அமெரிக்காவிலும் தென் ஆப்பிரிக்காவிலும் காணப்படும் இந்தப் பாம்புகள் காடுகளில், பாதுகாப்பான மிகப்பெரிய பொந்துக்குள் வசிக்கும். ஒரு பொந்தில் குறைந்தபட்சம் பத்தாயிரம் பாம்புகள் வளைந்து நெளிவதைப் பார்க்கவே உடல் நடுங்கும்! 'Snake Pit' என்று அழைக்கப்படுவது உண்மையில் இதுதான் ('இண்டியானா ஜோன்ஸ்' திரைப்படத்தில் ஹாரிஸன் ஃபோர்டு, இப்படியொரு பாம்புப் பொந்தில் தொங்கவிடப்படும் காட்சி உண்டு!).

இளவேனிற்பருவம் வந்தால் போதும்... கார்ட்டர் பெண் பாம்புகள் உடலுறவுக்குத் தயாராகி, ஒவ்வொன்றாக வெளியே வரும். அவைகளுடன் செக்ஸ் வைத்துக் கொள்வதற்காக,

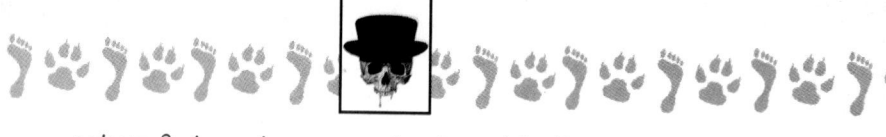

பல்லாயிரக்கணக்கான ஆண்கள் சூழ்ந்துகொண்டு நடத்தும் போராட்டம் இருக்கிறதே...

ஆயிரக்கணக்கில் பாம்புகள் உன்மத்தம் பிடித்தது போல வேட்கைச் சீறலுடன் சிலிர்த்தெழுந்து, வளைந்து நெளிந்து பாய்ந்து, செங்குத்தாக எழும்பி நின்று, ஒன்றையொன்றை இடித்துப் பின்னால் தள்ளி, மற்ற பாம்புகளுக்கிடையே இண்டு இடுக்கிலெல்லாம் புகுந்து – எப்படியாவது பெண் பாம்புகளுடன் உடலுறவு கொள்ளவேண்டி நிகழ்த்தும் அந்தக் கலாட்டாவைப் பார்க்கும்போது – அந்த இடம் ஒரு போர்க்களம் போல மாறிவிடும்!

ஒரு பெண்ணுக்கு நூறு ஆண்கள் என்கிற விகிதத்தில் நடக்கும் இந்தக் களேபரமான யுத்தத்தில், பலசாலிகளான ஆண்கள் மட்டுமே ஜெயித்து, பெண்களுடன் உடலுறவு கொள்கின்றன. செக்ஸ் முடிந்த கையோடு, ஆண் நகர்ந்து சென்றுவிட்டால், இன்னொரு ஆண் அந்தப் பெண்ணைப் புணர்ந்து விடக்கூடும் அல்லவா? ஆகவே, ஒவ்வொரு ஆணும் 'செக்ஸ்' முடிந்தவுடன், தன் உறுப்பிலிருந்து கோந்து போன்ற திரவத்தைப் பீய்ச்சி, பெண்ணின் உறுப்பை 'சீல்' செய்துவிடும்!

அந்தத் திரவம் உடனே கெட்டிப்பட்டுவிடுவதால், இன்னொரு ஆண் அந்தப் பெண்ணுடன் உறவுகொள்ள முடியாது! அதாவது – ஆண், மற்ற ஆண்களைத் தடுப்பதற்காகவே ஒரு கதவை உடனடியாகத் தயாரித்து மூடிவிடுகிறது!

இதன்மூலம், பெண் பிற்பாடு முட்டைகள் போட்டாலோ, குட்டிகளைப் பிரசவித்தாலோ (பாம்புகளில் இரு வகையும் உண்டு.) அவை தனக்குப் பிறந்த குழந்தைகளாக இருக்க வேண்டும் என்பதை ஆண் பாம்பு நிச்சயப்படுத்திக் கொள்கிறது! இந்த விஷயத்தில் ஆண் அவ்வளவு அக்கறை எடுத்துக் கொள்கிறது!

மனிதனுக்கு உள்ளே உள்ள அதே உணர்வுதான் பாம்புக்கும்! இல்லையா, வாசகர்களே..!

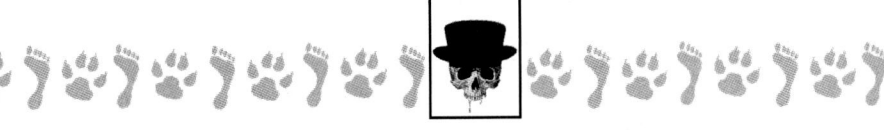

தலைவனின் வாசனை

செக்ஸ் உட்பட எல்லா விஷயங்களிலும் தன் இனத்தைச் சேர்ந்த அத்தனை பேரையும் கட்டுப்படுத்தி, அடக்கி ஆளும் தன்மை (Domination) விலங்கினங்களுக்கு வருவது எப்படி? ஒரு இனத்தைச் சேர்ந்த விலங்கினங்களுக்குத் 'தலைவராக' இருக்க என்ன தகுதிகள் தேவை?

சிம்பிள்! பலம், எடை, வேகம், துணிவு, பயமுறுத்தும் அணுகுமுறை, எதிர்ப்பவர்களை ஆரம்பத்திலேயே தட்டிவைப்பது! – அத்தியாவசியமான குணநலன்கள் இவையே (மனிதர்கள் மாதிரியேதான்!).

சில சமயம் விலங்குக் கூட்டத்தைப் பார்த்தவுடனேயே, தலைவர் யார் என்பதை நம்மால் கண்டுபிடித்துவிட முடியும்!

'கலைமான் தலைவர்' என்றால், அதன் கொம்புகளின் சைஸூம் அதில் இருந்து பிரியும் கிளைகளின் எண்ணிக்கையும் மற்ற ஆண்களைவிடப் பெரிதாக, கம்பீரமாக இருக்கும்!

கொரில்லாவைப் பொருத்த மட்டில், அதன் எடையையும் உட்கார்ந்திருக்கும் ஸ்டைலையும் மற்ற கொரில்லாக்கள் அருகில் வரும்போது, தலைவனிடம் காட்டும் பணிவையும் பார்த்தாலே, 'இவர்தான் லீடர்' என்பது புரியும்.

யானை என்றால், மிகப் பெரிய தந்தங்களோடு மந்தையின் முன்னால் ராஜநடை போடும்!

சில சமயங்களில் தலைவரை உடனே நாம் கண்டுபிடிப்பது சிரமமாகவும் இருக்கக்கூடும்...

குரங்கு வகைகளில் தலைமைக் குரங்கின் உருவம், எடையெல்லாம் பெரிதாக இல்லாமலும் போகலாம். ஆனால், மற்ற குரங்குகளைவிட 'குயுக்தி' அதற்கு அதிகம் இருக்கும்! மற்ற குரங்குகளைவிடத் தான் புத்திசாலி என்பதைப் பலவிதங்களில்

தொடர்ந்து நிரூபித்து, ஒருவித பயத்தை அந்தக் குரங்கு ஏற்படுத்தியிருக்கும்.

சினிமாவில் வில்லன் சின்னவராக, குள்ளமாக இருப்பார். அதுவே அவரது அடியாள் ஏழு அடி உயரத்துக்கு ஆஜானுபாகுவாகத் தோற்றமளித்தாலும், வில்லன் எம்பி நின்று, அடியாளுக்கு ஒரு அறை கொடுக்கும்போது பணிவோடு அதை வாங்கிக்கொண்டு தலைகுனிந்து நிற்பான், இல்லையா? குரங்கிலும் அப்படித்தான்!

மனிதன் உட்பட எல்லா விலங்கினங்களிலும் ஆல்ஃபா (Alpha) ஆண்கள் உண்டு. ஆல்ஃபா ஆண்களுக்கு எல்லாவிதத் 'தலைமைத் தகுதி'களும் இருக்கும். பிறகு பீட்டா (Beta), காமா (Gamma), டெல்டா (Delta) என்று நீண்டு... ஒமேகாவில் (Omega) முடியும் (கிரேக்க அரிச்சுவடியில் ஆல்ஃபா முதல் எழுத்து, ஒமேகா கடைசி!). ஒமேகா ஆண்கள் பணிவான, பயப்படுகிற, பின்வாங்குகிற, அடிமை மனப்பான்மை உள்ள டைப்!

வெர்வெட்...

திரும்பத் திரும்ப ஆண்களைப் பற்றி மட்டும் இங்கே குறிப்பிடுவதற்குக் காரணம், நிலைமை அப்படித்தான்! எல்லா உயிரினங்களிலும் ஆண்களின் ஆளுமைதான் (Domination) அதிகம். ஒரு இனத்துக்குப் பெண்கள் தலைமையேற்பது மிகவும் அரிது (பெண்கள் தலைமைக்கு உதாரணமாக, வெர்வெட் குரங்கு இனத்தைச் சொல்லலாம். அதில் ஆண்கள் வெறும் தொண்டர்களே!).

அப்படியென்றால், விலங்கினங்களில் பெண்களின்

நிலைமைதான் என்ன? ஆண்கள் பலசாலியாக இருந்தாலும் பெண்ணுக்குப் பிடிக்காமல் போகலாம், இல்லையா?

அந்த ஆணைப் பெண் நிராகரிக்க முடியுமா? ஆணின் பலவந்தத்துக்குப் பணிந்து போய்த்தான் தீரவேண்டுமா?

'பணிந்து போவது' என்று சொல்வதைவிட, தன்னைப் பணிய வைக்கும் ஆளுமை உள்ள ஆணைத்தான் பெண் விரும்புகிறது என்று வேண்டுமானால் சொல்லலாம்!

இதோ, ஒரு சோதனை...

'தலைவர்'

Hamsters என்கிற – எலி (Rodents) இனத்தைச் சேர்ந்தவை சோதனைக்கூடத்தில் கூண்டுக்குள் விடப்பட்டன. ஒரு மணி நேரத்துக்குள் பலவிதமான மிரட்டல்கள், மோதல்கள், துரத்தல்கள் நிகழ்ந்த பிறகு தலைவர், உபதலைவர், தொண்டர் என்று வரிசைப்படி தாங்களே ஒரு ஆட்சியை அந்த எலிகள் நிர்ணயித்துக் கொண்டன!

யார் நம்பர் 1, யார்யார் நம்பர் 2, 3 என்கிற இந்தத் 'தலைமை வரிசையை' விஞ்ஞானிகள் கவனித்துக் குறித்துக்கொண்டார்கள்.

அடுத்தகட்டமாக, ஆண் எலிகள் நீண்ட சங்கிலியில் பிணைக்கப்பட்டன – நாய்களை நாம் செயினில் (Leash) கட்டிவைப்பது போல. அதாவது, ஆண்கள் தாங்களாகச் சென்று பெண்களிடம் செக்ஸ் வைத்துக்கொள்ள முடியாது. பெண்களே வலியப்போனால்தான் உண்டு!

மறுநாள், அந்தக் கூண்டுக்குள் பெண் எலிகள் ஒவ்வொன்றாக அனுப்பப்பட்டன. ஆச்சரியம்! முதலில் போன பெண் எலி ஐந்து நிமிடத்துக்குள் ஒரு ஆணைத் தேர்ந்தெடுத்தது. அது, விஞ்ஞானிகள் வரிசைப் படுத்தியிருந்ததில் நம்பர் ஒன் தலைமை எலி!

இரண்டாவது பெண்எலி நுழைந்தவுடன், அது செக்ஸுக்குத் தேர்ந்தெடுத்தது உபதலைவரை (தலைவர் ஏற்கெனவே 'பிஸி'யாக இருந்ததால்!).

கூண்டுக்குள் நுழைந்தவுடனேயே, பலசாலியான தலைவர் யார் என்பதைப் பெண் எப்படிக் கண்டு பிடித்தது?!

ஜாதகப் பரிமாற்றம், விசாரணைகள், ரெகமெண்டேஷன் எதுவும் இல்லாமல் ஒரு பெண்எலி 'நம்பர் ஒன்' ஆணைப் புணர்ச்சிக்காகத் தேர்ந்தெடுத்தது எப்படி?

வாசனையைப் பார்த்தே அவற்றால் தங்கள் தலைவரைக் கண்டுபிடிக்க முடியும். 'தலைவன்' என்கிற உணர்வு, தனி வாசனையை உடலில் ஏற்படுத்துகிறது! இதை Odour of Power என்கிறார்கள் விஞ்ஞானிகள்.

மாவீரன் அலெக்சாந்தரிடம் சிலிர்ப்பூட்டும் ஒருவித கற்பூர வாசனை அடித்ததாக வரலாற்று ஆசிரியர் ப்ளூடார்க் எழுதியிருக்கிறார்!

புணர்ச்சிக்காகத் தயாராகும் பெண் விலங்கினங்கள், ஆண்களுக்குத் தரும் ஒத்துழைப்பும் ஆச்சரியமானது. கூண்டுக்குள் விடப்பட்ட பெண், நேரே ஆணிடம் சென்று, திரும்பிப் பின்புறத்தைச் சற்று தூக்கியவாறு அமர்ந்து, தடங்கலாக இல்லாத வண்ணம் தன் வாலை அகற்றிக்கொண்டு, ஆணுக்கு 'வசதி' செய்து கொடுத்தது!

பெண், உடலுறவுக்கு முன் தன் பின்புறத்தால் ஆணின் உறுப்புப் பிரதேசத்தை மிருதுவாகத் தேய்க்கவும் செய்யும். ஆணின் வேட்கையை அதிகப்படுத்துவதற்காக அல்ல (அது உத்தரவாதம்!). பெண் தரும் 'மெஸேஜ்' அது! அதாவது, 'நான் நகரமாட்டேன். எங்கும் போய்விட மாட்டேன். உனக்கு

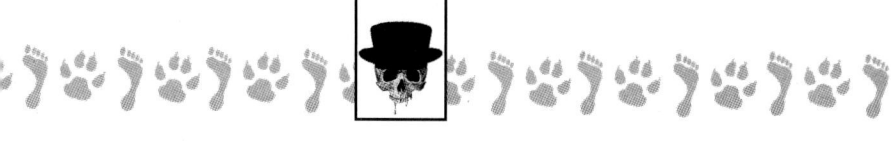

வசதியாக இருக்கிறதா? எந்தக் கவலையும் இல்லாமல், முழு ஈடுபாட்டுடன் என்னோடு நீ உறவு கொள்ளலாம்...' என்கிறது பெண்!

இவ்வளவு இருந்தும், எந்த விலங்கின் வாழ்க்கையிலும் சட்ட திட்டங்கள், சம்பிரதாயங்கள் எதுவும் நூறு சதவிகிதம் நிச்சயமல்ல... செக்ஸ் விஷயத்தில் சில சமயங்களில் எதுவும் மீறப்படலாம்!

தலைவனின் பார்வை!

அவ்வப்போது தலைவருக்கு மட்டுமே சொந்தமான பெண்ணின் கவனத்தைத் தொண்டன் ஒருவன் கவரக்கூடும்! தலைவன் அசந்து தூங்கி விடும்போதோ, கவனக்குறைவாக இருக்கும்போதோ, சமயம் பார்த்து அந்த தொண்டனுடன் தலைவி ரகசிய உடலுறவு வைத்துக் கொள்வதும் உண்டு!

இதை Kleptogamy என்கிறார்கள். Klepto என்றால் திருடுவது! Gamy – திருமண உறவு!

தலைவனின் 'செயல்பாடு' தலைவிக்குத் திருப்தி அளிக்காமல் போனாலோ அல்லது தலைவன் சற்று உடல்நலக்குறைவோடு இருந்தாலோ, அவனுக்கு வயசாகி விட்டாலோ தொண்டனுக்கு சான்ஸ் அடிக்கும்!

தொண்டனிடம் ஏதோ விஷயம் இருக்க வேண்டும். ஒருவேளை, அவன் பிற்பாடு தலைவனாகக்கூட ஆகலாம்! இப்படியாக, Kleptogamy–க்குப் பல காரணங்கள் உண்டு!

பிற்காலத்தில், அரசர்கள் அந்தப்புரத்துக்குக் காவலாளிகளாக விரைகள் நீக்கப்பட்ட ஆண்களை நியமித்ததுகூட ராணிகளைப் பற்றிய இந்தக் கவலையினால்தான்!

முன்னொரு சமயம் ஜெமினி நிறுவனம் தயாரித்த 'இன்ஸானியத்' என்ற திரைப்படத்தில் நடிப்பதற்காக 'ஜிப்பி' என்கிற சிம்பன்ஸி 'ஹாலிவுட்'டிலிருந்து வரவழைக்கப்பட்டது.

மீனம்பாக்கத்தில், விமானத்திலிருந்து அது தொப்பி, சூட்டுடன் இறங்கியபோது 'ஜிப்பி'யைப் பார்க்க ஆயிரக்கணக்கில் விமானநிலையத்தில் கூடியிருந்த மக்கள், 'அட! மனுஷன் மாதிரியே இருக்குப்பா!' என்று வியப்போடு பேசிக்கொண்டார்கள். மனிதன் மாதிரி இருப்பது உண்மைதான். ஆனால் சிம்பன்ஸி **'எந்த அளவுக்கு மனுஷன் மாதிரி'** என்பது பலருக்குத் தெரியாது!

'எந்த அளவுக்கு' என்பதை நான் விளக்கிய பிறகு 'சிம்பன்ஸி பற்றி இவ்வளவு விவரமாகச் சொல்லி, எங்களுக்கெல்லாம் குரங்கு போன்ற உணர்வை ஏற்படுத்தியது நியாயம்தானா?' என்று எரிச்சலாகக் கேட்பீர்கள். உண்மை அதுதான் என்பதால் நீங்கள் அதைத் தெரிந்து கொண்டுதான் ஆக வேண்டும்!

மனிதனுக்குள்ளே பலவிதமான உயிரினங்களின் மற்றும் மிருகங்களின் குணாதிசயங்கள் இருக்கின்றன என்றாலும் அதெல்லாம் ஆளுக்கு ஆள் மாறுபடும்!

அதாவது, சில மனிதர்களிடையே 'பாம்புத்தனம்' அதிகம் இருக்கும். சிலரிடையே 'ஓநாய்த்தனம்' அதிகம் இருக்கும்! ஆனால், ஒரே ஒரு மிருகம் எல்லா மனிதர்களுக்கு உள்ளேயும் வசிக்கிறது.

அது – சிம்பன்ஸி குரங்கு!

கடை ஓரமாகவோ, பஸ்ஸிலோ, வீட்டிலோ இதை இப்போது படித்துக் கொண்டிருக்கும் வாசகர்களுக்கு இந்தத் தகவல் ஒன்றும் அவ்வளவு ஆச்சரியமானதாக இருக்காது!

'இஞ்சி தின்ன குரங்கு மாதிரி...! மூஞ்சியைப் பாரு, குரங்காட்டம்...! நம்ம பையன் சரியான வாலுங்க..' – இப்படியாக, நாமே சமயம் கிடைக்கும்போதெல்லாம் மனிதனைக் குரங்கோடு ஒப்பிட்டுப் பேசுகிறோம். அரசியல்வாதிகள்கூடக் கட்சிவிட்டுக்

அலெக்ஸாண்டரும் சிம்பன்ஸியும்

கட்சி 'தாவுகிறார்கள்!' (ஆங்கிலத்தில் இன்னும் நிறைய இப்படிச் சொற்றொடர்கள் உண்டு!) இதற்குக் காரணம் – மற்ற எல்லா உயிரினங்களையும்விட குரங்குகளை நாம் மிகவும் நெருக்கமான விலங்குகளாகக் கருதுவதால்தான்!

'ஜீன்'களைப் பொறுத்தமட்டில், மனிதனுக்கும் சிம்பன்ஸிக்கும் நூலிழையில்தான் வேறுபாடு என்பதால், எந்த நேரத்திலும் ஒரு சிம்பன்ஸி நம்மிடம் வந்து 'என்ன தம்பி?!' என்று தோளில் கையைப் போட்டுவிடுமோ என்கிற கவலையான உள்ளுணர்வு நம் எல்லோருக்கும் இருக்கிறது!

கிரேக்க மன்னன் ஹானோ, கி.மு. ஐந்தாம் நூற்றாண்டில் ஆப்பிரிக்காவுக்குப் படையெடுத்தான். எழுபத்தைந்து கப்பல்களில் அந்த மன்னன் மேற்கு ஆப்பிரிக்கக் கடற்கரையில் இறங்கிப் பிற்பாடு சில வீரர்களை அழைத்துக்கொண்டு (இன்றைய) ஸீயிராலியோன் நாட்டுக்குப் போனபோது, மலைப்பகுதியில் திடீரென்று 'காட்டுமனிதர்கள்' ஹானோவின் குழு மீது தாக்குதல் நடத்தினார்கள்.

'உடல் முழுவதும் அடர்ந்த முடியுடன், சப்பை மூக்குடன் உறுமியவாறு பாய்ந்து வந்த அந்தக் காட்டு மனிதர்களை சிரமப்பட்டுத் துரத்தியடித்தோம். அதில் சில பெண்களை நாங்கள் கைப்பற்றியபோது, அவர்கள் ரொம்ப முரண்டு பிடித்தார்கள். எங்களை நகங்களால் கீறிக் கடித்து, அந்தக் காட்டுப் பெண்கள் செய்த ஆர்ப்பாட்டங்களைப் பொறுக்க முடியாமல் அந்தப் பெண்களை வாட்களால் குத்திக் கொல்ல வேண்டி வந்தது. பிறகு கிராமத்துக்கு அவர்களுடைய உடல்களைத் தூக்கி வந்தபோதுதான் அவை மனிதர்கள் அல்ல, கொரில்லா என்கிற குரங்குகள் என்று அங்கே வாழ்ந்த மக்கள் விளக்கினார்கள்...!' என்று தன் டைரியில் ஹானோ எழுதியிருக்கிறார்.

ஆமாம்! ஐரோப்பியர்கள் அதுவரை சிம்பன்ஸி கொரில்லா, எதையுமே பார்த்ததில்லை! ஆனால், இந்தியாவிலும், சீனாவிலும், தென் அமெரிக்காவிலும் குரங்குகள் பண்டைய காலத்திலேயே ரொம்பப் பிரபலம்!

ஆயிரக்கணக்கான ஆண்டுகளுக்கு முன்பே, மெக்ஸிகோவில் 'மாயா' நாகரிகத்தைச் சேர்ந்த மக்கள், 'இறைவன் மனிதனை உருவாக்கும் முயற்சியில் இறங்கிய போது சில தவறுகள் செய்ததால் வந்ததுதான் சிம்பன்ஸி! பிறகு மீண்டும் அந்தத் தவறுகள் சரி செய்யப்பட்டு திருத்தங்களுடன் உருவாக்கப்பட்டவனே மனிதன்!' என்று நம்பினார்கள்.

குரங்குகளுக்கும் மனிதனுக்கும் உள்ள நெருக்கத்தை எப்போதோ புரிந்துகொண்டவர்கள் இந்தியர்கள்! இந்தியாவிலும் எகிப்திலும் குரங்குகளுக்குக் கடவுள் அந்தஸ்துகூட தரப்பட்டது!

ஐரோப்பியர்கள் விஷயம் வேறு! விக்டோரியா மகாராணி காலத்தில் சிம்பன்ஸிகளை ஆராய்ந்த டாக்டர் தாமஸ் ஸாவேஜ் என்கிற உயிரியல் விஞ்ஞானி சிம்பன்ஸியைப் பற்றிக் கடுமையாக விமரிசித்தார்!

'சிம்பன்ஸி – கெட்டுப்போன, சீரழிந்த, கூச்சமில்லாத, ஆபாசமானதொரு உயிரினம்' என்றார் அவர். அதற்கு முக்கிய

காரணம் – சிம்பன்ஸி செக்ஸில் காட்டிய அதீத ஆர்வம்!

விக்டோரியா காலத்தில் பள்ளிக்கூடங்களில் மாணவிகள், குறிப்பிட்ட சில மலர்களை சோதனை செய்வதற்குக்கூடத் தடை விதிக்கப்பட்டிருந்தது! அந்தப் பூக்களுக்கு ஆண், பெண் பிரத்யேக உறுப்புகளின் 'சாயல்' இருந்ததுதான் காரணம்!

அந்த அளவுக்குக் கட்டுப்பெட்டித்தனம் நிலவிய காலக்கட்டம் என்பதால், 'செக்ஸி'யான சிம்பன்ஸிகள் ஐரோப்பியர்களை அதிர்ச்சிக்குள்ளாக்கியதில் ஆச்சரியம் இல்லை!

பிற்பாடு, தவிர்க்க முடியாமல் லண்டன் 'ஜூ'வில் சிம்பன்ஸிகளைத் தயக்கத்தோடு கொண்டு வந்து வைத்தார்கள். ஆனால், குழந்தைகளோடு ஜூவுக்கு வந்த பெற்றோர் சிம்பன்ஸி கூண்டை நெருங்கினாலே பதற்றத்துடன் குழந்தைகளின் கண்களை மூடியவாறு, வேகமாகக் கூண்டைக் கடந்து ஓடினார்கள். அம்மாக்களின் முகம் கூச்சத்தால் சிவந்துபோனது. சிம்பன்ஸி செய்த செக்ஸ் லூட்டிகள்தான் காரணம்!

ஜிப்பி

ஒருமுறை லண்டன் ஜூவில், சிம்பன்ஸிகள் 'பப்ளிக்'காக(!) காதல் லீலைகளில் ஈடுபட்டிருந்ததைக் கூட்டத்தோடு நின்று பார்க்க நேர்ந்த ஆக்ஸ்போர்டு பிஷப் ஸாமுவேல் வில்பர்போர்ஸ் மிகுந்த திகைப்புக்குள்ளாகி, கோபத்துடன் அவற்றைப் பார்த்து விரலை நீட்டி உரக்க, 'உங்களை நான் வன்மையாகக் கண்டிக்கிறேன். கூச்சமே உங்களுக்குக் கிடையாதா? என்னை நாத்திகனாக ஆக்கும் அளவுக்கு உங்கள் நடவடிக்கைகள் என்னை வெறுப்படையச் செய்கின்றன. சே...! இவ்வளவு ஆபாசமான உயிரினத்தை இறைவன் ஏன்தான் படைத்தாரோ என்று ஆச்சரியமாக இருக்கிறது!' என்று 'டோஸ்'விட, அதைக் 'கேட்ட' சிம்பன்ஸி ஒன்று கூண்டில் அவர் முன்பு வந்து அமர்ந்து உற்சாகமாக சுய இன்பத்தில்

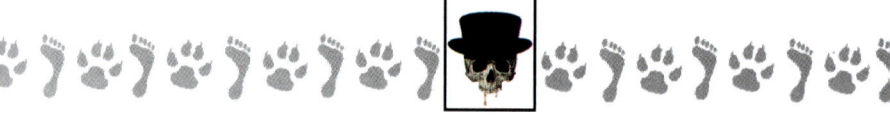

ஈடுபட ஆரம்பித்தது. 'பிஷப்'பின் முகம் மேலும் வெளிறிப் போய்விட்டது!

பொதுவாகவே குரங்கு இனம் ரொம்ப செக்ஸி! இந்தியாவுக்கு அலெக்ஸாண்டர் படையெடுத்து வந்தபோது, முதலில் அவரை எதிர்கொண்டது குரங்குகள்தான். அலெக்ஸாண்டருக்கு எதிரே அந்த பிஷப் முன்பு சிம்பன்ஸி செய்ததையே குரங்குகள் செய்தன. இந்த மரியாதைக் குறைவான செயலைப் பார்த்துக் கோபம் கொண்ட மன்னர், அந்தக் குரங்குகளை வெட்டித் தள்ளும்படி வீரர்களுக்கு ஆணையிட்டார்! (பாவம், சிம்பன்ஸிக்கும் மனிதனுக்கும் 99.6 சதவிகிதம் 'ஜீன்'கள் ஒன்றேதான் என்பது 'அலெக்ஸு'க்கு தெரியாது. அவருடைய குரு அரிஸ்டாடிலுக்கும் தெரியாது!)

சுருக்கமாக, குதிரைக்கும் கழுதைக்கும் உள்ள வித்தியாசம்தான் நமக்கும் சிம்பன்ஸிக்கும்!

'ஒவ்வொரு மனிதனும் அணிந்து கொண்டிருக்கும் 'நாகரிகம்' என்கிற உடைக்குள்ளே இருந்து ஒரு சிம்பன்ஸி வெளியே வரத் துடித்துக் கொண்டிருக்கிறது!' என்கிறார்கள் ஆராய்ச்சியாளர்கள்.

ஆகவே, சிம்பன்ஸிகளைப் பற்றிப் புரிந்துகொள்வதன் மூலம் நாம் நம்மைப் பற்றி (நிஜமான நாம்!) புரிந்துகொள்ள முடியும்!

சிம்பன்ஸி நம்மைவிடக் குள்ளம். ஆனால், நம்மைவிடப் பலசாலி! உடல் முழுதும் அடர்த்தியான முடி அதற்கு உண்டு. அநேகமாக எல்லா 'சிம்ப்'களுக்கும் ப்ரௌன் நிறக் கண்கள் இருக்கும். அவை நாற்பது அல்லது ஐம்பது வயதுவரை வாழும். மருத்துவ ஆச்சரியங்கள் வருவதற்கு முன்பு, மனிதர்கள் நாற்பதைத் தாண்டியதே அரிது என்பதை நாம் நினைவில் வைத்துக்கொள்ள வேண்டும்.

சிம்பன்ஸிகள் கைகளையும் பயன்படுத்தி (நாலு காலால்) நடக்கும். சில சமயம் இரண்டு கால்களாலும் (நம்மைப் போல) நடக்கும். நாலுகால் நடை போடும் போது உள்ளங்கைகளைப் பயன்படுத்தாமல், மணிக்கட்டுகளை சர்வ அலட்சியமாக உபயோகிக்கும்.

ஆண் சிம்பன்ஸிகள் எல்லாமே முன்கோபிகள் (Short Tempered). குடும்ப உறவு அவைகளுக்கு ரொம்ப முக்கியம். 'சிம்ப்' குழந்தைக்கு ஒரு பிரச்னை என்றாலோ, அது வீறிட்டு அழுதாலோ உடனே அம்மா, பாட்டி, அத்தை எல்லோரும் பதைபதைப்போடு ஓடிச் சென்று, குழந்தையைத் தூக்கிக் கொண்டு சமாதானப்படுத்தும்.

'சிம்ப்'களுக்கு ப்ராங்கைடீஸ், நிமோனியா போன்ற, மனித நோய்கள் அத்தனையும் வரும். வயசானால் நெற்றியில் வரிக்கோடுகள், முகத்தில் சுருக்கங்கள், பல் விழுவது, முடி கொட்டுவது, நரைப்பது... எல்லாப் பிரச்னைகளும் அவைகளுக்கும் உண்டு!

முகம் பார்க்கும் கண்ணாடியில் பார்க்க நேரிட்டால், 'இது நான்தான்!' என்பதை சிம்பன்ஸிகள் புரிந்து கொள்கின்றன. குடும்பத்தினர், உறவினர்கள்கூட அமர்ந்து, 'அரட்டையடித்துக்கொண்டு' விருந்து சாப்பிடுவது அவைகளுக்குப் பிடிக்கும்.

அதே சமயம், மது அருந்தினால் மனிதனைப் போலவே போதையோடு தள்ளாடியவாறு – 'டாய்' என்று குரல் கொடுப்பதைத் தவிர – மற்ற எல்லா கலாட்டாக்களையும் சிம்பன்ஸி பண்ணும். அப்போது, அதன் பின்னாலேயே பெண் சிம்பன்ஸி கவலையோடு ஓடும்!

செக்ஸ்?! சிம்பன்ஸிகளின் செக்ஸ் விஷயத்தை விவரிக்க, ஒரு தனிப் புத்தகமே போட வேண்டியிருக்கும்...!

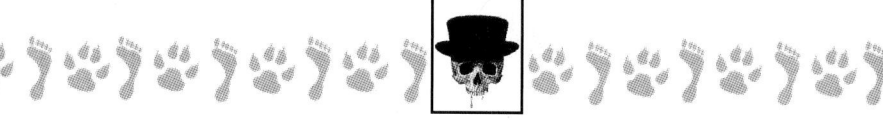

தேவை விதவிதமான டிபன்!

சத்தம் எழுப்பாமல் அடிமேல் அடி வைத்து என்னோடு கொஞ்சம் வாருங்கள். இது சிம்பன்ஸி பிரதேசம்! நாம் பணிவாக இருப்பது நல்லது. சரி, அந்தப் புதருக்குப் பின்னாலிருந்துகொண்டு எட்டிப் பார்க்கலாமா? அதோ, சிம்பன்ஸி தலைவர் ஒரு பாறை மீது உட்கார்ந்து கொண்டிருக்கிறார். என்ன கம்பீரம், பார்வையில் என்னதொரு அலட்சியம்!

அவர் காலடியில் யார் அது? இன்னொரு சிம்பன்ஸி! அது தலைவரின் காலடியருகே இருக்கும் தரையையே பார்த்துக் கொண்டிருக்கிறது. ஒருமுறைகூட அண்ணாந்து பார்க்காமல்... தலைவரின் பாதங்களை அவ்வப்போது முத்தமிடுகிறது. சரேலென்று தலைவரின் கைகள் நீளுகின்றன. தொண்டனின் தோளை மென்மையாகத் தட்டிக் கொடுக்கிறார் தலைவர். பிறகு அதன் தலை மீது கை வைக்கிறார். சிம்பன்ஸி தொண்டன் ஏதோ தப்பு செய்திருக்க வேண்டும். இப்போது அது 'அப்பாடா தப்பித்தோம்!' என்று பெருமூச்சு விடுகிறது. தலைவர் மன்னித்துவிட்டார்!

தலைவர் எழுந்து மெள்ள நடக்க ஆரம்பிக்கிறார். இதுவரை சற்று தொலைவில் பவ்யமாக நின்ற மற்ற மந்திரி பிரதானி சிம்பன்ஸிகள் அவரை நெருங்கி, அதே சமயம் அவருக்கு வழிவிட்டு இருபுறமும் நிற்கின்றன. நடந்தவாறே சிலரை தலைவர் தட்டிக் கொடுக்கிறார். சிலரோடு கைகுலுக்குகிறார். பிடித்தமான சிலரை அணைத்துக்கொண்டு முத்தமிடுகிறார்.

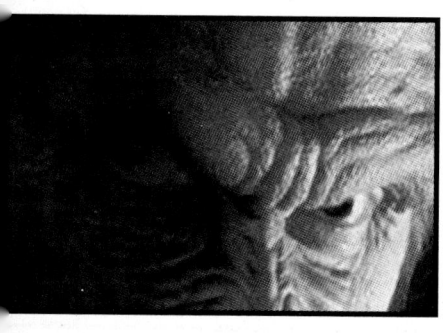

ஏராளமான கைகள் அவரை நோக்கி, அவருடைய தொடு தலுக்காக நீள்கின்றன! 'ராயல் டச்' அல்லவா!

என்ன வாசகர்களே, ஏதோ அமெரிக்க ஜனாதிபதியோ, பிரிட்டிஷ் பிரதமரோ, இந்தியத் தலைவரோ ஒரு விழாவுக்குள் நுழைவது போலவே இருக்கிறதா?!

போகிற வழியில், துடிப்பான இரு இளம் ஆண் சிம்பன்ஸிகள் அடிதடியில் இறங்கியிருப்பதை தலைவர் பார்க்க நேருகிறது. தலைவரின் ஒரு கடுமையான முறைப்பு போதும். உடனே அந்த இரண்டும் சண்டையை நிறுத்தி விட்டுத் தலைகுனிந்து ஓரமாகப் போய் நிற்கும். சில சமயம் திமிரோடு, அவரை கண்டுகொள்ளாமல் சண்டையை அவை தொடரலாம்! அப்படி நிகழ்ந்தால், தலைவரின் புருவங்கள் நெறியும். அவர்களை வேகமாக நெருங்கி ஆளுக்கு ஒரு அறை விடுவார். பிறகு இரண்டும் கப்சிப்!

ஒவ்வொரு 'சிம்ப்'புக்கும் மற்ற நண்பர்களின், குடும்பத்தினரின் குரல் நன்றாகத் தெரியும். அதாவது, மேல் மாடியில் தாமு நண்பர்களோடு சீட்டு ஆடிக் கொண்டிருக்கும்போது, கீழேயிருந்து 'தாமே!' என்று குரல் வந்தவுடன், குரலைப் பார்த்தே புரிந்து கொள்ளும் தாமு, 'டேய்! தீனா வந்துக்கிறான்... போய்க் கூட்டியா!' என்று சொல்வது போல!

ஒரு வித்தியாசம் – சிம்பன்ஸிக்கு பெயர் கிடையாது! குப்புசாமி, சுரேஷ் என்றெல்லாம்... ஆனால், காட்டில் தொலைவிலிருந்து ஒரு 'சிம்ப்' குரல் எழுப்பினால் இங்கே கூட்டத்திலிருக்கும் குறிப்பிட்ட சிம்ப் 'அழைப்பு தனக்குத்தான்' என்று புரிந்துகொள்ளும். மற்ற நண்பர்களும் 'உன்னைக் கூப்பிடறான் பாரு' என்பதைப் போல அதைத் தட்டிக் கொடுத்து அனுப்பும்!

மனிதனுக்குள்ளே ஒரு மிருகம்!

மற்ற எல்லா விலங்கினங்களும் குறிப்பிட்ட சிலவற்றைத்தான் உணவாகத் தேர்ந்தெடுக்கின்றன. சிம்ப் இந்த விஷயத்தில் நம்மை மாதிரியேதான்! ஒவ்வொரு நாளும் விதவிதமான 'டிபன்' அதற்குத் தேவை!

பழங்கள், இலை, விதைகள், பூச்சி வகைகள், மீன், நண்டு, முயல், எலி, பறவை, மற்ற வகை குரங்குகள் எல்லாவற்றையும் சிம்பன்ஸிகள் ஒரு வெட்டு வெட்டும்! மரவட்டைகள் அவைகளுக்கு ரொம்பப் பிடிக்கும். மனிதனுக்கு ஸ்வீட் மாதிரி – அதற்கு மரவட்டை!

நமக்கு உணவில் உப்பு தேவைப்படுகிறது. சிம்பன்ஸிகள் உப்புச்சத்துள்ள மண்ணை (Soil) தின்கின்றன! குட்டி 'சிம்ப்'கள் சில சமயம் விஷ இலை எதையாவது வாயருகே கொண்டு போனால் அம்மா அந்த இலையைத் தட்டிவிட்டு, குழந்தை முதுகில் ஒரு போடு போடும்!

சிம்பன்ஸிகளுக்கு நாள் முழுவதும் (நம்மில் பலரைப் போல) நொறுக்குத் தீனி தேவை! நாம் நடந்தவாறே சுண்டல், வேர்க்கடலையை வாயில் போட்டுக் கொள்வது போல 'சிம்ப்'களும் நடந்தவாறு எதையாவது மென்று கொண்டிருக்கும்.

ஒவ்வொரு நாளும், இரவு நேரத்தில் மரத்தின் மேலே, அகலமான கிளைகள் மீது, பெரிய இலைகளைக் கொண்டு படுக்கை அமைத்துக் கொள்ளும் ஒரே விலங்கினம் 'சிம்ப்'தான்! சிம்பன்ஸிகள் கனவு காண்கின்றன என்கிறார்கள் விஞ்ஞானிகள். தூக்கத்தில் திடீரென்று ஏதாவது சத்தம் கேட்டாலோ, பயங்கரக் கனவு கண்டாலோ அது திடுக்கிட்டு எழுந்து பக்கத்தில் உள்ள 'சிம்ப்'பை கட்டிப் பிடித்துக் கொள்வதுண்டு! சிம்பன்ஸிகளுக்கு கலாட்டாவான விளையாட்டுகளில் ரொம்ப விருப்பம் உண்டு. பெரிய ஆண்கள்கூட நேரம் ஒதுக்கி குழந்தைகளோடு விளையாடும். அநேகமாக பொய்யான குத்துச்சண்டைதான்!

அவ்வப்போது சிம்ப் படை வேட்டைக்குக் கிளம்பும்போது நாமும் கூடவே போய்ப் பார்த்தால்... திகைப்பும், வியப்பும் நம்மைச் சூழ்ந்து கொள்ளும்!

அதோ, புதர்களுக்கிடையே உள்ள அந்த பொந்துக்குள் ஏதோ இரை இருப்பதை 'சிம்ப்' ஒன்று கண்டுபிடித்துவிட்டது. உடனே அது மெலிதாக 'ஸ்ஸ்ஸ்' என்று மற்ற நண்பர்களை எச்சரிக்கிறது. உடனே மற்றவை ஆங்காங்கே ஒளிந்து கொண்டு ஒரு வியூகம் வகுத்து 'எஸ்கேப் ரூட்'களை எல்லாம் அடைத்துவிட, சில 'சிம்ப்'கள் பொந்து வாசலில் குச்சிகளாலும், கற்களாலும் தட்டி இரைக்கு பதற்றமேற்படுத்துகின்றன. இரை தப்பிப்பதற்காக வெளியே பாய... அட, ஒரு குட்டிப் பன்றி! சரேலென்று சில 'சிம்ப்'கள் பாய்ந்து அதைப் பிடித்தவுடன் மறைவிடங்களிலிருந்து மற்றவை அங்கே 'ஜம்ப்' செய்கின்றன. பன்றி தப்பித்து ஓடினாலும் வேறு ஒரு 'சிம்ப்'பிடம் சத்தியமாக மாட்டிக் கொள்ளும் என்பதைச் சொல்லத் தேவையில்லை! சிம்பன்ஸியின் பற்கள் கூர்மையானவை. சில விநாடிகளில் பன்றி காலி! வேட்டை முடிந்ததை மிகப் பெரிய வெற்றி விழா போல சிம்பன்ஸிகள் கொண்டாடுகின்றன. குதித்து, கிறீச்சிட்டு ஒன்றையொன்று 'சபாஷ்!' என்பது போல தட்டிக் கொடுத்து, விசிலடித்து குரூப் டான்ஸ் ஆடி... அந்தக் காட்சி

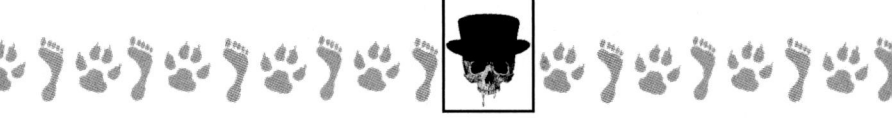

களேபரமாக இருக்கும்! பன்றியின் மூளையையும், விரைகளையும் தலைவர் முதலில் சாப்பிடுவார்! பிறகு பன்றியின் மார்புப் பகுதியை உபதலைவர் கிழித்து அதன் இதயத்தை உருவியெடுத்து, சாப்பிடுவதற்கு முன்பு அதை உயர்த்திக் காட்ட... மற்ற 'சிம்ப்'கள் 'ஹோ'வென்று கரகோஷம் எழுப்பும்! அந்தக் காலத்தில் மனிதன் இதேபோலத்தான் வேட்டையாடியிருக்க வேண்டும்! அப்போது மரக்கிளைகள், கற்கள் ஆயுதமாக இருந்தன. இப்போது துப்பாக்கிகள்!

சில நாட்களுக்கு ஒருமுறை எல்லா சிம்பன்ஸிகளும் படையாகக் கிளம்பி தங்கள் எல்லையை கண்காணிக்கவும், ரோந்து பார்க்கவும் கிளம்பும். இது ஒரு முக்கியமான சம்பிரதாயம்! வேட்டைக்குக் கிளம்புவது வேறு, இது வேறு! சிம்ப் எல்லைகளின் குறுக்களவு ஏழெட்டு கி.மீ. இருக்கலாம் அல்லது முப்பது முப்பத்தைந்து கிலோ மீட்டரும் இருக்கலாம்.

எல்லையை ரோந்து பார்க்கக் கிளம்பிய 'சிம்ப்' படையுடன் ஜேன் கூடாலும் ஒரு முறை கூடவே போய்விட்டு வந்து இதோ அந்த அனுபவத்தை விவரிக்கிறார்..!

"தலைவர் முன்னால் போக, பின்னால் 'க்யூ' வரிசையாக மற்றவை செல்கின்றன. வழியில் ஒரு சிம்ப் கூட சத்தமெழுப்புவதில்லை. பயங்கர மௌனம் நிலவுகிறது. நான் ஒரு முறை லேசாக இருமியபோது ஒரு சிம்பன்ஸி திரும்பி என்னைப் பார்த்து 'உஷ்...' சொன்னது!

'வழியெங்கும் கீழே உள்ள இலை, கிளைகள், சருகுகளை எடுத்து டெஸ்ட் பண்ணிக் கொண்டே அவை போகின்றன. சற்றுத் தொலைவில் திடீரென ஏதாவது கிளை முறியும் சத்தம் கேட்டால்கூட அத்தனை 'சிம்ப்'களும் துணுக்குற்று நின்று, விபரீதமாக எதுவுமில்லை எனத் தெரிந்ததும் ஒன்றையொன்று பார்த்து 'ஸ்மைல்' செய்து முதுகில் தட்டிக் கொடுத்து விட்டு பயணத்தைத் தொடர்கின்றன. தங்கள் கூட்டத்தைச் சேர்ந்த ஒவ்வொருவருடைய 'நம்பர் 2' வாசனை அத்தனை 'சிம்ப்'களுக்கும் தெரியும். வேறு ஏதாவது அந்நிய சிம்பன்ஸி

இவற்றின் எல்லைக்குள் நுழைந்து 'நம்பர் 2' போய்விட்டால் அதைச் சோதித்துக் கண்டுபிடித்து விடுகின்றன. உடனே அங்கே பரபரப்பு தொற்றிக் கொள்கிறது. உடனே 'ஏய்... எவனோ நம்ம எல்லைக்குள்ளே பூந்திருக்கான்!' என்பது போன்ற குரல்கள் எழும்புகின்றன. வேறு பகுதியைச் சேர்ந்த சிம்ப் எல்லையோரமாக வந்தால் தலைவர் 'டாய்... யார்றா அது..? போடாங்க..!' என்பது போல மிரட்டலாக குரல் கொடுக்கிறார். ஊடுருவப் பார்த்த சிம்ப் எகிறி குதித்து ஓடி விடுகிறது. அதையும் மீறி அந்த சிம்ப் நின்றால் – அது ஆணாக இருந்தாலும் சரி, பெண்ணாக இருந்தாலும் சரி – நம்ம சிம்ப்கள் ஓடிப்போய், அதைப் பிடித்துக் கொள்ள, தலைவர் போய் அவசரமாக, படுவேகமாக பின்னாலிருந்து அதனுடன் உடலுறவு கொண்டுவிட்டுப் பிறகு அதை அடித்துத் துரத்திவிடுகிறார்! உண்மையில் அது முழுமையான உடலுறவு கிடையாது. ஜஸ்ட், அவமானப்படுத்துவது!

எல்லைக் கண்காணிப்பு, ரோந்து எல்லாம் முடிந்தவுடன் நடுமையத்துக்குத் திரும்பி... பிறகு மகிழ்ச்சி ஆரவாரம்தான்! டான்ஸ், கைகுலுக்கிக் கொள்ளுதல்... எல்லாம் அங்கே நிகழும். 'எங்கள் எல்லை எங்களுக்கே..! எங்கள் மண்ணைத் தொட யாரையும் அனுமதிக்க மாட்டோம்... வாழ்க நம் தலைவர்!' என்று 'சிம்ப்'கள் குரலெழுப்புவது போலவே எனக்குத் தோன்றியது!" என்கிறார் ஜேன் கூடால்!

அட, மறந்துவிட்டேனே... செக்ஸ்! இந்த விஷயத்தில் சிம்பன்ஸிகள் மனிதனைவிட ஒரு படி மேலே போகின்றன. செக்ஸ் சம்பந்தப்பட்ட பல விஷயங்களில் சிம்பன்ஸிகளைப் பார்த்து நாம் பொறாமைப் படத்தான் முடியும்!....

அப்படியிருக்க, அதைப் பற்றி நான் சொல்லாமல் இருக்க முடியுமா?

ஆனாலும் பரபரப்பான செக்ஸ்!

செக்ஸ் இல்லையெனில், உலகிலுள்ள கோடிக்கணக்கான உயிரினங்களும் அழிந்தொழிந்துவிடும். படைப்பு என்பது அடியோடு நின்றுபோகும். பிறகு, பூமி உயிரில்லாத, பிரமாண்டமான வெறும் பாறையாக, அகண்ட கண்டத்தில் உருண்டு கொண்டே மிதக்க வேண்டியதுதான்!

குட்டிப் பூச்சியிலிருந்து மாபெரும் நீலத் திமிங்கிலம் வரை – ஒவ்வொரு உயிரினத்தின் செக்ஸ் வாழ்க்கையும் மகா வியப்பானது! மனிதனால் கற்பனை செய்ய முடியாத, விசித்திரமான, விபரீதமான அணுகுமுறைகளைப் பின்பற்றி உடலுறவு கொள்ளும் உயிரினங்கள் நிறையவே உண்டு.

சிம்பன்ஸி இந்த விஷயத்தில் எப்படி?

சிம்பன்ஸி எந்தளவுக்கு மனிதனுக்கு மிக நெருக்கமான உயிரினம் என்பது, இதுவரை வந்துவிட்ட எல்லா வாசகர்களுக்கும் ஏற்கெனவே தெரிந்த ஒன்று! ஆகவே, அதனுடைய செக்ஸ் வாழ்க்கை அந்தளவுக்கு உங்களை ஆச்சரியப்படுத்தாது என்பதை முதலிலேயே சொல்ல வேண்டி இருக்கிறது!

அதே சமயம், சிம்பன்ஸியின் அணுகுமுறைகள் நம் ஆழ்மனதில் (Sub conscious) உள்ள உணர்வுகளைப் படம்பிடித்துக் காட்டுவதால், அந்த உயிரினத்தைப் பற்றிப் படிக்கும்போது பலருக்கு தர்மசங்கடம் ஏற்படலாம். சிலருக்கு ('ஜூ'வில் 'சிம்ப்'களின் வெளிப்படையான செக்ஸைப் பார்த்துக் கூச்சல் போட்ட பிஷப் மாதிரி) கோபம்கூட வர வாய்ப்பு உண்டு. ஆகவேதான், இந்தப் பகுதி முழுக்கவே சின்னம் போட வேண்டியிருக்கிறது!

காதலுக்கு முன் மனிதன் மேற்கொள்ளும் மிருதுவான, படிப்படியான அணுகுமுறையை ஆங்கிலத்தில் Courtship

என்று சொல்வார்கள். 'சிம்ப்' வாழ்க்கையில் அந்த அணுகுமுறை கிடையாது!

ஒரு ஆண் சிம்ப், புணர்ச்சியை விரும்பினால் உடனடியாக, நேரடியாகக் காரியத்தில் இறங்கி விடுகிறது. பெண்ணைப் பார்த்தவுடன் கிறீச்சிட்டவாறு மரக்கிளைகளை ஆட்டி, எகிறிக் குதித்து, இரு கரங்களையும் அவளை நோக்கி நீட்டி... அதோடு சரி! உடனே பெண் புரிந்துகொண்டாக வேண்டும்!

புணர்ச்சிக்கான 'மூடு' வரும்போது, ஆணின் உடல்மீதுள்ள முடி அத்தனையும் சிலிர்த்துக் கொள்ளும். அதன் விறைப்பான உறுப்பு அதிக ரத்தம் ஓட்டம் காரணமாகச் செக்கச் சிவந்துபோகும். 'உன்னுடன் உடனே நான் உடலுறவு கொண்டாக வேண்டும்' என்பதே இதற்கு அர்த்தம். 97 சதவிகிதப் பெண் சிம்ப்கள் இதற்குக் கீழ்ப்படிகின்றன. மூன்று சதவிகிதப் பெண்கள் உடனே ஆர்வம் ஏற்படாமல், சற்று முரண்டு பிடிக்கலாம். இது ஆணுக்குக் கடுங்கோபத்தை உண்டாக்கும். மனிதன் பெண்ணிடம் கத்தியைக் காட்டிப் பலாத்காரப்படுத்துவது போல சிம்பன்ஸிகள், முரண்டு பிடிக்கும் பெண்களை வழிக்குக் கொண்டுவரச் சில வழிகளைக் கடைப்பிடிக்கின்றன...

சில சமயம் மரக்கிளை ஒன்றை ஒடித்து, அதை உயர்த்திக் காட்டி பெண்ணை எச்சரிக்கும். சற்றுப் பெரியதொரு கல்லை தூக்கிக் காட்டி மிரட்டும். ஆணிடம் பயம் காரணமாக, அநேகமாக எல்லாப் பெண்களும் பிரச்னை ஏற்படுத்தாமல், அருகில் வந்து அமர்ந்துவிடுகின்றன.

'சிம்ப்' உலகில் எல்லா ஆண்களும் எந்தப் பெண்ணோடு வேண்டுமானாலும் உறவு கொள்கின்றன – தலைவரின் மனைவிகளைத் தவிர! அங்கேயும் கள்ளக்காதல் (Kleptogamy) உண்டு!

ஒரேயொரு பெண்ணுடன் மட்டும் சிம்ப் உடலுறவு வைத்துக்கொள்வதைத் தவிர்க்கிறது. அது – தாய்! (பெரும்பாலான 'சிம்ப்'கள் சகோதரிகளிடமும் உறவு கொள்வதில்லை!) சிம்ப் செக்ஸ் வாழ்க்கையில் incest கிடையாது (பறவைகள் உட்பட பெரும்பாலான உயிரினங்களிடையே குடும்பத்துக்குள் உறவு - inbreeding - உண்டு!).

எப்போதாவது சற்று அதிகப்பிரசங்கித்தனமான ஒரு சிம்ப், தாயைப் பாலியல் உணர்வோடு நெருங்குவதுண்டு. அப்போது தாய், அதன் முதுகில் ஒரு போடு போட்டுப் பிடித்துத் தள்ளிவிடும்!

எப்போதுமே பெண் 'சிம்ப்' குப்புற உட்கார்ந்துகொள்ள,

ஆண் பின்புறத்தில் நின்றவாறுதான் புணரும். 99 சதவிகிதம் எல்லா விலங்கினங்களும் இந்த முறையைத்தான் கடைப்பிடிக்கின்றன.

அந்தக் காலத்தில் பல விஞ்ஞானிகளும் சிந்தனை யாளர்களும் இந்த அணுகுமுறையை சுட்டிக்காட்டி, ‘நம்மையும் சிம்பன்ஸியையும் எப்படி ஒப்பிடலாம்? நாமும் அவையும் வெவ்வேறு விதமான உயிரினங்கள்!’ என்று வாதிட்டார்கள்.

உயிரியல் விஞ்ஞானிகள் அந்த வாதத்தை மிகச் சுலபமாக உடைத்தார்கள். ‘பல லட்சக்கணக்கான ஆண்டுகளாக மனிதஇனம் சிம்பன்ஸி பாணியில்தான் புணர்ச்சியில் ஈடுபட்டது. நேருக்கு நேர் பார்த்தவாறு உடலுறவு கொள்வது ரொம்பத் தாமதமாக வந்த பழக்கம்!’ என்று அவர்கள் எடுத்துச் சொன்னார்கள்.

நேருக்கு நேர் செக்ஸுக்கு ‘மிஷனரி பொஸிஷன்’ என்று செக்ஸ் ஆய்வாளர்கள் பெயரிட்டிருக்கிறார்கள். அதாவது, ‘கிறிஸ்தவ மதம் தோன்றிய பிறகு, மரியாதை நிமித்தமாகவும் விலங்குகளைப் போல மனிதர்கள் உறவு கொள்ளக்கூடாது என்பதற்காகவும் ஏற்பட்ட வழக்கம்’ என்பது அவர்கள் விளக்கம்!

மனிதனுக்குப் பகுத்தறிவும் காதலும் மொழியும் வந்தவுடனேயே அவன் காதலியை உடலுறவின்போது நேருக்குநேர் பார்க்க விரும்பியிருக்க வேண்டும் என்றாலும், இப்போதும் ‘சிம்ப் வகை உறவு’ மனிதர்களிடையே பரவலாக உண்டு என்பதை மறுக்க முடியாது.

ரோமானியர்கள் காலத்தில் (ஜுலியஸ் சீஸர், மார்க் ஆண்டனி உட்பட!) ஆண்கள் ‘சிம்ப்’ முறையைத்தான் உடலுறவின்போது பின்பற்றினார்கள். அப்போது ரோம் நாட்டில், ஆண்கள் வசதியாக அமர்வதற்காக சொகுசான முக்காலிகள்கூட தயார் செய்யப்பட்டன!

மனிதர்களோடு ஒப்பிடும்போது, சிம்பன்ஸிகள் ஒரு விஷயத்தில் மாறுபடுகின்றன. சிம்ப்களுக்குத் துளியும் கூச்சம், மறைவிடம், மென்மை எதுவும் செக்ஸில் கிடையாது.

மனிதனுக்குள்ளே ஒரு மிருகம்! 167

வெட்டவெளியில் வெளிப்படையாக, கூட்டமாக, சிம்ப்கள் உடலுறவு கொள்கின்றன. படுவேகமாக ஜோடிகள் மாறிக்கொண்டே இருக்கும்.

சிம்பன்ஸிகள் மனிதனைப் போல உடலுறவுக்காக நீண்ட நேரம்(?) எடுத்துக் கொள்வதில்லை. மிகச் சுருக்கமாக, ஏழெட்டு விநாடிகளில் புணர்ச்சி முடிந்துவிடுகிறது. உடனே காலரைத் தூக்கிவிட்டுக் கொள்ள வேண்டாம்! ஐந்து நிமிடத்துக்குள் ஆண் சிம்பன்ஸி மீண்டும் உடலுறவுக்குத் தயாராகி விடுகிறது என்பதையும் குறிப்பிட்டாக வேண்டும். ஒரு மணி நேரத்துக்குள் ஆண் ஐந்தாறு முறை உடலுறவு கொள்ளும் – இப்படித் தொடர்ந்து மணிக்கணக்காக!

பெண் சிம்ப்களின் உறுப்புக்குள்ளே, கருத்தரிக்க முட்டை தயாராகும் சமயத்தில் (இதை estrous period என்கிறார்கள்), ஆண் தலைவர்கள் அந்தப் பெண்களை எச்சரிக்கையாக, தங்களுக்காகத் தக்கவைத்துக் கொள்ளும். தொண்டர்கள் அருகில் நெருங்க அனுமதி கிடையாது.

Estrous சமயங்களில் பெண் சிம்ப்களின் பின்புறம்

பெரிதாகிச் சிவந்திருப்பதை நாம் 'ஜூ'க்களில்கூடப் பார்த்திருக்கலாம்!

அந்தச் சமயத்தில் உறவு மேற்கொண்டால்தான் குழந்தை பிறக்கும். என்பதும் அது, தன்னுடைய குழந்தையாக இருக்க வேண்டும் என்பதும் ஆண் தலைவர்களின் உள்ளுணர்வுக்குத் தெரியும்!

சிம்ப்கள் அநேகமாக அதிகாலையில்தான் நிறையப் புணர்கின்றன! இரவு நீண்ட நேரம் தூங்கி, காலையில் எழும்போது பொதுவாகவே செக்ஸ் ஹார்மோன் அளவு அதிகமாக இருப்பதால் அப்படி!

செக்ஸ் விஷயத்தில் மனிதனுக்கு அடுத்தபடியாக சிம்ப்களுக்கும் பொறாமை உணர்வு இருப்பதாக ஆராய்ச்சியாளர்கள் சொல்கிறார்கள். 'மற்றவளுடன் என் ஆள் போகக்கூடாது' என்கிற எண்ணம் குறிப்பாக பெண் சிம்பன்ஸிகளுக்கு அதிகம் இருப்பதாக விஞ்ஞானிகள்

அட, போங்கப்பா..! இங்க என்ன சினிமாவா காட்டறாங்க?

மனுஷங்ககூடப் போய் எதுக்கு வம்பு வெச்சுக்கறாரு உங்க மருமகன்?!

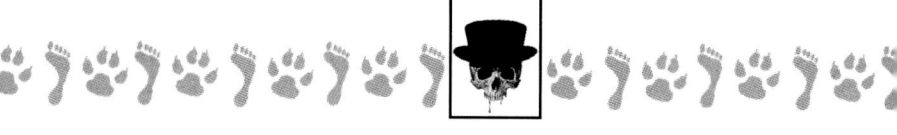

கூறுகிறார்கள்.

ஜேன் கூடால் பார்த்து வியந்த ஒரு நிகழ்ச்சி இது...

ஆண் சிம்ப் ஒன்று உறவுக்காகப் பெண்ணை நெருங்க, அதைப் பெண் தட்டிக் கழித்து நகர்ந்து போய்விட... பொறுமையிழந்த ஆண், அந்தப் பெண்ணின் மகளுடன் உறவு வைத்துக்கொண்டது. திரும்பி வந்து அதைப் பார்த்த தாய், பின்னாலிருந்து வந்து அந்த ஆணை மொத்தித் தள்ளிவிட்டது!

சில சமயம், எல்லைக்கு அப்பால் உள்ள (வேற்று நாட்டு) பெண் சிம்பன்ஸிகள் எல்லையை ஊடுருவ முயல்வதுண்டு. அப்போது 'உள் நாட்டு' பெண்கள் கூட்டமாகக் கிறீச்சலுடன் ஓடிப்போய், 'ஏண்டி... வேற வேலை இல்லையாடி உங்களுக்கெல்லாம்? மினுக்கிக்கிட்டு வந்துட்டாளுங்க, நம்ம புருஷங்களை மயக்க!' என்பதுபோல அடித்துத் துரத்துகின்றன!

Estrous–ல் இல்லாத பெண் சிம்ப்களை (அவை பெரிய இடத்து அந்தப்புரத்தைச் சேர்ந்தவை யாக இருந்தாலும் சரி) எந்தவொரு ஆணும் புணர 'சிம்ப்' தலைவர்கள் அனுமதிக்கிறார்கள்!

ஆக மொத்தத்தில், ஒரு மணி நேரத்துக்குள் பெண் சிம்பன்ஸியுடன் ஒரு டஜன் ஆண்களாவது உறவு வைத்துக் கொள்ளும் அளவுக்கு அவசரமான, பரபரப்பான, மிகத் துடிப்பான செக்ஸ் வாழ்க்கை சிம்பன்ஸிகளுக்கு உண்டு.

இந்தளவு உழைப்புக்கு உடல் ஈடுகொடுக்க வேண்டுமே... அதற்காகவே ஆண் சிம்ப்களுக்கு 'பெரிய விந்து உற்பத்தித் தொழிற்சாலை'களை இயற்கை தந்திருக்கிறது. அதாவது, உடல் எடையோடு ஒப்பிடும்போது, சிம்ப்களின் விரைகள் மனிதனைவிட ரொம்பப் பெரிது! ஐந்து நிமிடங்களுக்குள் முழுமையான ஸ்பெர்ம் உற்பத்தி அங்கே நிகழ்ந்துவிடுவது ஆச்சரியம்தான். தேவை அப்படி!

ஏராளமாக செக்ஸில் ஈடுபடாத, ஓரிரு மனைவிகள் அல்லது

‘ஏகபத்தினி விரதம்’ இருக்கும் உயிரினங்களின் விரைகள் பெரிதாக இருக்கவேண்டிய அவசியமில்லை என்று இயற்கை நிர்ணயித்திருக்கிறது. பெரும்பாலான மனிதர்கள் (மிகச் சில உயிரினங்களைப் போல!) ஒரு மனைவியுடன்தான் வாழ்க்கை நடத்துகிறார்கள். ஏதோ ஓரிரு ‘சின்ன வீடுகள்’ இருக்கலாம்!

அதேசமயம், ஒன்றை நாம் மறக்கக்கூடாது!..

இந்த ‘ஒரு தாரம்’ விஷயம் சுய வசதிகளுக்காக, அண்மையில் – அதாவது, சில ஆயிரம் ஆண்டுகளுக்கு முன்பு – ஏற்பட்ட ஒன்றுதான்! லட்சக்கணக்கான வருடங்களாக மனிதனும் போகிற போக்கில் ஏராளமான பெண்களுடன் உறவு கொள்ள வேண்டியிருந்தது. அப்போது அவனும் விரைகள் விஷயத்தில் சிம்பன்ஸி போலத்தான் அமைந்திருந்தான்!

‘பகுத்தறிவு வளர வளர, காதல், ஒரே ஒரு துணையுடன் உறவு என்பதெல்லாம் மெள்ள மெள்ளத் துவங்கியபோது கூடவே பரிணாம வளர்ச்சி காரணமாக அவனுடைய விரைகளும் தேவைக்கேற்ப சிறியதாக மாறிவிட்டன!’ என்று ஆராய்ச்சியாளர்கள் விஸ்தாரமாக விளக்குகிறார்கள்.

ஆனால், ஆழ்மனதில் இன்றளவும் நாம் செமத்தியான சிம்பன்ஸிதான்! ஒரு பெரிய வித்தியாசம் – கடந்த சில ஆயிரம் ஆண்டுகளில் மனிதன் திடீரென்று படுவேகமாக முன்னேறி கலாசாரம், மொழி வளர்ச்சி, மதம், தத்துவம், எழுதப்பட்ட சட்ட திட்டங்கள் எல்லாவற்றையும் ஏற்படுத்திக்கொண்டு விட்டான்!

இருப்பினும், இவை அத்தனையையும் மனிதன் தொடர்ந்து மீறிக்கொண்டிருப்பதையும் வரலாறு எடுத்துக் காட்டி, எச்சரித்தவாறுதான் இருக்கிறது. மனிதன் அந்த எச்சரிக்கையை எடுத்துக்கொண்டு திருந்துவதற்கான அறிகுறிகள் தென்படவில்லை!

இந்த விஷயத்தில் மனிதனைவிட சிம்பன்ஸி நேர்மையாக, வெளிப்படையாக வாழ்கிறது என்பது உண்மை!

குரங்கிலிருந்து மனிதன்

விலங்கினங்களைப் பற்றிய ஆராய்ச்சிகள் தற்போது மிக மிக முன்னேறிவிட்டன. ஆகவே, குரங்குகளுக்கும் மனிதனுக்கும் உள்ள உயிரியல் ரீதியான ஒற்றுமைகளை இன்று நம்மால் புரிந்துகொள்ள முடிகிறது. ஆனால், அந்தக் காலத்தில் இந்த 'ஒற்றுமை' பற்றி மிகப்பெரிய அளவில் விவாதங்கள் நடைபெற்றன.

ஆச்சரியமாக இருக்கும். உலகப்பெரும் சிந்தனையாளர்களான ப்ளேட்டோ, அரிஸ்டாடில், மார்க்கஸ் அரேலியஸ், பாஸ்கல், டெகார்ட், ஸ்பினோஸா போன்றவர்கள்கூட மனிதனை 'தனிப்பெரும் படைப்பாகவே' கருதினார்கள். 'உயிரினங்கள் அத்தனையும் ஒரு பக்கம் – மனிதன் இன்னொரு பக்கம்' என்று அவர்கள் அடித்துச் சொன்னார்கள். 'சிந்தனைத் திறன், பகுத்தறிவு, புரிந்து கொள்ளுதல்' இவற்றைக் காரணமாகக் காட்டி, 'மனிதன் ரொம்ப விசேஷமானவன்' என்று வாதிடப்பட்டது.

ஒவ்வொரு காலக்கட்டத்திலும் நிலவுகிற விஞ்ஞான உண்மைகளை அடிப்படையாகக் கொண்டுதான் தத்துவ மேதைகள் சித்தாந்தங்களை உருவாக்கினார்கள் என்பதால் அவர்களை நாம் ரொம்பத் தப்பாகச் சொல்ல முடியாது.

குரங்குக்கும் மனிதனுக்கும் உள்ள வித்தியாசங்கள் ரொம்பக் குறைவு (a few degrees) என்கிற கருத்தை ஒப்புக் கொண்டவர்கள் (தீர்க்கதரிசிகள்?) ப்ரெஞ்சு சிந்தனையாளர் ரூஸோ, பிரிட்டிஷ் தத்துவ மேதை டேவிட் ஹ்யூம் போன்ற மிகச் சிலரே!

'குரங்கிலிருந்து மனிதன்...' என்கிற டார்வின் சித்தாந்தத்துக்குக் கடுமையான எதிர்ப்பு கிளம்பிய காலகட்டம் அது.

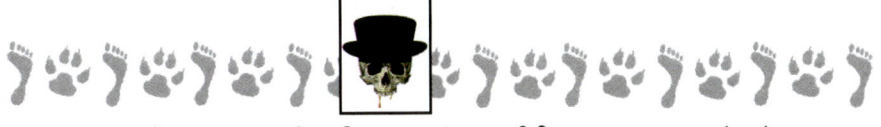

'மனிதனைத் தவிர வேறு எந்த உயிரினமாவது எழுத்துக் களைக் கோத்து வாக்கியம் அமைக்க முடியுமா?' – இது ஒரு கேள்வி!

'முன்கூட்டியே உபகரணங்களைத் தயாரிக்கும் அறிவு மனிதனுக்கு மட்டுமே உண்டு. உதாரணமாக, எவரெஸ்ட் மலை ஏறவேண்டுமானால் கையோடு ஆக்ஸிஜன் சிலிண்டரை எடுத்துச் செல்ல வேண்டும் என்கிற முன் அறிவு மனிதனுக்கு மட்டுமே உண்டு! பிறகு எப்படி மனிதனை குரங்கோடு ஒப்பிடலாம்?' என்றும் அவர்கள் கேள்வி கேட்டார்கள்.

'கலாசார, வரலாற்று நினைவுகள் மனிதனுக்கு மட்டுமே

உண்டு!' என்கிற கருத்தும் முன்வைக்கப்பட்டது. 'மனிதன் என்கிற உன்னதமான படைப்புக்கு உதவியாக இருக்கவும், அவன் வாழ்க்கை வண்ணமயமாக இருக்கவும் மற்ற உயிரினங்களை இறைவன் படைத்தார்!' என்று உணர்ச்சிகரமாக வாதிட்டவர்கள் பலர்.

டார்வின் சுருக்கமாக இதற்கெல்லாம் பதில் சொன்னார் – 'அடிமையாக்கப்பட்ட யாரையும் மனிதன் தனக்குச் சரிசமமாகக் கருதுவதில்லை!' என்று.

அதாவது, நம்முடைய அடிமையாக ஒரு மனிதனே இருந்தால்கூட அவனை நாம் சரிசமமாகக் கருதமாட்டோம் என்றார் டார்வின்.

வெள்ளையர்கள் ஆப்பிரிக்க கறுப்பர்களை வேட்டை யாடிக் கைப்பற்றி கயிறுகளால் பிணைத்து நாயைப் போல இழுத்துச் சென்று அடிமைகளாக நடத்தி வேலை வாங்கினார்கள். அந்த அடிமைகள் 'வேறொரு உயிரின

மாகவே' வெள்ளையர்களால் கருதப்பட்டார்கள். அப்படியிருக்க, குரங்குகளை நம் 'கஸின் பிரதர்' என்று மனிதன் ஏற்றுக்கொள்வான் என்று எப்படி எதிர்பார்க்க முடியும்?!

மொத்தத்தில், மேலைநாடுகளில் பரவலாக நடந்த 'மனிதன் – குரங்கு' பட்டிமன்றங்களும் அதற்காக நிகழ்ந்தேறிய வாதங்களும் பிரதிவாதங்களும் சுவையாகவும் சூடாகவும் அமைந்தன. 'மனிதன் என்பவன் மிகப் பிரத்தியேகமான தனிப்பிறவி' என்று வாதிட்டவர்களின் ஒவ்வொரு கேள்விக்கும் டார்வின் தரப்பு ஆராய்ச்சியாளர்கள் பதில் சொன்னார்கள்.

'பண்டமாற்றம் (Barter) வியாபாரம் (Trade) – இந்த இரண்டும் மனிதனை விசேஷமாக்குகின்றன. வேறு எந்த உயிரினமும் இதில் ஈடுபடுவதில்லை' என்றார் பொருளாதாரத் தத்துவங்களை உலகுக்குத் தந்த மேதை ஆடம்ஸ்மித்.

'நான் உனக்கு முதுகு தேய்த்து விடுவேன், தலையிலுள்ள பேன்களை அகற்றுவேன். பதிலுக்குச் சமர்த்தாக எனக்கு நீ 'செக்ஸ்' தரவேண்டும்' என்கிற அடிப்படை உடன்பாடு (Barter) சிம்பன்ஸிகளிடையே உண்டு!

ஒரு கூண்டுக்குள் சிம்பன்ஸி அருகே துடைப்பம் இருந்தது. விஞ்ஞானி ஒரு ஆப்பிளை நீட்டி, துடைப்பத்தை சிம்பன்ஸிக்குச் சுட்டிக் காட்டினார். சிம்பன்ஸி ஓடிப்போய்த் துடைப்பத்தை விஞ்ஞானியிடம் கொடுத்துவிட்டு ஆப்பிளை வாங்கிக்கொண்டது. 'இது பண்டமாற்றம் இல்லையா?' என்று கேட்டார் அவர்.

இதை 'லஞ்சம்' என்று அலட்சியமாகச் சொன்னாலும், அதுவும் பொருளாதாரத்துக்கு உட்பட்டதே!

'மனிதன் மட்டுமே சமூக விலங்கு. அவன் மட்டுமே அரசியல் விலங்கும்கூட!' என்றார் அரிஸ்டாடில்.

நம்மைவிடக் கட்டுப்பாடான, கச்சிதமான சமூக வாழ்க்கையை எறும்புகளும், தேனீக்களும் கடைப்பிடிக்கின்றன! சிம்பன்ஸி உலகில் தலைவன், தொண்டன் உண்டு என்பதையும் நாம் முன்பே பார்த்தோம்!

மனிதனைப் போல குழந்தைப் பராமரிப்பு அவைகளுக்கு உண்டா?!

குரங்குகளும் யானைகளும் நமக்கு இணையாக குழந்தைகளைக் கவனித்துக் கொள்கின்றன!

'துணிவு, வீரம், தியாகம் – இவை மனிதனுக்கே உரியவை' என்றார்கள் பெருமையாக!

கழுதைப் புலிகளோ, நரிகளோ தன் குஞ்சுகளை நெருங்கினால், தாய்ப் பறவை தன் சிறகுகள் முறிந்தது போல நடித்து, தத்தித் தத்தி நடந்து, அவற்றின் கவனத்தைத் திருப்புவது பறவை ஆராய்ச்சியாளர்கள் எல்லோருக்கும் தெரிந்த விஷயம்! இப்படி தாய்ப்பறவை நடந்தும், பறந்தும் எதிரியை நல்ல தொலைவு வரை ஏமாற்றி அழைத்துச் செல்வதில் புத்திசாலித்தனம், வீரம், தியாகம் எல்லாமே தான் இருக்கிறது!

'சிம்பன்ஸிகளிடம் முன்கூட்டியே 'திட்டமிடுதல்' (Planning) கிடையாது. செக்ஸ் விஷயத்திலேயே அதன் அவசரத்தைப் பாருங்கள்!' என்றார்கள். அவர்களைக் காட்டுக்கு அழைத்துக்கொண்டு போன ஆராய்ச்சியாளர்கள், அங்கே சிம்பன்ஸிகள் எதிரிகளை நெருங்கிச் சண்டையிடுவதற்கு முன் தடிமனான மரக்கிளைகளை உடைத்துத் தங்கள் முதுகுக்குப் பின்னால் ரகசியமாக எடுத்துச் சென்றதைக் காட்டினார்கள் – மனிதர்கள் வீச்சரிவாளை முதுகில் வைத்திருப்பது போல! தவிர, சிம்பன்ஸிகள் போருக்குப் போவதற்கு முன் கற்களைச் சேகரித்து கையோடு எடுத்துச் செல்கின்றன! மனிதன் எதிர்க்கட்சிக் கூட்டத்தில் குழப்பம் ஏற்படுத்த லாரியில் கற்களை எடுத்துச் செல்வது போலவேதான்!

பழைய நினைவுகள் மனிதனைத் தவிர மற்ற உயிரினங்களுக்கு உண்டா?! என்பது ஒரு கேள்வி.

யானையின் நினைவாற்றல் நமக்குத் தெரியும். பல நாட்கள் கழிந்த பிறகும் நாய் தன் எஜமானனை நினைவில்

வைத்திருக்கிறது. பூனை ஒருமுறை அடுப்பில் சுட்டுக்கொண்டால், மறுபடி அடுப்பருகே போகாது! தவிர, பல உயிரினங்கள் தூங்கும்போது கனவு காண்கின்றன என்பதையும் விஞ்ஞானிகள் கண்டுபிடித்தாகிவிட்டது.

அழகை ரசிப்பதும், காதலுடன் முத்தமிடுவதும் மனிதன் மட்டுமே?!

சிம்பன்ஸிகள் செக்ஸ் இல்லாமல் சும்மா இருக்கும்போதும், எங்கேயாவது போய்விட்டுத் திரும்பிய உடனேயும், நிம்மதியாக அமர்ந்து நிறைய 'கிஸ்' பண்ணிக் கொள்கின்றன.

நேருக்கு நேர் பார்த்தவாறு உடலுறவு?!

'போனோபோ' (Bonobo) குரங்குகள் மனிதனைப் போலவே நேரில் கட்டிப் பிடித்து அணைத்தவாறு உறவு கொள்கின்றன!

'மனிதன் மட்டுமே 'ரேப்' செய்கிறான்!' என்றார்கள் சிலர் தலைதாழ்த்தியவாறு.

உராங் உடான், சிம்பன்ஸி மற்றும் கொரில்லா பலாத்காரம் செய்து (சில சமயம் 'நாலு பேர்' பெண்ணைப் பிடித்துக்கொள்ள!) உடலுறவு கொள்கின்றன.

சுத்தமாக இருக்க வேண்டும் (Hygiene) என்கிற ஆர்வம் மனிதர்களிடையே மட்டும் உண்டு என்கிற ஒரு வாதம் உண்டு. இது எவ்வளவு 'வீக்'

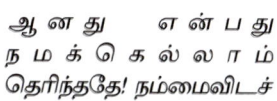

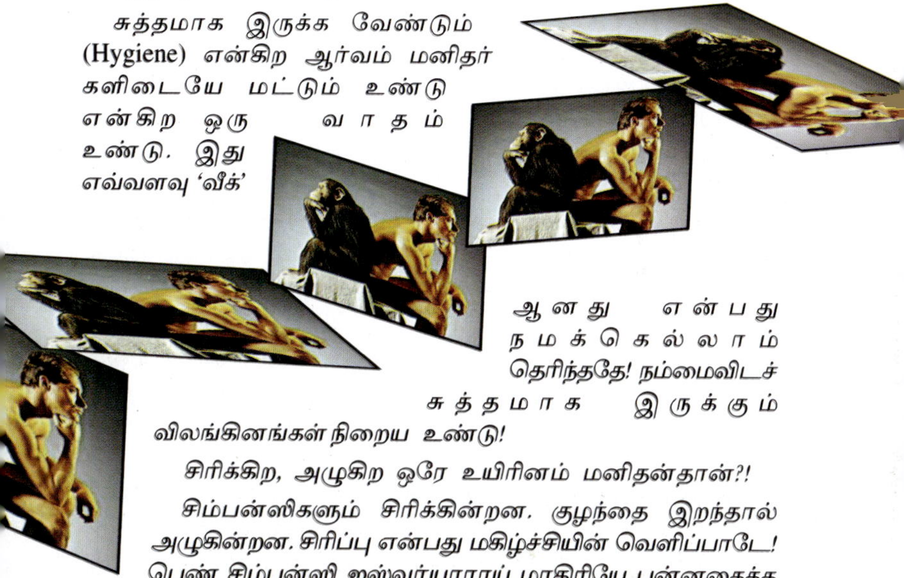

ஆனது என்பது நமக்கெல்லாம் தெரிந்ததே! நம்மைவிடச் சுத்தமாக இருக்கும் விலங்கினங்கள் நிறைய உண்டு!

சிரிக்கிற, அழுகிற ஒரே உயிரினம் மனிதன்தான்?!

சிம்பன்ஸிகளும் சிரிக்கின்றன. குழந்தை இறந்தால் அழுகின்றன. சிரிப்பு என்பது மகிழ்ச்சியின் வெளிப்பாடே! பெண் சிம்பன்ஸி ஐஸ்வர்யாராய் மாதிரியே புன்னகைக்க வேண்டும் என்று எதிர்பார்ப்பது நியாயமல்ல!

ஒரே மனைவி?

கிப்பன் குரங்கு, ஓநாய் மற்றும் பல பறவைகளுக்குச் 'சாகிற வரைக்கும் ஒரே துணை' என்கிற கட்டுப்பாடு உண்டு!

டார்வினின் எதிர்ப்பாளர்கள் விடவில்லை! 'மனிதன் ரொம்ப ஸ்பெஷல்' என்பதை வலியுறுத்த, அவர்கள் வீசிய ஒரு கேள்விக்கணை எல்லோரையும் சற்று திகைக்கவைத்தது உண்மை!

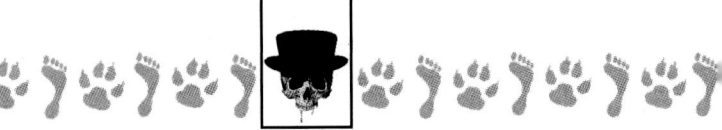

டாக்டர் 'சிம்ப்'!

"மனிதனுக்கு லேசாகத் தலைவலி ஏற்பட்டாலோ, வயிறு சரியில்லை அல்லது காய்ச்சல் என்றாலோ உடனே 'நான் நோய்வாய்ப்பட்டு இருக்கிறேன்' என்கிற உணர்வு அவனுக்கு வருகிறது. அவனாகவே 'பார்மஸி' சென்று மருந்து வாங்கிக்கொள்கிறான்.

அப்படியும் குணமாகவில்லை என்றால் டாக்டரிடம் போகிறான். 'நோய்வாய்ப்பட்டிருக்கிறோம்' என்கிற இந்த உணர்வு, மனிதனைத் தவிர வேறெந்த விலங்கினத்துக்கும் கிடையாது!"

– இந்த முக்கியமான வேற்றுமையைச் சுட்டிக் காட்டியவர் ஹென்றி பெர்க்ஸன் என்னும் புகழ்பெற்ற தத்துவப் பேராசிரியர். எளிமையான – ஆனால், வலுவான இந்த வாதம் எல்லோரையும் திகைக்க வைத்தது.

மனிதன் 'தனித்தன்மை' படைத்தவன் என்று பிடிவாதமாகச் சொல்லிக் கொண்டிருந்தவர்கள் 'அதானே!' என்று மகிழ்ச்சியுடன் ஆரவாரம் செய்தனர். இந்த மகிழ்ச்சி பல ஆண்டுகள் நீடித்தது உண்மை.

ஆனால், அண்மைக்காலத்தில் சிம்பன்ஸிகளைப் பற்றிக் கண்டுபிடிக்கப்பட்ட ஒரு புதிய தகவல் – அவர்கள் யாருமே எதிர்பாராத ஒன்று!

ஆப்பிரிக்கக் காடுகளில் சிம்பன்ஸிகளை ஆராய்ச்சி செய்த ஜேன் கூடாலும் பிறகு டோஷிஸாடா நிஷிடா என்பவரும் 'சிம்பன்ஸிகள் மருந்து சாப்பிடுகின்றன!' என்கிற உண்மையை உலகுக்குத் தெரியப்படுத்தினார்கள்.

ஒவ்வொரு நாள் காலையிலும் மாலையிலும் எல்லா சிம்பன்ஸிகளும் குறிப்பிட்ட சில செடிகளின் இலைகளை மெனக்கெட்டுப் போய்ப் பறித்துத் தின்கின்றன.

அந்த இலைகளைச் சாப்பிடும்போது 'சிம்ப்'களின் முகம்

அஷ்டகோணலாகிப் போவதையும் ஜேன் கூடால் கவனித்தார். உடனே, அந்த இலைகளைப் பறித்துக் கொண்டு வந்து சோதனைக் கூடத்துக்கு அனுப்பினார்.

அவை 'ஆஸ்பிலியா' என்கிற மருத்துவச் செடியின் இலைகள்! அந்த இலைகளுக்கு 'ஆன்ட்டிபயாடிக்' தன்மை உண்டு என்றும் வயிற்றிலுள்ள பூச்சிகளை அழித்து, ஜீரண சக்தியைச் சீராக்கும் தன்மை உடையது என்றும் சோதனைக் கூடத்தில் கண்டுபிடித்துச் சொன்னார்கள்!

''சிம்ப்'கள் தினமும் கொஞ்சம் அந்த இலைகளைச் சாப்பிடுகின்றன. உடல்நிலை சரியில்லாவிட்டால், இலைகளின் அளவை 'சிம்ப்'கள் அதிகப்படுத்துகின்றன!'' என்றார் கூடால்.

இத்தனைக்கும், கசப்பான இலை அது. சாப்பிடும்போது 'சிம்ப்'களின் முகச்சுளிப்புக்கு அதுதான் காரணம்! 'சிம்ப்' குட்டிகளைத் தாய் இழுத்து வைத்து (அந்தக் காலத்தில் பாட்டிகள், குழந்தைகளுக்குப் பலவந்தமாக விளக்கெண்ணெய் கொடுத்தது போல!) இலைகளைச் சாப்பிட வைத்தன.

அந்த இலைகளைத் தவிர, மருத்துவக் குணமுள்ள பலவிதமான மூலிகைகளை சிம்ப்கள் நோய்வாய்ப்

பட்டிருக்கும்போது விழுங்குவதும் பிற்பாடு தெரியவந்தது. பாட்டி வைத்தியம்!

'சிம்ப்'களுக்கு இலைகளில் மருந்துகள் இருப்பது எப்படித் தெரிய வந்தது என்பது பற்றி யூகங்கள்தான் செய்ய முடிந்தது! ஒருவேளை, பாட்டி வைத்தியம் மாதிரியே பரம்பரையாக வந்திருக்கக்கூடும்!

ஒருவேளை, சிம்பன்ஸிகளும் மனிதனைப் போல மொழியைக் கண்டுபிடித்திருந்தால், 'டாக்டர் சிம்ப்' பிரிஸ்கிரிப்ஷன்கூட எழுதுவாரோ! தொடர்ந்து ஆராய்ச்சிகள் நடக்கின்றன.

சரி, பொதுவாகவே உயிரினங்களுக்குத் 'தான் யார்?' என்று தெரியுமா? முகம் பார்க்கும் கண்ணாடியில் தெரியும் உருவம்

தன்னுடையதுதான் என்பதை விலங்கினங்கள் புரிந்துகொள்கிறதா? பெரும்பாலான விலங்கினங்களுக்கு இந்த 'அறிவு' கிடையாதுதான்!

ஒரு நாயின் முன்பு கண்ணாடி ஒன்றை வைத்தால், நாய்க்குப் புரிவதில்லை. அது வேறொரு நாய் என்று நினைத்துக் கொஞ்ச நேரம் குரைத்துவிட்டு, பிறகு அந்த 'மற்ற நாயால்' ஆபத்து எதுவும் இல்லை என்று தெரிந்தவுடன், ஒருவிதக் குழப்பத்துடன் அந்த இமேஜை அலட்சியப்படுத்திவிடும்.

ஆனால், கண்ணாடியில் தெரிவது தன்னுடைய பிரதிபலிப்பு என்பதை உராங் உடானும் சிம்பன்ஸியும் மட்டுமே புரிந்து கொள்கின்றன (கொரில்லாவுக்குப் புரிவது இல்லை!). இதை நிரூபிக்க, சிம்பன்ஸியிடம் ஒரு எளிமையான சோதனை செய்தார்கள்...

மனிதனுக்குள்ளே ஒரு மிருகம்!

தூங்கிக் கொண்டிருந்த சிம்பன்ஸியின் முதுகில் சிவப்பு வண்ணத்தால் பட்டையாக ஒரு கோடு போட்டார்கள். 'சிம்ப்' எழுந்தவுடன் அதன் முதுகைச் சற்றுத் திருப்பிக் கண்ணாடியைப் பார்க்க வைத்தார்கள்.

சிம்பன்ஸி கண்ணாடியில் தெரிந்த சிவப்புக் கோட்டைப் பார்த்துவிட்டுத் தன் முதுகிலுள்ள கோட்டை விரலால் துடைத்து அழிக்கப் பார்த்தது (இரண்டு வயதுவரை மனிதக் குழந்தைக்கும் கண்ணாடி இமேஜ் புரிவதில்லை!).

மனிதன், உராங் உடான், சிம்பன்ஸியைத் தவிர, கண்ணாடியில் தெரியும் இமேஜைப் புரிந்துகொள்கிற இன்னொரு உயிரினம் – டால்ஃபின் என்பதும் குறிப்பிடத் தக்கது.

மொழி? மனிதனின் 'ஸ்பெஷாலிட்டி'யாக மொழியை எடுத்துக் கொள்ளலாம்தான். ஆனால், பல லட்சக் கணக்கான ஆண்டுகளாக மொழி என்பதே இல்லாமல்தான் மனிதர்கள் வாழ்ந்தார்கள். பல்வேறு விதமான ஒலிகளை வாயால் எழுப்பியே, தங்கள் எண்ணங்களை மற்றவருக்குத் தெரியப்படுத்தினார்கள். இதையேதான் 'சிம்ப்'களும் செய்கின்றன. நாள்தோறும் 'லொட லொட'வென்று அவை பேசிக்கொள்கின்றன. அது என்ன மொழி என்று யாருக்குத் தெரியும்?

'விஞ்ஞானக் கண்டுபிடிப்புகள், டெக்னாலஜி போன்ற திறமைகளை மனிதன் வளர்த்துக்கொண்ட ஒரே காரணத்தால், நாம் 'தனிப்பிறவிகள்' என்று சொல்வது சரியான வாதம் அல்ல...' என்கிறார்கள் ஆராய்ச்சியாளர்கள்.

எல்லாக் கண்டு பிடிப்புகளும் விஞ்ஞான வளர்ச்சியும் திடீரென்று (சுமார் பத்தாயிரம் ஆண்டுகளில்) வந்தவை தான் என்பதை நாம் நினைவில் கொள்ள வேண்டும்!

பல லட்சக்கணக்கான ஆண்டுகளாக மனிதன் மிருகங்களைப் போலத்தான் காடுகளில் அலைந்து கொண்டிருந்தான். அந்த மனிதர்கள், நம் முன்னோர்களே என்பதையும் நாம் புரிந்து கொள்ளவேண்டும்!

உண்மையில், Apes என்கிற குரங்கு வகைகளில் மனித இனமும் ஒன்று என்பதே உண்மை. வேண்டுமானால், மனிதனை ஒரு 'டீலக்ஸ் மாடல் குரங்கு' என்று சொல்லலாம்!

சராசரி மனிதனின் எடையுள்ள சிம்பன்ஸியின் மூளையைவிட, மனித மூளை மூன்று மடங்கு பெரியது. ஆம்! நாம் 'சிம்ப்'களைவிட படுஸ்மார்ட் ஆனவர்கள்தான். அதே சமயம், இந்தச் சிறப்பு அம்சங்கள் எல்லா உயிரினங்களுக்கும் பொருந்தும்.

பாம்பைவிட மீனுக்கு மூளை அதிகம். மீனைவிடப் பறவைக்கு மூளை அதிகம். பறவையைவிட குரங்குக்கு மூளை அதிகம். குரங்கைவிட மனிதனுக்கு மூளை அதிகம்... அவ்வளவுதான்!

மனிதனின் மூளையானது வளர்ச்சி அடைந்ததைத் தொடர்ந்து அவனுடைய மூளையின் கார்டெக்ஸ் பகுதியும் (Cerebral Cortex) மற்றும் பக்கவாட்டு லோபுகளும் (Frontal Lobes) பலமடங்கு வளர்ந்தன. எதிர்காலத்தைப் பற்றித் தீவிரமாகச் சிந்தித்து முடிவுக்கு வர உதவுவது நெற்றிக்கு உள்ளே இருக்கும் பக்கவாட்டு லோபுகள்தான் (Frontal Lobes)!

'இந்த ஆச்சரியமான மூளை வளர்ச்சி திடீரென்று – முப்பதே லட்சம் ஆண்டுகளில் மனிதனுக்கு மட்டும் ஏன் ஏற்பட்டது?' என்கிற கேள்விக்கு இன்னமும் பதில் கிடைக்கவில்லை!

ஆனால், சிம்பன்ஸி இயற்கை தனக்குத் தந்திருக்கும் மூளை வளர்ச்சியைக் கச்சிதமாக, முழுமையாகப் பயன்படுத்துகிறது.

மனிதன் ஏன் அப்படிச் செய்யவில்லை?

ஆயிரக்கணக்கான வருடங்களாகத் தொடர்ந்து மனிதன் நிகழ்த்திக் காட்டிய அழிவுச் செயல்களைத்தானே 'வரலாறு' என்று பெயரிட்டு அழைக்கிறோம்.

ஏன் இப்படி?...

அழிக்கும் உயிரினம் – மனிதன்

கோடானு கோடி உயிரினங்கள் கொப்பளித்துக் கொண்டிருக்கும் ஆச்சரியமான, வண்ணமயமான கிரகம் – பூமி! நம் அறிவுக்குத் தெரிந்தவரையில் சூரிய மண்டலத்தில் வேறு எங்கும் உயிரினங்கள் கிடையாது. பூமி ஓர் உயிருள்ள கிரகமாக மாற அது எடுத்துக் கொண்ட காலம் மனிதக் கற்பனைக்கு அப்பாற்பட்டது!

சுமார் ஐந்நூறு கோடி ஆண்டுகளுக்கு முன்பு உருண்டு திரண்டு பெரும் பாறையாக உருவானது பூமி. முதலில் கடல்கள் உருவாக, முன்னூறு கோடி ஆண்டுகளுக்கு முன்புதான் தண்ணீருக்கடியில் முதன் முதலில் தக்குனூண்டு உயிரினங்கள் தோன்றின. பூமியைச் சுற்றி, நிலப்பகுதி மீது காற்று மண்டலம் உருவாக இன்னொரு நூறு கோடி ஆண்டுகள் பிடித்தது! முப்பது கோடி ஆண்டுகளுக்கு முன்பு ஆக்ஸிஜன் 'உருவாக்கும்' தாவரங்கள் தோன்றின.

மற்ற எல்லாவித உயிரினங்களும் தோன்றுவதற்காக பூமியின் மேற்பரப்பு தயாரானது பத்து கோடி ஆண்டுகளுக்கு முன்புதான்!

மனிதன் – பூமியில் சில லட்சக்கணக்கான ஆண்டுகளுக்கு முன்பு தோன்றிய 'லேட்டஸ்ட்' உயிரினம்!

மனிதர்கள் குரங்குகளுக்கு நெருக்கமான உறவு என்றால், மற்ற பாலூட்டிகளுக்கு குரங்குகள் நெருக்கமான உறவு. பாலூட்டிகள் பறவைகளுக்கு உறவு. பறவைகள் பாம்புகளிலிருந்து தோன்றியவை! இப்படியே பின்னோக்கிப் போனால் மைக்ராஸ்கோப் வழியாக மட்டுமே பார்த்தால் தெரிகிற, ஒரே ஒரு செல் உள்ள உயிரினம்தான் எல்லாவற்றுக்கும் ஆரம்பம்!

டோடோ பறவை

சூரிய ஒளியில் கிடைக்கும் சக்தியை

மட்டுமே பெற்றுக் கொண்டு உயிர் வாழ்ந்த 'ஸயனோ பாக்டீரியா' என்கிற (ஒரே ஒரு செல் உள்ள) உயிரினம்தான் மனிதனின் முதல் உண்மையான முன்னோர்! (ஒரே செல் உள்ள இரண்டு விதமான பாக்டீரியாக்களில் ஒன்றில் உயிர் பிறந்தது. மற்றொன்று நோயை ஏற்படுத்தியது. இரண்டுமே ஒரே சமயத்தில் தோன்றியவை!) அதிலிருந்து படிப்படியாக இரண்டு செல், 4, 8... என்று முன்னேறி, பிற்பாடு 50 மில்லியன் மில்லியன் செல்கள் அடங்கிய ஆச்சரியமான, 'உயிருள்ள கட்டடம்'தான் (ஆர்க்கிடெக்சர்!) மனிதன். ஒரு 'செல்'லிலிருந்து துவங்கி உண்மையிலேயே விஸ்வரூபம்!

பூமியின் உயிர்த்துடிப்பான வரலாறு பற்றித் தெரிந்து கொண்ட ஒரே உயிரினம் மனிதன்தான். மிகுந்த பொறுப்பு உணர்வைத் தரவேண்டிய அறிவு அது. ஆனால் மனிதனின் நடவடிக்கைகளில் அந்த அறிவு தெரிகிறதா?!

பூமியையும், இயற்கையையும், மற்ற படைப்புகளையும் அறிவுப்பூர்வமாகக் காக்கும் ஓர் உயிரினமாக உருவெடுத்திருக்க வேண்டிய மனிதன் 'அழிக்கும் உயிரினமாக' மாறியது எப்படி?!

நியாண்டர்தால் மனிதன்...

ஆப்பிரிக்கக் காடுகளில் சுமார் 20 லட்சம் ஆண்டுகளுக்கு முன்பு செங்குத்தாக நிமிர்ந்து நின்று நடந்த 'குரங்கு மனிதன்' மற்ற குரங்குகளிடமிருந்து (சிம்பன்ஸி உட்பட) ஒரு விஷயத்தில் குறிப்பாக மாறுபட்டான். அவன் கற்களைத் தேய்த்துக் கூர்மையாக்கி ஆயுதங்கள் தயாரித்தான். தொல்பொருள் ஆராய்ச்சியாளர்கள் உலகெங்கும் சென்று தோண்டியெடுத்த இப்படிப்பட்ட கற்கால ஆயுதங்களின் எண்ணிக்கையைப் பார்த்தால் பல லட்சம் ஆண்டுகளுக்கு முன்பு ஆயுதம் இல்லாமல் மனிதன் வெளியே கிளம்பியிருக்கவே மாட்டான் என்ற முடிவுக்கு வர வேண்டியிருக்கிறது!

மனிதன் தோன்றிய பிறகு சுமார் பதினைந்து லட்சம் ஆண்டுகளுக்கு ஆப்பிரிக்கக் காடுகளைவிட்டு அவன் வெளியே

வரவில்லை என்பது குறிப்பிடத்தக்கது! பிறகுதான் மெள்ள மெள்ள ஆசியாவுக்கு, ஐரோப்பாவுக்கு என்று அவனுடைய பயணம் துவங்கியது.

ஒரு லட்சம் ஆண்டுகளுக்கு முன்பு மிஞ்சிய இரண்டு மனித இனங்கள் (நாமும் நியாண்டர்தால் இனமும்) உலகின் பல பகுதிகளுக்கு குடியேற ஆரம்பித்துவிட்டன. அப்போது மனிதன் கண்டுபிடித்த ஒரே விஷயம் – தீ!

மற்றபடி மனித இனத்துக்கு மொழி கிடையாது, விவசாயம் கிடையாது, வீடு கிடையாது, கலை கிடையாது, குடும்பம் கிடையாது... தவிர, யாருமே நாற்பது வயதைத் தாண்டாததால் மாதவிடாய் நின்றுபோவது (Menopause) கூடக் கிடையாது!

கலிஃபோர்னிய கரடிகள்...

ஆனால் மனிதர்களோடு கூடவே பூமியில் வளைய வந்து கொண்டிருந்த வேறொரு (நியாண்டர்தால்) மனித இனம் சுமார் 40,000 ஆண்டுகளுக்கு முன் அடியோடு அழிந்தொழிந்து போனது.

தன்னைவிட சற்று புத்திசாலித்தனம் குறைச்சலாக இருந்த நியாண்டர்தால் இனத்தை வேட்டையாடித் துரத்திக் கொன்று தீர்த்தவர்கள் மனிதர்களே. கொலைகார ஆயுதங்களைத் தயாரிக்கக்கூடிய 'அறிவாற்றல்' அவன் வேலையைச் சுலபமாக்கியது! பிற்பாடு உணவுக்காகவும், நிலத்துக்காகவும் பெண்ணுக்காகவும் தங்களுக்குள்ளேயே மனிதர்கள் வன்முறையில் இறங்கினார்கள். எந்த உயிரையும் அழிக்க முடியும் என்கிற 'அறிவு' மனிதனுக்கு ஒரு லட்சம் ஆண்டுகளுக்கு முன்பே தோன்றிவிட்டது!

சுமார் நாற்பதினாயிரம் ஆண்டுகளுக்கு முன்பு மனிதனின் பரிணாம வளர்ச்சியில் ஓர் ஆச்சரியம் நிகழ்ந்தது. அந்த நிகழ்ச்சியை 'கிரேட் லீப் ஃபார்வர்டு' (Great Leap Forward) என்று ஆராய்ச்சியாளர்கள் அழைக்கிறார்கள். அதாவது, மனிதன் முழுமையான பரிணாம வளர்ச்சி அடைந்து பிரும்மாண்டமாகத் தாவி முன்னேறிய காலக்கட்டம் அது! மொழி, கலை, குடும்பம்... எல்லாமே துவங்கியது

அப்போதுதான்.

கூடவே மனிதனின் அழிவுச் செயல்களின் வேகமும் அதிகரித்தது. உதாரணமாக 40,000 ஆண்டுகளுக்கு முன்பு ஆஸ்திரேலியாவில் மனிதன் குடியேறியவுடன் அங்கே வசித்த முக்கால்வாசி உயிரினங்களை அவன் வேட்டையாடி கொன்று தீர்த்தான். அப்போது ஆஸ்திரேலியாவில் யானை அல்லது காண்டாமிருகம் சைஸுக்கு ஏராளமான விலங்கினங்கள் வளையவந்தன. இன்று அங்கே உயிரோடு உள்ள ஒரே பெரிய சைஸ் விலங்கினம் கங்காரு மட்டுமே என்றால் மனித இனத்தின் வேட்டை வெறியைப் புரிந்து கொள்ளலாம்! (ஒரு காலத்தில் யானை உயர கங்காரு இனம் கூட அங்கே இருந்து, பிறகு மனிதர்களால் கொன்று அழிக்கப்பட்டது.)

'பூமியை இருண்ட மேகங்கள் அடியோடு மூடிக்கொண்டது போல' வன்முறை மேகங்கள் அப்போதே மனித சமுதாயத்தைச் சூழ்ந்து கொள்ளத் தொடங்கியது என்கிறார்கள் ஆராய்ச்சியாளர்கள் வருத்தத்தோடு.

பறவைகளை எடுத்துக் கொள்வோம். ஏதாவது ஓர் உயிரினம் உலகெங்கும் நுணுக்கமாக கவனிக்கப்பட்டு வருகிறதென்றால் அது பறவை இனமே! பறவைகள் ஒளிந்து கொள்வதில்லை. அவைகளுக்கு இரவு (Nocturnal) நடமாட்டம் கிடையாது என்பதால் அவைகளைச் சுலபமாகக் கண்காணிக்க முடியும். தவிர, பறவைகளை வெறித்தனமாக நேசிப்பவர்கள் உலகெங்கும் ஏராளமாக உண்டு. சுற்றுவட்டாரத்தில் குறிப்பிட்ட ஒரு பறவையைக் காணோம் என்றால் கூட அவர்கள் பதை பதைத்துப் போவார்கள்!

குரங்கு (Apes) இனத்தில் மனிதன், சிம்பன்ஸி, கொரில்லா, உராங் உடான், கிப்பன் என்று ஐந்து வகைகள் இருப்பதுபோல, உலகில் சுமார் 9,000 விதமான பறவை இனங்கள் உண்டு. இன்னும் கண்டுபிடிக்கப்படாத பறவை இனங்கள் இருப்பதாகச் சொல்லப்படுகிறது.

கடந்த நானூறு ஆண்டுகளில் 108 பறவை இனங்களை அடியோடு மனிதன் அழித்துவிட்டதாக ICBP என்று அழைக்கப்படும் சர்வதேச இயக்கம் அறிவித்திருக்கிறது!

அண்மைக் காலத்தில் கடைசியாக அழிந்த பறவை அமெரிக்காவில், ஃப்ளாரிடா மாநிலக் கடற்கரையோரமாக வசித்த ஒருவித குருவி இனம். அங்கே, கடற்கரையோரக் காடுகளை மனிதன் அழித்தபோது அந்தக் குருவி இனமும் கூடவே அழிந்து போனது. எப்படியோ தப்பிப் பிழைத்து உயிரோடு இருந்த ஆறு குருவிகளை பதை பதைப்புடன் 'ஜூ'வுக்குக் கொண்டு போய் பாதுகாத்தும் பலனில்லை. ஒவ்வொரு குருவியாக இறந்துபோக, தன்னந்தனியாக கூண்டின் ஒரு மூலையில் வெறித்துப் பார்த்தவாறு முடங்கிக் கிடந்த கடைசி குருவி ஜூன் 16-ம் தேதி 1987-ல் உயிரைவிட்டது. மனிதனைப் போலவே பல கோடி வருஷங்கள் எடுத்துக்கொண்டு உருவான படைப்பு அந்தக் குருவி. உலகின் அத்தனை விஞ் ஞானிகளும் இணைந்தால்கூட அந்தக் குருவியை மீண்டும் உருவாக்க முடியாது!

இதே போல மனித அலட்சியத்தாலும், அவன் வேட்டையாடியதாலும், கவனக்குறைவாலும் ஏராளமான பறவையினங்கள் அழிந்து போய்விட்டன.

ராட்சத யானைகள்...

'அழிந்த' ஒரே காரணத்தால் உலகப்புகழ் பெற்ற 'டோடோ' என்னும் (இறக்கையில்லாத) பறவை இனம் 17-ம் நூற்றாண்டு வரை உயிரோடு இருந்தது. 1914-ல் பாஸெஞ்சர் புறா என்னும் பறவையினத்தை மனிதன் முட்டாள்தனமாக அழித்தது அப்போது தலைப்புச் செய்தி! அதே ஆண்டில் கரோலினா பாரகீட் என்னும் கிளி வகை அழிந்தது. வடஅமெரிக்காவுக்குப் போவோம். அங்கே சடை நாய் போல முடிவளர்ந்த, நீண்ட தந்தங்கள் கொண்ட ராட்சத யானைகள் (Mammoths), சிங்கம், சிறுத்தை எல்லாமே ஒரு

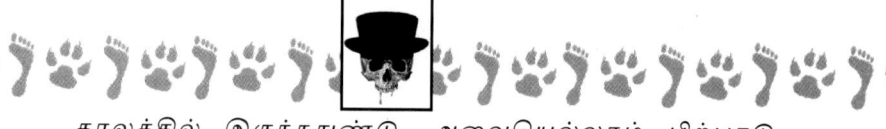

காலத்தில் இருந்ததுண்டு. அவையெல்லாம் பிற்பாடு மனிதர்களால் அழிக்கப்பட்டன.

சைப்ரஸ் நாட்டில் தக்குனூண்டு சைஸ் யானைகள் மற்றும் மினி நீர்யானைகளும் இருந்த காலம் ஒன்றுண்டு. அவை ஒன்றுகூட இப்போது கிடையாது! தனித்தொடர் எழுதக்கூடிய அளவுக்கு பல்லாயிரக்கணக்கான உயிரினங்களை மனிதன் அறிவில்லாமல் அழித்திருக்கிறான். தற்போதுகூட 1666 பறவையினங்கள் அழிவின் நுனியில் இருப்பதாகக் கூறப்படுகிறது.

இப்படியாக, தான் அழிவுப் போதையில் போகிறோம் என்கிற உண்மைகூட மனிதனின் மூளைக்கு உறைக்கவில்லையோ என்பதற்கு உதாரணமாக ஒன்றைச் சொல்லலாம். கலிஃபோர்னியா மாநிலத்துக்கு என்று ஒரு கொடி உண்டு. அந்தக் கொடியில் உள்ள சின்னம் கலிஃபோர்னியா காடுகளில் மட்டுமே வசிக்கும் ஒரு விசேஷமான கரடி (Grizzly Bear). பல ஆண்டுகளுக்கு முன்பே அந்த ஸ்பெஷல் கரடிகள் மனிதர்களால் வேட்டையாடப்பட்டு அழிக்கப்பட்டு விட்டன என்பது கலிஃபோர்னிய மக்கள் பலருக்கும் தெரியாது. கொடியில் மட்டும் கரடிச் சின்னம் தொடர்கிறது! எவ்வளவு விசித்திரமான சோகம் இது?! (இந்தியப் புலிகளுக்கும் அதே கதி ஏற்பட்டிருக்கும் – Project Tiger திட்டத்தின் மூலம் புலிகளைக் காப்பாற்றிய பெருமை முழுதும் இந்திரா காந்தியையே சேரும்!)

மனிதனைத் தவிர, வேறெந்த உயிரினமும் மற்ற உயிரினங்களை முழுவதுமாக அழிப்பதில்லை. தேவைப்பட்டால் மட்டுமே அவை வேட்டையாடுகின்றன.அதே போல, சாகபட்சிணிகள் சுற்றுச்சூழலைக் கெடுப்பதில்லை. அவை முட்டாள்தனமாக தாவரங்களை அழிப்பதில்லை.

மனிதனுக்கு இல்லாத ஏதோ நுண்ணறிவு மற்ற உயிரினங்களுக்கு உண்டோ என்று கூடச் சந்தேகம் வருகிறது!

உச்சகட்டமாக....

எந்த ஓர் உயிரினமும் தங்கள் இனத்தையே அழித்துக்கொள்ள முனைந்ததில்லை. மனிதனுக்கு மட்டுமே அந்தப் 'பெருமையும்' சேர்கிறது...!

'கறுப்பனைப் பிடியுங்கள்..!'

தங்கள் இனத்தவரையே ரசனையோடும் வெறியோடும் கொல்லக் கிளம்பிய ஒரே இனம் மனித இனமே – என்பதை நிரூபிக்க, உலகின் எந்தப் பகுதிக்கு வேண்டுமானாலும் சென்று நாம் உதாரணங்கள் காட்ட முடியும். வாசகர்களே, உங்களை நான் டாஸ்மேனியாவுக்கு அழைத்துச் செல்லப் போகிறேன். அங்கே மனிதன் காட்டிய கொலைவெறி உங்களைச் சற்று நிலைகுலைய வைக்கலாம்..!

டாஸ்மேனியா – ஆஸ்திரேலியாவின் தென் கிழக்குப் பகுதியில், 200 மைல் தொலைவில் உள்ள, மலைகள் சூழ்ந்த ஓர் அழகிய தீவு. அப்படி ஒரு தீவு இருப்பது 1642-ம் ஆண்டில்தான் வெளி உலகுக்குத் தெரியும். ஆஸ்திரேலியாவில் பல்லாயிரக்கணக்கான ஆண்டுகளாக வசித்து வரும் அபார்ஜினீஸ் (Aborigines) என்று அழைக்கப்படும் பழங்குடி மக்களைப் போலவே டாஸ்மேனியாவிலும் பழங்குடி மக்கள் வசித்தார்கள். அவர்களின் மக்கள்தொகை ஐயாயிரம்! மிகவும் எளிமையான கற்கால மனிதர்களான அவர்களுக்கு விவசாயம், ஆடு, மாடு வளர்ப்பது, வில், அம்பு தயாரிப்பது, பானைகள் செய்வது போன்ற எளிமையான விஷயங்கள்கூடத் தெரியாது. ஆஸ்திரேலியப் பழங்குடி மக்கள் உபயோகித்த 'பூமராங்'கூட அவர்களுக்குப் பரிச்சயமில்லை. நாயைக்கூடப் பார்த்ததில்லை அவர்கள். அதேசமயம் அவர்களுக்கு என்று பிரத்யேகமான கலாசாரம், சம்பிரதாயங்கள் எல்லாம் இல்லாமல் இல்லை.

10,000 ஆண்டுகளுக்கு முன்பு டாஸ்மேனியாவின் நிலப்பரப்பு ஆஸ்திரேலியாவுடன் இணைந்திருந்தது. அப்போதே அந்தப் பாதை வழியே நடந்து சென்று டாஸ்மேனியாவுக்குக் குடியேறிய மக்கள்தான் அந்தப் பழங்குடியினர். டாஸ்மேனியா

துண்டாகிப் பிரிந்து தனித் தீவாகியது பிற்பாடுதான்.

1800-ம் ஆண்டில் அந்த அமைதியான மக்கள் வாழ்க்கையில் விதி விளையாடியது. அப்போது சில பிரிட்டிஷ் கப்பல்கள் டாஸ்மேனியாவை அடைந்தன. வெள்ளைக்காரர்கள் முதன் முறை அந்த அழகிய தீவில் காலடி எடுத்து வைத்தனர். அங்கே ஏற்கெனவே 'நாகரிகம் இல்லாத' பழங்குடி மக்கள் வாழ்ந்து வரும் விஷயம் 'நாகரிகம் மிகுந்த' வெள்ளையர்கள் எதிர்பார்க்காத ஒன்று!

டாஸ்மேனியர்கள் கறுப்பானவர்கள். ஆஸ்திரேலிய

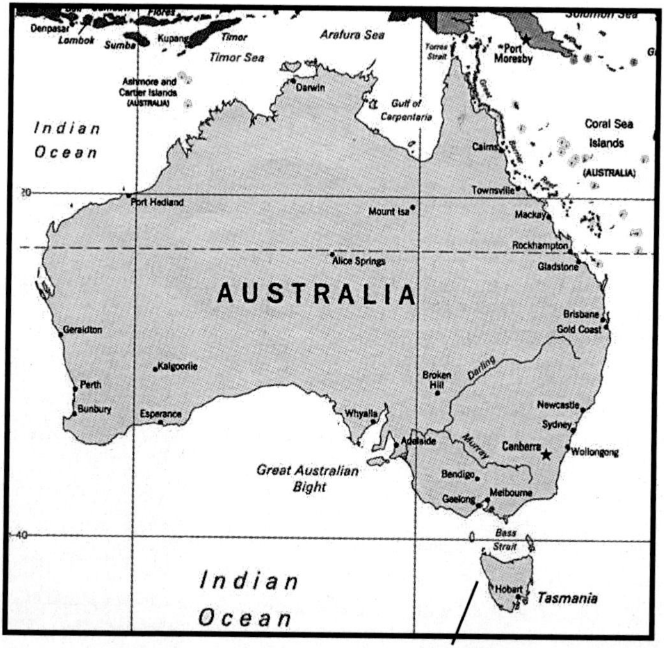

டாஸ்மேனியா

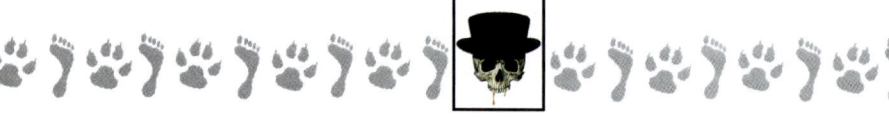

பழங்குடி மக்களுக்கு இருந்த கொஞ்ச நஞ்ச நாகரிக வளர்ச்சிகூடத் தெரியாத அவர்கள், முதன் முறையாக வெள்ளையர்களைப் பார்த்தவுடன் திகைத்துப் பின்வாங்கி பயந்து போனார்கள். அவர்கள் பயந்தது நியாயமே!

அதற்கேற்ப, உடனே வெள்ளையர்கள் துப்பாக்கிகளை உயர்த்திச் சுட ஆரம்பித்தார்கள். துப்பாக்கியைப் பார்த்திராத டாஸ்மேனியர்கள் பலர் என்னவென்று புரியாமலேயே செத்து வீழ்ந்தார்கள். சில ஆண்டுகளுக்குள் ஏராளமான வெள்ளையர்கள் தொடர்ந்து கப்பல்களில் வந்து அந்தத் தீவில் குவிந்தார்கள். 'இந்தக் கறுப்பு மிருகங்கள் (டாஸ்மேனியர்கள்) வாழும் தீவை நாம் முழுமையாகக் கைப்பற்ற வேண்டும்' என்கிற முழக்கத்தோடு பழங்குடி மக்களை வேட்டையாடத் துவங்கினார்கள். நூற்றுக்கணக்கான ஆண்கள் சுட்டுக் கொல்லப்பட்டனர். பெண்களை கூட்டமாகச் சுற்றி வளைத்து, கடத்திச் சென்று, பலாத்காரப்படுத்தி உடலுறவு கொண்டார்கள். (கறுப்பு மிருகங்களாக இருந்தாலென்ன?!) குழந்தைகளைப் பிடித்துச் சென்ற வெள்ளையர்கள் அவர்களுடைய கழுத்தில் சங்கிலி பூட்டி நாய்க்குட்டிகளைப் போல கட்டி வைத்து வேலை வாங்கினார்கள். வெள்ளையர்களின் துப்பாக்கிகளுக்கு முன் பழங்குடி மக்களால் எதுவும் செய்ய முடியவில்லை. சிலர் கற்களை வீசியெறிந்து எதிர்த்ததோடு சரி!

பிறகு அங்கே வெள்ளையர்கள் அரசு அமைக்கப்பட்டது. 1828-ம் ஆண்டு டாஸ்மேனியாவுக்கு கவர்னராக நியமிக்கப்பட்ட ஆர்தர் என்பவர், 'ஒரு கறுப்பு மனிதன்கூட கண்ணில்

தென்படக்கூடாது. மலைப்பகுதி அருகே உள்ள காட்டுக்குள் அவர்கள் எல்லோரும் போய்விட வேண்டும்' என்று ஆணை பிறப்பித்தார். (ஆஸ்திரேலிய, டாஸ்மேனிய பழங்குடி மக்களுக்கும் திராவிட மக்களுக்கும் இனரீதியான பண்டைய உறவு உண்டு என்பது குறிப்பிடத்தக்கது!)

அதே ஆண்டு (1828-ல்), 'எதிரே தென்படும் எந்தவொரு பழங்குடி மனிதனையும் வெள்ளையர்கள் கொல்லலாம்' என்று ஒரு சட்டம் கொண்டு வந்தார்கள். கேட்க வேண்டுமா? வெள்ளையர்கள் பொழுது போகவில்லையென்றால்

மனிதனுக்குள்ளே ஒரு மிருகம்!

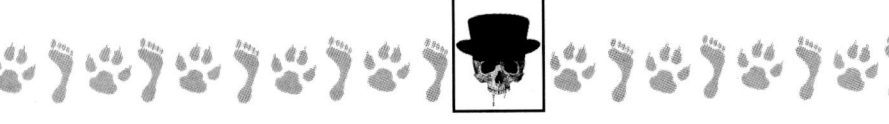

துப்பாக்கிகளோடு கிளம்பிவிடுவார்கள்.

மிருகங்களை வேட்டையாடுவது போல, பரிதாபமாகப் பயந்து ஓடிஒளியும் பழங்குடி மனிதர்களைச் சுற்றி வளைத்துச் சுட்டுக் கொல்வது வெள்ளையர்களின் 'ஹாபி'யாக மாறியது. 'Black catching' - 'கறுப்பனைப் பிடியுங்கள்!' என்று இந்த வேட்டைக்கு அவர்களே பெயர் சூட்டிக் கொண்டார்கள்! சண்டை போடத் தெரியாமல் ஓடும் கறுப்பர்களின் தவிப்பு வெள்ளையர்களின் உற்சாகத்தையும் கொலைவெறியையும் அதிகப்படுத்தியது. போதாதற்கு 'ஒரு கறுப்பனைக் கொன்றால், மூணு பிரிட்டிஷ் பவுண்டு வெகுமதி. ஒரு குழந்தையைப் பிடித்து வந்தால் ஒரு பவுண்டு பரிசு' என்று அரசு குரூரமாக அறிவித்தது!

கழுதைப்புலிகளால் சூழப்பட்ட மான்குட்டியைப் போல டாஸ்மேனிய பழங்குடி மக்கள் வெள்ளையர்களிடம் சிக்கிக்கொண்டு கூட்டம் கூட்டமாக உயிர் விட்டார்கள்.

ஆண்டு 1860-ல் ஐயாயிரம் பேருக்கு மேல் நிம்மதியாக வாழ்ந்த பழங்குடி மக்களின் தொகை குறைந்து போய், 1830-ம் ஆண்டு உயிரோடு மிஞ்சியவர்கள் எழுபத்திரண்டு ஆண்கள், மூன்று பெண்கள். பெற்றோரைப் பிரிந்து சங்கிலிகளால் பிணைக்கப்பட்டு சித்ரவதை செய்யப்பட்ட அத்தனை குழந்தைகளும் செத்துப் போய்விட்டன.

சில நல்ல மனிதர்கள் இந்தக் கொலைவெறியை ஆட்சேபித்து தொடர்ந்து குரல் கொடுத்து வந்தார்கள். இதனால் சற்று தர்மசங்கடப்பட்ட வெள்ளையர் அரசு மிச்சமிருந்த பழங்குடி மக்களை சிறையில் பூட்டி வைத்தது. சிறை என்றால் ஒரு பாதாளக் குகை! அங்கே சரியான உணவில்லாமல், குடிநீரில்லாமல், காற்று இல்லாமல், அவதிப்பட்டு நோய்வாய்ப்பட்டு ஒவ்வொருவராக உயிர்விட்டார்கள். ('வெறி தணிந்தாலும் கொலை உணர்வு வெள்ளையர்களுக்குப் போகவில்லை. ஆகவே, வேண்டுமென்றே உணவைக் குறைத்து, குடிநீர் இல்லாமல் செய்து அந்தப் பழங்குடி மக்கள் செத்துப் போக வழி செய்யப்பட்டது...' என்று சில வரலாற்று அறிஞர்கள் வேதனையோடு குற்றம் சாட்டுகிறார்கள்.)

1869–ம் ஆண்டு. இப்போது உயிரோடு இருந்தவர்கள் இரண்டு பெண்கள், ஒரு ஆண்! இந்தச் செய்தி ஐரோப்பாவுக்கும், பிரிட்டனுக்கும் பரவியதும் விஞ்ஞானிகள் டாஸ்மேனியாவுக்கு ஓடினார்கள். டாஸ்மேனிய வெள்ளை அரசு 'கறுப்பு மக்களை'ப் பற்றி விவரித்த விதத்தைக் கேள்விப்பட்ட அந்த விஞ் ஞானிகளுக்கு 'ஒருவேளை, மனிதனுக்கும் குரங்குக்கும் இடையே உள்ள புதிய உயிரினம் ஏதோ கண்டுபிடிக்கப்பட்டிருக்குமோ?!' என்கிற ஆர்வமும், சந்தேகமும் வந்துவிட்டது! அதே ஆண்டு, அந்த கடைசி பழங்குடி ஆண், எலும்பும் தோலுமாக ஆகி இறந்து போனான். அவனுடைய உடலை பிரிட்டிஷ் டாக்டர்களும், விஞ்ஞானிகளும் பிய்த்தெடுத்து, துண்டு துண்டாக்கி சோதனை செய்வதற்காகவும், பரிசுப் பொருளாக (momento!) *வைத்துக் கொள்ளவும் எடுத்துக் கொண்டு ஓடினார்கள். 'பிரிட்டிஷ் ராயல் காலேஜ் ஆஃப் சர்ஜன்ஸ்' அனுப்பிய டாக்டர் க்ரௌவ்தர், அந்த மனிதனின் உடலிலிருந்து தலையை வெட்டியெடுத்துக் கொண்டு திரும்பினார். 'லேட்'டாக வந்த சில ஐரோப்பிய விஞ்ஞானிகள் காது, மூக்கைக் கூட விட்டு வைக்காமல் பொட்டலம் கட்டிக்கொண்டு திரும்பினார்கள். பிறகு ஓரிரு ஆண்டுகளில் இறந்து போன ஒரு பெண்ணின் உடலுக்கும் அதே கதி!*

1876–ம் ஆண்டு, ட்ரூகானினி என்ற பெயர் கொண்ட அந்தக் கடைசிப் பெண் (மற்ற இருவரின் உடல்களுக்கும் நேர்ந்த கதியைப் பார்த்து) நடுங்கி ஒரு மூலையில் ஒடுங்கிக் கொண்டிருந்தாள். அவள் உடல் நிலை மோசமாகிக் கொண்டிருந்தது. இறப்பதற்கு முன் கடலைச் சுட்டிக்காட்டிக் கதறியவாறு ஏதோ பிதற்றிக் கொண்டிருந்தாள் அவள். ஆஸ்திரேலியாவிலிருந்து பழங்குடி இனத்தைச் சேர்ந்த ஒருவரை அழைத்து வந்தார்கள். அந்தப் பெண்ணின் கதறலைச் சிரமப்பட்டு கீழ்க்கண்டவாறு அவர் மொழிபெயர்த்தார். 'எங்கள் சம்பிரதாயப்படி இறந்து போன பிறகு உடலை கடலுக்கு நடுவே சென்று மூழ்கடிக்க வேண்டும். தயவு செய்து என் உடலை சின்னாபின்னமாக்காதீர்கள். என் கடைசி ஆசையையாவது நிறைவேற்றுங்கள்..?' – இதுதான் அவள்

டாஸ்மேனிய பழங்குடிச் சிறுவன்...
ஓர் ஓவியம்!

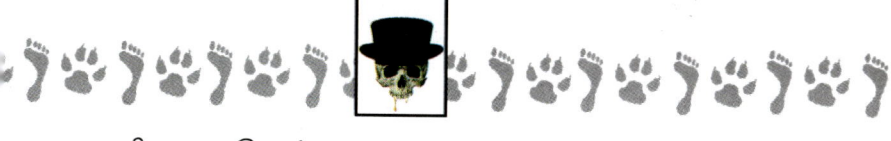

கதறியவாறு சொன்னது.

வெள்ளையர்கள் உரக்கச் சிரித்தார்கள். ட்ரூகானினி அந்த ஆண்டே இறந்துபோனாள். அவளுடைய கடைசி ஆசை நிறைவேற்றப்படவில்லை. அவள் உடலை காட்டில் ஒரு மூலையில் அலட்சியமாகப் புதைத்தார்கள். பிற்பாடு அவளுடைய எலும்புக்கூட்டைக்கூட வெள்ளையர்கள் விட்டு வைக்கவில்லை. அதைத் தோண்டியெடுத்தார்கள். டாஸ்மேனியா மியூஸியத்தில் பார்வையாளர்களுக்காக 'கடைசிப் பழங்குடிப் பெண்' எனகிற வாசகத்துடன் அது தொங்கவிடப்பட்டது – 1947–ம் ஆண்டு வரை! இதற்குள் ஒருவழியாக, வெள்ளையர்களில் நல்ல இதயம் படைத்த பொதுமக்கள், இந்தப் பழங்குடி இனத்துக்கு ஏற்பட்ட கதி பற்றி தெரிந்து, குற்ற உணர்வோடு தலை குனிந்தனர். 'ட்ரூகானினியின் எலும்புக்கூட்டை இப்படி வைத்திருப்பது அநாகரிகம், மோசமான ரசனை... (Poor Taste)' என்கிற ரீதியில் மனு எழுதி அனுப்பி, ஊர்வலமாகப் போய்ப் போராடினார்கள். ஆகவே, நடு ஹாலில் தொங்கவிடப்பட்டிருந்த ட்ரூகானினியின் எலும்புக் கூட்டை வேண்டாவெறுப்பாக ஒரு தனியறையில் மூலையில் உட்கார வைத்தார்கள். 'அட்லீஸ்ட் விஞ்ஞானிகள் அதைப் பார்க்க விரும்புவார்கள் இல்லையா?!' என்பது அவர்கள் சொன்ன காரணம். பொதுமக்களில் பலர் இதற்கும் ஆட்சேபனையைத் தெரிவித்தனர்.

1976–ம் ஆண்டு – ட்ரூகானினி இறந்து சரியாக நூற்றாண்டு வந்தது. அதே நாளன்று மக்கள் கூட்டம் மியூஸியம் காப்பாளர்களைத் தள்ளிக்கொண்டு அவர்களுடைய ஆட்சேபனைகளையும் மீறி உள்ளே புகுந்தது. அங்கே மூலையில் பரிதாபமாகக் கிடந்த ட்ரூகானினியின் எலும்புக்கூட்டை வெளியே கொண்டு வந்தவர்கள். அதை சகல மரியாதைகளுடன் ஊர்வலமாக எடுத்துச் சென்று எரித்து, அந்தச் சாம்பலைப் படகுகளில் நடுக்கடலுக்குக் கொண்டு சென்று... அந்தப் பெண்ணின் கடைசி விருப்பப்படி கடலில் சாம்பலைக் கரைத்துவிட்டுத் திரும்பினார்கள்.

மனிதர்களின் கொலைவெறிக்கு 'டாஸ்மேனிய உதாரணம்' ஒன்று போதுமா வாசகர்களே..?!

பிஸாரோவின் துரோகம்

வாசகர்களே! வரலாற்றில் சிவப்புத் துளிகள் பரவலாகச் சிதறிக்கிடக்கும் சில மிக மோசமான கொலைகார இடங்களுக்கு, உங்களை நான் அழைத்துச் செல்லப் போகிறேன். மனிதனின் கொலை வெறியைப் பொறுத்தமட்டில் பூகோள ரீதியான வித்தியாசங்கள் கிடையாது என்பதை நாம் புரிந்து கொள்வதற்காக, உலகெங்கும் உள்ள கொலைக் களங்களில் மிகச் சிலவற்றையே நான் தேர்ந்தெடுத்திருக்கிறேன். பட்டியல் போட்டு எல்லாவற்றையும் விவரிக்க பல 'வால்யூம்கள்' தேவைப்படும்! ஆகவே, டாஸ்மேனியாவிலிருந்து கிளம்பி நாம் இப்போது தென் அமெரிக்காவுக்குப் போக வேண்டியிருக்கிறது...!

ஒரு காலத்தில் ஆசியக் கண்டமும் அமெரிக்காவும், தலைப்பகுதியில் இணைந்திருந்தன. குறிப்பாகச் சொல்ல வேண்டுமென்றால், அமெரிக்க வடபகுதியில் உள்ள அலாஸ்காவிலிருந்து ரஷ்யப் பகுதியான சைபீரியாவுக்கு நடந்தே போய்விடலாம். அப்படித்தான் மனிதர்கள் 12,000 ஆண்டுகளுக்கு முன்பு அமெரிக்காவில் குடியேறினார்கள். அதாவது கொலம்பஸ் (மீண்டும்) அமெரிக்காவை 1492-ம் ஆண்டு 'கண்டுபிடிப்பதற்கு' பத்தாயிரம் ஆண்டுகளுக்கு முன்பே அமெரிக்கா கண்டுபிடிக்கப்பட்டு விட்டது. உண்மையில் (நம் பெயரைக் கொண்டுள்ள!) சிவப்பு இந்தியர்களின் நாடு அமெரிக்கா!

பிறகு, அங்கிருந்து தென் அமெரிக்காவுக்கு மனிதர்கள் குடியேறினார்கள். அடிப்படையில் ஆசிய, மங்கோலிய முகஜாடை அமெரிக்க இந்தியர்களுக்கு இருக்கக் காரணம் –

சிவப்பு இந்தியர்களின் முன்னோர்கள் ஆசியர்கள் என்பதால்தான்!

தென் அமெரிக்காவில், இன்றைய நாடுகளான பெரு, மெக்ஸிகோ போன்ற பகுதிகளில் குடியேறிய மக்கள் பிற்பாடு தங்களுக்கென்று பிரத்தியேகமான கலாசாரத்துடன் ஒரு சாம்ராஜ்யமே அமைத்துக் கொண்டார்கள். தென் அமெரிக்கர்கள் விட்டுச் சென்ற மாயன், அஸ்டெக், இங்கா நாகரிகங்கள் இன்றும்கூட பிரமிப்பூட்டுபவை!

கொலம்பஸ் அமெரிக்காவுக்குச் சென்று திரும்பிய பிறகு, ஐரோப்பியர்கள் ருசி கண்ட பூனையானார்கள். நிம்மதியாக வாழ்ந்து வந்த தென் அமெரிக்க மக்கள் வாழ்க்கையில், கடல் வழியாக சூறாவளி வீச ஆரம்பித்தது அதற்குப் பிறகுதான்...!

பெரு நாட்டில் வண்ணமயமாக தகதகத்துக் கொண்டிருந்த இங்கா சாம்ராஜ்யத்தின் சக்ரவர்த்தி அட்வால்பா! கடவுளாக இங்கா மக்கள் வழிபட்டு வந்த அவருடைய ஆட்சிக் காலத்தில் முதன் முதலில் சில கப்பல்களில் ஐரோப்பியர்கள் அங்கே வந்திறங்கினார்கள். ஸ்பெயின் நாட்டை ஆண்டு வந்த சார்லஸ் மன்னரின் பிரதிநிதியும், கவர்னருமான பிரான்ஸிஸோ பிஸாரோ தலைமையில் பெரு நாட்டில் இறங்கிய ஸ்பானிஷ் வீரர்களின் எண்ணிக்கை நூற்று அறுபத்து எட்டு!

அட்வால்பாவின் சாம்ராஜ்யத்தின் அகலம் மூவாயிரம் மைல்கள். அவருடைய பிரத்தியேகப் படைவீரர்களின் எண்ணிக்கை ஒரு லட்சம் வீரர்கள். நம்முடைய ராஜராஜ சோழன் மாதிரி, சுற்று வட்டாரத்தில் உள்ள நாடுகள் அனைத்தையும் வெற்றிகண்டு தனிப்பெரும் மன்னராக விளங்கியவர் அட்வால்பா.

பெரு நாட்டின் முக்கிய நகரமான 'காஜமார்க்கா'வில் அட்வால்பாவும் ஸ்பானிஷ் தளபதி பிஸாரோவும் சந்தித்த சில நிமிடங்களில் அட்வால்பாவை ஸ்பானிஷ் படை தோற்கடித்து கைப்பற்றியது வரலாற்றில் முக்கியத்துவம் பெற்ற, வேதனை மிகுந்த வஞ்சக நிகழ்ச்சி!

பிஸாரோவுடன் கூடச் சென்ற அவருடைய சகோதரர் பெட்ரோ என்பவரே அந்த நிகழ்ச்சியை விவரிக்கிறார்...

மனிதனுக்குள்ளே ஒரு மிருகம்!

“இரவு சூழ்ந்தவுடன் மெள்ள முன்னேறி சுமார் இரண்டரை மைல் தொலைவிலிருந்து அட்வால்பாவின் படையைப் பார்த்தோம். எங்கள் உடல் நடுங்கியது. காஜமார்க்கா நகரின் வெளிப்புறத்தில் மலையடிவாரத்தில் அவர்கள் களம் அமைத்திருந்தார்கள். பல்லாயிரக்கணக்கான கூடாரங்கள். ஒவ்வொன்றின் முன்பும் தீ மூட்டி அதைச் சுற்றி வீரர்கள் அமர்ந்திருந்தனர். தொலைவிலிருந்து பார்க்க வானத்தில் நெருக்கமாக ஆயிரக்கணக்கான நட்சத்திரங்கள் மின்னுவது போல அந்தக் கூடாரங்கள் மின்னின.

அட்வால்பா

கவர்னர் பிஸாரோ ‘அங்கே சுமார் 40,000 வீரர்கள் இருப்பார்கள்’ என்றார். அது பொய் என்று தெரியும். உண்மையில் 80,000-க்கு மேற்பட்ட ‘இங்கா’ வீரர்கள் அங்கே காத்திருந்தனர். நாங்கள் வந்திருப்பது இங்கா மன்னருக்குத் தெரியும்!

மறுநாள் தூதுவர் ஒருவரை அனுப்பினோம். ‘ஸ்பெயின் என்கிற நாட்டிலிருந்து நட்பு உணர்வோடு வந்திருக்கிறோம். மன்னரைச் சந்திக்க ஆவலாக இருக்கிறோம்’ என்று தூதுவரிடம் சொல்லியனுப்பினார் பிஸாரோ.

இங்கா மக்களுக்கு ஒருவர் சொல்லும் வார்த்தைகள் மீது மிகுந்த நம்பிக்கை உண்டு போலும்! சில மணி நேரங்கள் கழித்து காஜமார்க்கா நகருக்குள் எங்களை வரச் சொன்னார் மன்னர். தூதுவர் வந்து இதைச் சொன்னவுடன் தீவிர சிந்தனையில் ஆழ்ந்தார் பிஸாரோ. பிறகு நிமிர்ந்து பார்த்து எங்கள் படையைப் பல பிரிவுகளாகப் பிரித்து சில ஆணைகள் பிறப்பித்தார். எங்களிடம் குதிரைகள், துப்பாக்கிகள் உண்டு என்பதை நினைவில் கொள்ள வேண்டும்!

அட்வால்பா ஊர்வலமாக வந்த விதமே சிலிர்ப்பூட்டி எங்கள் உடல்களை நடுங்க வைத்தது. உண்மையில் எங்களில்

சிலர் பயத்தில் உடையிலேயே சிறுநீர் கழித்துவிட்டார்கள் என்பது உண்மை!முதலில் இரண்டாயிரம் வீரர்கள் அழகிய துடைப்பத்தால் வழிபூராவும் பெருக்கிக்கொண்டே வந்தார்கள். பிறகு வில், அம்புகளோடு வீரர்கள் அணிவகுந்து வந்தனர். பிறகு வீராவேசமாக டான்ஸ் ஆடியபடியே வந்தவர்கள் நூற்றுக்கணக்கில் இருக்கும். அவர்கள் வரும்போது கூட்டமாக பஞ்சவர்ணக் கிளிகள் ஆடிக்கொண்டு வந்ததைப் போல இருந்தது! பிறகு பிரமாண்டமான பல்லக்கு தென்பட்டது. ஒரே மாதிரி நீல வண்ண உடையில் எண்பது பேர் சுமந்து வந்த அந்த அலங்கரிக்கப்பட்ட பல்லக்கில் அட்வால்பா ஒரு அரசருக்கு உரிய உடையுடன், கிரீடத்துடன் கம்பீரமாக அமர்ந்திருந்தார். பல்லக்கு தங்கத்திலும், வெள்ளியிலும் ஜொலித்தது. அவரைத் தொடர்ந்து சற்றே சிறிய பல்லக்குகளில் மந்திரி பிரதானிகள்...

கீழே இறங்காமலேயே சக்ரவர்த்தி எங்களைப் பார்த்து புன்னகைத்தார். சில நிமிடங்கள் அங்கே மௌனம் நிலவியது..'' – என்று விவரிக்கிறார் பெட்ரோ!

கவர்னர் பிஸாரோ திரும்பித் தலையசைக்க, பாதிரியார் வின்ஸென்ட்

பிஸாரோ

ஸ்பானிஷ் படையெடுப்பு...

வேல்வெர்ட் ஒரு பையில் சிலுவையுடனும் மறுகையில் பைபிள் உடனும் அட்வால்பாவை நெருங்கினார். ஸ்பெயின் மன்னர் சார்லஸ் கத்தோலிக்கப் பிரிவைத் தீவிரமாகப் பின்பற்றுபவர். வாள் முனையில் மிக ஆவேசமாக கிறிஸ்தவ மதத்தைப் பரப்பிய முன்னணி மன்னர்களில் முக்கியமானவராகத் திகழ்ந்தார் அவர்.

மன்னர் அருகே சென்று வணங்கிவிட்டுப் பேச ஆரம்பித்தார் பாதிரியார் – "மன்னரே! நாங்கள் கிறிஸ்தவ மதத்தைச் சேர்ந்தவர்கள். ஸ்பெயின் மன்னர் உங்களுக்கு தன் நல்வாழ்த்துக்களை அனுப்பியிருக்கிறார். தாங்களும் எங்கள் மதத்தை ஏற்றுக் கொள்ளவேண்டும் என்பது மன்னரின் விருப்பம்! அது நம் இருநாடுகளுக்கும் நல்லது!" என்று சொல்லி கிறிஸ்தவ மதத்தின் பெருமைகளையும் சுருக்கமாக விளக்கிவிட்டு பைபிளை நீட்ட, அட்வால்பா அதை வாங்கி சில பக்கங்கள் புரட்டிப் பார்த்துவிட்டு அதைத் தூக்கியெறிந்தார். அவர் கண்கள் மெள்ளச் சிவந்தன..!

அட்வால்பாவுக்கு படிக்கவே தெரியாது. ஸ்பானிஷ் மொழி எப்படித் தெரியும்? சூரிய பகவானை வழிபடுபவரும், ஆரிய வம்சத்தில் தோன்றியவராகக் கருதப்படுபவருமான இங்கா மன்னரிடம் பைபிள் புத்தகத்தைத் தந்ததில் ஒரு அர்த்தமும் இல்லை. ஆனால், திடுக்கிட்டுப் பயந்து போன பாதிரியார் திரும்ப ஓடி வந்து பிஸாரோவிடம் அடைக்கலம் புகுந்து 'ஐயையோ! பைபிள் புத்தகத்தைத் தூக்கியெறிகிறார். என்ன அநியாயம் இது!' என்று அலற பிஸாரோவை பதற்றம் சூழ்ந்துகொண்டது.

ஒரு விஷயத்தை முக்கியமாக சொல்ல வேண்டும். அட்வால்பாவின் முன்னால் பிஸாரோ உட்பட நின்றவர்கள் ஒரு டஜன் பேர்தான்! மற்ற ஸ்பானிஷ் வீரர்கள் சுற்று வட்டாரத்தில் ஒளிந்து கொண்டிருந்தார்கள்.

'தலைக்கு மேல் போனால் ஜாண் என்ன முழம் என்ன?' என்கிற எண்ணத்தில் இருந்த கவர்னர் பிஸாரோ 'ஸான்டியாகோ!' என்று திடீரென்று ஆவேசமாகக் குரல் கொடுத்தார். ஸ்பானிஷ் வீரர்களின் போர் முழக்கம் அது!

அவ்வளவுதான்! ஒளிந்து கொண்டிருந்த ஸ்பானிஷ் குதிரைப்படை வீரர்கள் வெளிப்பட்டார்கள். அவர்கள் கைகளில் இருந்த துப்பாக்கிகள் முழங்கின. குதிரைகளின் கழுத்தில் மணிகள் கட்டியிருந்ததால் அவை களேபரமாக ஒலியெழுப்ப, ஸ்பானிஷ் வீரர்கள் ஊதுகுழல்களை (Trumpets) கர்ணகடூரமாக ஊதியவாறு முன்னேற... சண்டையிடுவதற்காகத் தயாராக வராத இங்கா வீரர்கள் இதை எதிர்பார்க்காமல் திகைத்துப் போனார்கள்.

நெருக்கமாக வந்த பிறகு வாட்களையும், ஈட்டிகளையும் ஏந்திய ஸ்பானிஷ் படை எதிரிகளை வெட்டியும், குத்தியும் வீழ்த்தியது. சுதாரித்துக்கொண்ட அட்வால்பாவின் மெய்க்காவல்படை தற்காப்பில் இறங்கியும் பலனில்லை. இதற்குள் பிஸாரோவே குதிரை மீது ஏறிப் புகுந்து பல்லக்கை நெருங்கி அட்வால்பாவின் ராஜ உடையைப் பிடித்துக் கிழித்து இழுக்க... முடியவில்லை. பல்லக்குத் தூக்கிய வீரர்களை ஸ்பானிஷ் வீரர்கள் வெட்டித் தள்ளத்தள்ள வேறு வீரர்கள் பல்லக்கைத் தங்கள் தோள்களுக்கு மாற்றிக்கொண்டு சக்ரவர்த்தி கீழே விழாமல் தடுத்தார்கள்! கடைசியாக ஏககாலத்தில் ஆறு ஸ்பானிஷ் வீரர்கள் குதிரைகளில் பாய்ந்து வந்து பல்லக்கின் பக்கவாட்டில் மோதினார்கள். ஒரு வழியாக பல்லக்கு சரிய, அட்வால்பா கீழே விழுந்தார். அவரைக் காப்பாற்றப் போரிட்ட அத்தனை இங்கா வீரர்களும் உயிர்த் தியாகம் செய்தார்கள்.

கிழிந்து போன உடையுடன் தடுமாறி எழுந்து நின்ற இங்கா மன்னர், திகைப்பிலாழ்ந்தாலும் கம்பீரத்தை இழக்காமல் நிமிர்ந்து நிற்க, அவரை விலங்குகளால் பிணைத்துக் கைது செய்து இழுத்து வரச் சொன்னார் பிஸாரோ.

போர் என்றால் இருபுறமும் அணிவகுத்து நின்று நேரடியாக மோதுவது என்று அப்பாவித்தனமாக நினைத்த இங்கா மன்னர், அந்நியர்களை விசாரிப்பதற்காக நேர்மையாக, நம்பிக்கையோடு முன் வந்தபோது வஞ்சகமாக திடீர் 'கெரில்ல' தாக்குதல் நிகழ்த்தி தன்னைக் கைப்பற்றுவார்கள் என்று கனவிலும் நினைத்திருக்க மாட்டார்!

ஆனால் – அவருக்காக விதி இன்னும் கொடூரமாகக் காத்துக் கொண்டிருந்தது...

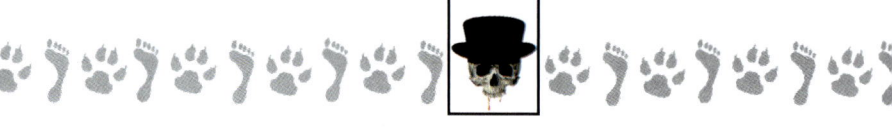

தடியெடுத்தவன்...

'தவறான வழிகளைப் பின்பற்றுவதன் மூலம் மனிதனுக்கு மகிழ்ச்சியான தருணங்கள் கிடைக்கலாம். அது தற்காலிகமான மகிழ்ச்சியே. நமக்கு நாமே நிறையக் கேள்விகள் கேட்டுக்கொள்வதன் மூலம் எது சரி, எது தவறு என்பதைத் தெளிவாகப் பகுத்தறிந்து புரிந்துகொள்ள முடியும். மனதுக்கு அமைதியேற்படுத்தும் நிரந்தரமான மகிழ்ச்சியை மனிதனுக்குத் தருவது இதுவே!' என்றார் சாக்ரடீஸ்.

ஆனால், மனிதனுக்குள்ளே இருக்கும் மிருகம் தற்காலிக மகிழ்ச்சிக்காகவே தவிக்கிறது. அந்த மகிழ்ச்சி ஏற்படுத்தவிருக்கும் பின்விளைவுகளைப் பற்றி மிருகம் கவலைப்படுவதில்லை!

நீதி, நியாயம், கருணை போன்ற சிறந்த விஷயங்களை அந்த மிருகத்தை உசுப்பிவிடக் காரணமான சுயநலம் மிதித்துச் சிதைத்துவிடுகிறது.

கிரேக்க நாடுகளான ஏதென்ஸுக்கும் ஸ்பார்ட்டாவுக்கும் கி.மு.431–404 வரை நடந்த நீண்டதொரு ஆவேசமான போரின்போது, மெலோஸ் என்கிற குட்டித் தீவு நாடு, கூட்டுசேராக் கொள்கையைக் (Neutrality) கடைப்பிடிக்க முடிவு செய்தது.

ஏதென்ஸ் அரசு அதை ஒப்புக் கொள்ளவில்லை! 'நீங்கள் எங்களோடு இணைந்து போரில் ஈடுபட வேண்டும்' என்று ஏதென்ஸ் ஆணையிட்டது. 'நாங்கள் இருவரையும் எதிரிகளாகக் கருதவில்லை. யாருக்கும் தீங்கு நினைக்கவும் விரும்பவில்லை. ஆகவே, போரில் கலந்து கொள்ள மாட்டோம்' என்றது மெலோஸ் அரசு.

"எங்கள் நாடு பலம் மிகுந்த நாடு. நாங்கள் சொல்வதுதான் சட்டம், நீதியெல்லாம்! சின்னஞ்சிறு நாடுகள் சக்திவாய்ந்த நாடுகளுக்கு இணங்கித்தான் போகவேண்டும். போர் நிகழும்

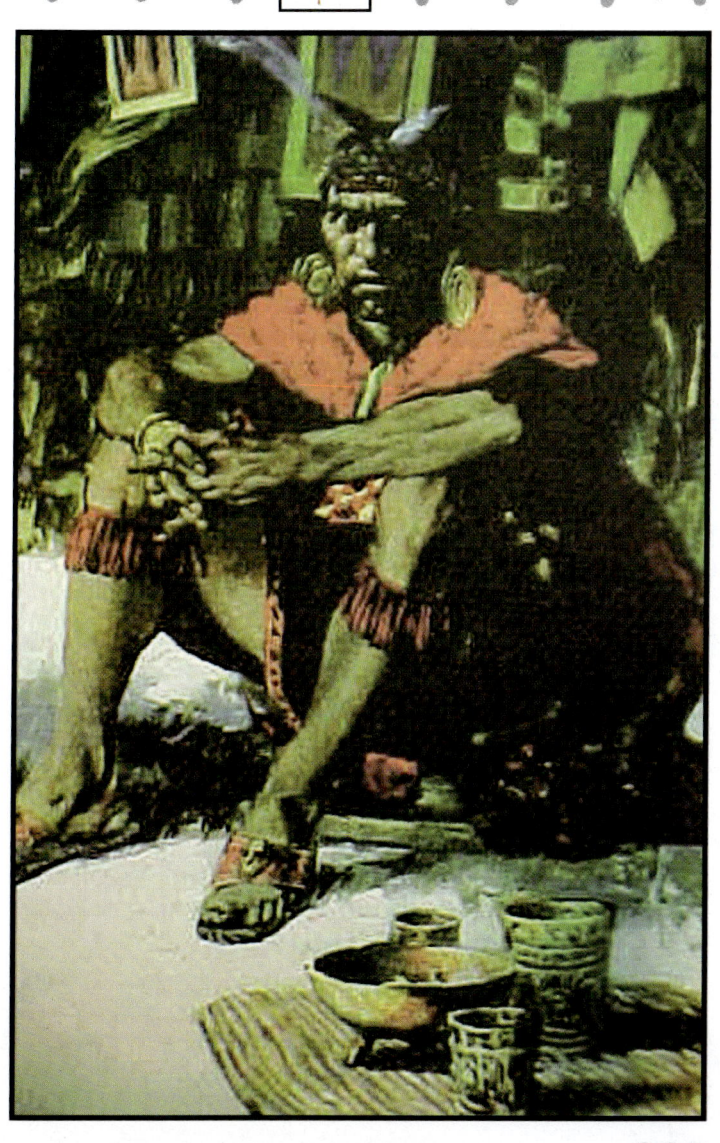

அட்வால்பா

மனிதனுக்குள்ளே ஒரு மிருகம்! 205

காலக்கட்டத்தில், 'யாருக்கும் நாங்கள் தீங்கு நினைக்கவில்லை' என்று முழங்குவதெல்லாம் அர்த்தமில்லாத வாதம்!" என்று ஏதென்ஸ் அரசு எச்சரிக்கை விடுக்க...

மெலோஸ் நாட்டு அரசர், 'ஏதென்ஸ் நாட்டிலுள்ள அறிஞர்களைக் கூப்பிட்டு, நீங்கள் சொல்வது நியாயம்தானா என்று விவாதித்து முடிவு செய்யுங்கள். யாருடனும் கூட்டு சேரக்கூடாது என்பதே எங்கள் இறுதி முடிவு!' என்று பதில் சொல்லி அனுப்பினார்.

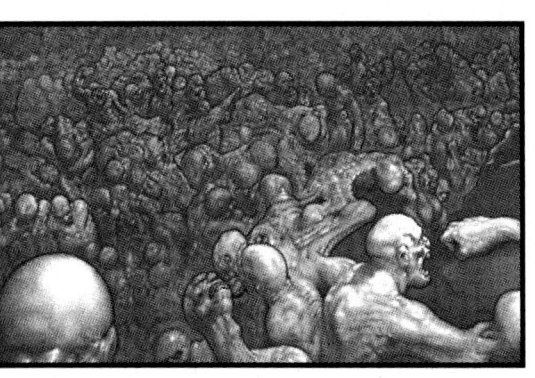

உடனே ஏதென்ஸ் நாட்டுப் பெரும்படை மெலோஸ் நாட்டைச் சூழ்ந்துகொண்டு கைப்பற்றியது. கையோடு அந்த நாட்டிலுள்ள அத்தனை ஆண்களையும் ஏதென்ஸ் நாட்டு வீரர்கள் வெட்டிச் சாய்த்தார்கள் (பனிஷ்மெண்ட்). அலறி ஓடிய பெண்களைக் கூட்டம் கூட்டமாக, ஏதென்ஸ் வீரர்கள் களிப்போடு வளைத்துப் பிடித்து, பாலியல் பலாத்காரத்துக்கு உட்படுத்தி, பிறகு அவர்களையும் குழந்தைகளையும் அடிமைகளாகச் சிறைப் பிடித்தார்கள். மெலோஸ் நாடு அதோடு அழிந்து போனது!

ஆக, வரலாற்றுப் பக்கங்களைப் புரட்டினால், பல்லாயிரக் கணக்கான ஆண்டுகளாகத் 'தடியெடுத்தவன் தண்டல்காரன்' என்கிற கதைதான்!

இங்கா மன்னர் அட்வால்பாவுக்கும் இதே கதிதான் நிகழ்ந்தது. இங்கா மக்கள் ஸ்பானிஷ் தளபதியிடம் 'நீங்கள் என்ன கேட்டாலும் தருகிறோம். எங்கள் மன்னரை விடுவித்துவிடுங்கள்!' என்று கெஞ்சினார்கள்.

செல்வம் கொழிக்கும் அந்நாட்டைப் பார்த்துச் சப்புக் கொட்டிய ஸ்பானிஷ் தளபதி – 22 அடி நீளம், 17 அடி அகலம், 8 அடி உயரத்துக்குப் பிரமாண்ட 'அறை' (மேற்புறம் மூடப்படாத தொட்டி!) ஒன்றைக் கட்டச் சொன்னார்.

'இதை ஒரு முறை தங்கத்தாலும் இரு முறை வெள்ளியாலும் நிரப்புங்கள். மன்னரை விடுதலை செய்கிறேன்!' என்றார் பிஸாரோ.

அந்த 'அறை' முழுவதையும் மக்கள் தங்கத்தால் நிரப்பினார்கள். 'அறை'க்குள் மேலும் இடம் ஏற்படுத்த தங்க ஜாடிகள், பெட்டிகளையெல்லாம் ஸ்பானிஷ் வீரர்கள் உடைத்து, அடைத்து, நசுக்கி நிரப்பினார்கள்!

பிறகு இரு முறை வெள்ளியால் அந்த 'அறை' நிரப்பப்பட்டது. தங்கமும் வெள்ளியுமாக மொத்தம் 20 டன் எடை!

ஸ்பானிஷ் படையின் பேராசை தலைவிரித்தாட ஆரம்பித்தது! 'மேலும் தங்கம் தேவை' என்று ஆணையிட்டார் பிஸாரோ.

'அரண்மனையில் நடுநாயகமாக இருந்த அட்வால்பாவின் சிம்மாசனத்தில் வேயப்பட்டிருந்த தங்கத் தகடுகளைக்கூடப் பிய்த்து எடுத்துக்கொண்டு வந்து பிஸாரோவின் காலடியில் இங்கா மக்கள் சமர்ப்பித்தனர்' என்கிறார் ஒரு வரலாற்று ஆசிரியர்.

இத்தருணத்தில் தப்பிச் சென்ற இங்கா வீரர்கள், படை திரட்டிக்கொண்டு, மன்னரை மீட்க வந்து கொண்டிருப்பதாகத் தகவல் ஒன்று வர (அது, பிஸாரோவே கிளப்பிவிட்ட வதந்தி என்றும் கூறப்படுகிறது!)... ஜூலை 26-ம் தேதி, 1533-ம் ஆண்டு அட்வால்பாவைச் சங்கிலிகளால் பிணைத்து ஒரு மரத்திலிருந்து தொங்கவிட்டார் பிஸாரோ.

பிறகு, 'உடனே நீங்கள் கிறிஸ்தவ மதத்துக்கு மாறவேண்டும். மறுத்தால், உங்கள் உடலுக்கு அடியில் தீ மூட்டப்படும்' என்றார் பிஸாரோ. அட்வால்பா அதற்கு ஒப்புக்கொண்டார். அவருடைய பெயரை 'ப்ரான்ஸிஸோ' (பிஸாரோவின் முழுப்பெயர் பிரான்ஸிஸோ பிஸாரோ. முன் பாதிதான்

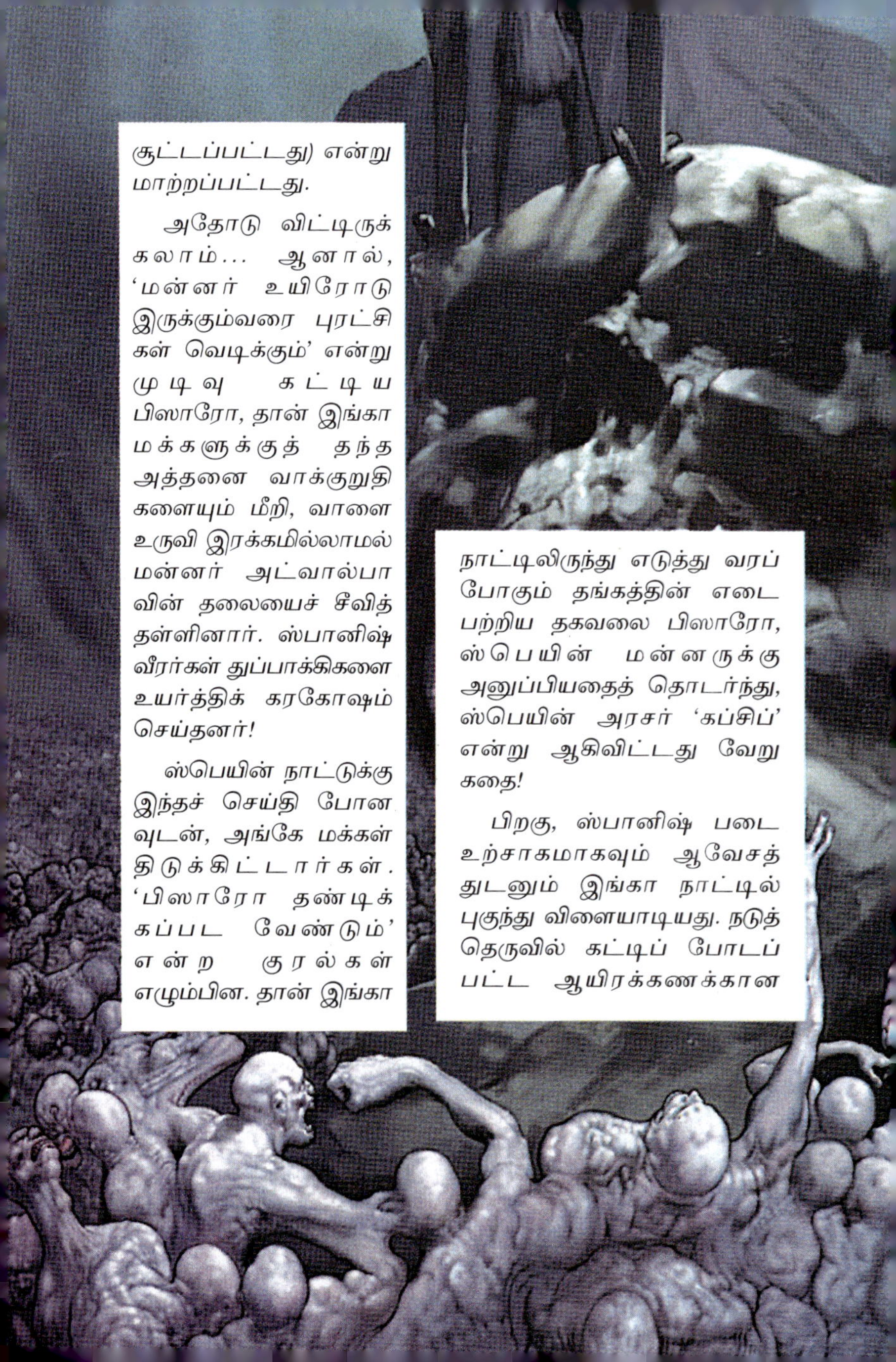

சூட்டப்பட்டது) என்று மாற்றப்பட்டது.

அதோடு விட்டிருக்கலாம்... ஆனால், ‘மன்னர் உயிரோடு இருக்கும்வரை புரட்சிகள் வெடிக்கும்’ என்று முடிவு கட்டிய பிஸாரோ, தான் இங்கா மக்களுக்குத் தந்த அத்தனை வாக்குறுதிகளையும் மீறி, வாளை உருவி இரக்கமில்லாமல் மன்னர் அட்வால்பாவின் தலையைச் சீவித் தள்ளினார். ஸ்பானிஷ் வீரர்கள் துப்பாக்கிகளை உயர்த்திக் கரகோஷம் செய்தனர்!

ஸ்பெயின் நாட்டுக்கு இந்தச் செய்தி போனவுடன், அங்கே மக்கள் திடுக்கிட்டார்கள். ‘பிஸாரோ தண்டிக்கப்பட வேண்டும்’ என்ற குரல்கள் எழும்பின. தான் இங்கா நாட்டிலிருந்து எடுத்து வரப்போகும் தங்கத்தின் எடை பற்றிய தகவலை பிஸாரோ, ஸ்பெயின் மன்னருக்கு அனுப்பியதைத் தொடர்ந்து, ஸ்பெயின் அரசர் ‘கப்சிப்’ என்று ஆகிவிட்டது வேறு கதை!

பிறகு, ஸ்பானிஷ் படை உற்சாகமாகவும் ஆவேசத்துடனும் இங்கா நாட்டில் புகுந்து விளையாடியது. நடுத்தெருவில் கட்டிப் போடப்பட்ட ஆயிரக்கணக்கான

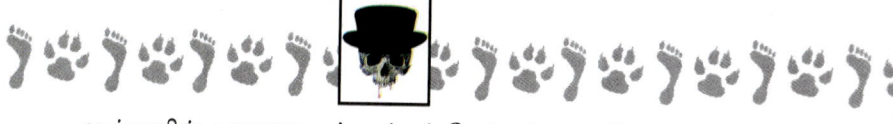

ஆண்களின் வலதுகரமும் மூக்கும் சீவப்பட்டன. வெட்டப்பட்ட கரங்களைச் சேகரித்து 'பிரமிட்' தயாரிக்கப்பட்டது.

எல்லாப் பெண்களின் மார்பகங்களும் வெட்டி எறியப்பட்டன. அறுநூறு குழந்தைகள் உயிரோடு மூட்டைகளாகக் கட்டப்பட்டு, அந்த மூட்டைகளுக்குத் தீ வைக்கப்பட்டது!

அரண்மனையை நோக்கி ஸ்பானிஷ் வெறியர்கள் ஓட, க்யூரோவுக்லோ என்னும் ஒரு மகாராணி, தன்னைச் சூறையாடப் போகிறார்கள் என்று பயந்து, கற்பைக் காப்பாற்றிக் கொள்ள உடல் முழுவதும் சாணத்தைப் பூசிக்கொண்டார்!

பிஸாரோ

இதைப் பார்த்துக் கடுப்பான ஸ்பானிஷ் வீரர்கள் ஆவேசத்துடன் அவளைப் பிடித்து இழுத்து வந்து, நடுவீதியில் கட்டிப் போட்டார்கள். ஏககாலத்தில் நூற்றுக் கணக்கான ஸ்பானிஷ் அம்புகள், ராணியின் உடலைச் சல்லடையாக் கியது!

சினிமா க்ளைமாக்ஸ் போல... எந்த ஹீரோவும் வந்து குதித்து, இங்கா மக்களையும் அவர்களுடைய கலாசாரத்தையும் காப்பாற்றவில்லை என்பது குறிப்பிடத்தக்கது!

மனிதனுக்குள்ளே ஒரு மிருகம்! 209

மன்னரின் ரத்தம் சுவையானது?

வன்முறையை ரசிக்கிற, அதேசமயம் வன்முறையைக் கண்டு அருவருப்படைகிற விசித்திரமானதொரு இனம் - மனித இனம்! உணர்ச்சிகளுக்கிடையே நிகழும் இந்த ஓட்டப்பந்தயத்தில் அநேகமாக 'வன்முறை ரசனை' ஜெயித்துவிடுகிறது. "உலகெங்கும் வன்முறைதான் அதிகம் 'விழா' எடுக்கிறது!" என்று வரலாற்று ஆசிரியர் ஒருவர் இகழ்ச்சியோடு குறிப்பிடுகிறார்...

மனிதன் தன் ஆளுமையை உலகில் வெற்றிகரமாக நிர்ணயிக்க முடிந்ததற்கு முக்கியக் காரணம் - தொலைவில் இருந்து மற்ற உயிரினங்களைக் கொல்வதற்கு வசதியான ஆயுதங்களை அவன் தயாரித்துக் கொண்டதுதான். இந்த ஆயுதக் கண்டுபிடிப்புகள், பிற்பாடு தன் இனத்தைச் சேர்ந்தவர்களையே அழிக்கவும் மனிதனுக்குப் பெரும் உதவியாக இருந்தது.

நெருக்கமாக நேருக்குநேர் மோதிக்கொள்ளும்போது ஏற்படும் தயக்கம், இரக்கம், கருணை போன்ற உணர்வுகள் தொலைவிலிருந்து ஒருவரைக் கொல்லும்போது ஏற்படுவதில்லை! போரின் சோகம் என்னவென்றே தெரியாமல், வெள்ளை மாளிகையில் அமர்ந்து 'ஓகே' என்கிற வார்த்தையை உதிர்த்தால்போதும் - அணுகுண்டுகளை வீசி ஹிரோஷிமா, நாகஸாகி போல நகரங்களையே முற்றிலும் அழிக்க முடியும் என்கிற அளவுக்கு இன்று 'வசதி' பெருகிவிட்டதால், இரக்கத்துக்கு இடமேயில்லை என்கிற நிலை ஏற்பட்டிருக்கிறது!

சில ஆண்டுகளுக்கு முன்பு ஆப்கானிஸ்தானில் ரஷ்யப்படை ஆக்கிரமிப்பு செய்தபோது, ஒரு ரஷ்ய ராணுவவீரர் அங்கே

நிகழ்ந்த கொலைவெறியை வர்ணிக்கிறார் – 'யாரையும் சுட்டுக்கொல்வது கொடூரமான, அருவருப்பான, மிகுந்த தயக்கத்தை ஏற்படுத்துகிற செயல். ஆனால், கொஞ்சநேரம் யுத்தத்தில் ஈடுபட்டு விட்டால், அந்த உணர்வுகள் அடியோடு அகன்றுவிடுகின்றன. கூட்டமாகத் துரத்திப் பலரைச் சுட்டுத்தள்ளுவது மெள்ள மெள்ளப் பரவசமான செயலாக மாறிவிடுகிறது. உலக கால்பந்து போட்டியில் கலந்துகொண்டு திரும்பும் விளையாட்டு வீரருக்கு ஏற்படும் கிளர்ச்சியோடுதான் நான் யுத்த களத்திலிருந்து கூடாரத்துக்குத் திரும்பினேன்!'

உலகப் போரில் கலந்துகொண்டு பிற்பாடு வருத்த உணர்வோடு, 'யுத்த டயரி' என்கிற அற்புதமான புத்தகம் எழுதிய க்ளென் க்ரே என்கிற அமெரிக்க ராணுவவீரர், 'கண்களில் மிருகத்தனமான ஆர்வத்தையும் வெறியையும் (The lust of the eye!) போரில் ஈடுபடும் எல்லா வீரர்களிடம் கண்டதாக'க் குறிப்பிடுகிறார்.

மற்றவர்களை மொத்தமாகக் கொல்வதற்கு வேண்டிய காரணங்களை மனிதன் சுலபமாக ஏற்படுத்திக் கொண்டான். அதில் முக்கியமானது 'நாம் – அவர்கள்' என்கிற சிந்தாந்தம்! அதாவது, வேறு இனத்தை அல்லது மதத்தைச் சேர்ந்தவர்கள் 'அவர்கள்'!

ஏதென்ஸ் அரசு மெலோஸ் நாட்டு மக்களை 'அவர்கள்' என்று கருதியதால்தான், அந்த நாட்டையே தயக்கமில்லாமல் அழிக்க முடிந்தது. 'நாம் – அவர்கள்' உணர்வு மனிதனின் உள்மனதில் எப்போதும் இருந்து வருகிற ஒன்று.

நம்முடைய குழந்தையின் வசதிக்காக மலையை நகர்த்த நாம் முயற்சிகள் எடுப்போம். அநாதரவாக அழுது கொண்டிருக்கும் யாரோ ஒரு குழந்தைக்கு உதவச் சுண்டுவிரலைக்கூடத் தூக்கமாட்டோம்! இரக்கம் கனிவு போன்ற நற்குணங்களுக்கு நாம் குறுகிய எல்லைகள் வகுத்துக்கொண்டிருப்பதுதான் இதற்குக் காரணம்.

மனிதனுக்குள்ளே ஒரு மிருகம்!

அந்தச் சுயநல எல்லைக்குள் நம் மனைவி, குழந்தைகள், நண்பர்கள், உறவினர்கள் மட்டுமே உண்டு (இந்த எல்லையை விஸ்தரிக்க முடியும் என்றும் அதற்கான குணநலன்களை மனிதன் வளர்த்துக்கொண்டு பழக்கப்படுத்திக்கொள்ள முடியும் என்றும் சாக்ரடீஸ், அரிஸ்டாடில் போன்றவர்களிலிருந்து திருவள்ளுவர் வரை வலியுறுத்தியிருப்பது வேறு விஷயம்!).

லெபனான் நாட்டில் பயங்கரவாதிகளிடம் ஆறாண்டுகள் பணயக்கைதியாகச் சிறைப்பட்டு சித்ரவதை செய்யப்பட்ட ப்ரியன் கீனன் என்பவர், தன் அனுபவங்களைப் பிற்பாடு புத்தகமாக எழுதினார். அதில் ‘கொடூர மனப்பான்மை என்பது மனிதன் தீனிபோட்டு வளர்த்துக்கொள்கிற ஒன்று. அதை விரும்பி ரசிப்பவர்கள் அரைமனிதர்களே. போகப்போக வன்முறை அவர்களை ஆள ஆரம்பித்துவிடுகிறது. உண்மையில் இப்படிப்பட்டவர்களின் வாழ்க்கையில் வெற்றிடம் மிகுந்து இருக்கும். அர்த்தமுள்ள வாழ்க்கை அவர்களுக்கு இல்லாததால், அந்த வெற்றிடம் மீண்டும் மீண்டும் வன்முறையால் நிரப்பப்படுகிறது.

ஒரு குழந்தை பயப்படும்போது போர்வையால் முகத்தை மூடிக்கொள்வது போல, மனிதன் தன்னுடைய பயங்களையும் குறைகளையும் மூடி மறைக்க வன்முறையைப் போர்வை யாகப் பயன்படுத்துகிறான்’ என்கிறார் கீனன் (இந்தத்

தொடரின் ஆரம்ப அத்தியாயங்களில் பிரவேசித்த பல சைக்கோ கொலைகாரர்களுக்கு இந்தப் பிரச்னை இருந்தது என்பது வாசகர்களுக்கு நினைவிருக்கும்!).

கொலைவெறி தொற்றுநோய் போலப் பார்வையாளர்களிடையேகூடப் பரவக்கூடியது. பிரெஞ்சுப் புரட்சியின்போது, பாரிஸ் நகரில் மன்னர் பதினாறாம் லூயி தலையை 'கில்லடின்' மூலம் வெட்டித் தள்ளியபோது, அந்தத் தண்டனையைப் பார்க்கப் பல்லாயிரக்கணக்கான மக்கள் நகரின் மையத்தில் கூடினார்கள். இதோ, அந்த நிகழ்ச்சியை வரலாற்று ஆசிரியர் ஒருவர் விவரிக்கிறார்...

'தலை வெட்டப்பட்ட பிறகு மன்னரின் கழுத்திலிருந்து குபுகுபுவென்று ரத்தம் கொப்பளித்துப் பாய்ந்தது. அதைப்

பார்த்து எண்பதினாயிரத்துக்கு மேற்பட்ட மக்கள் ஆரவாரம் செய்தனர். நிறைய பள்ளிகளிலிருந்து கூட்டமாகச் சிறுவர்கள் (எக்ஸ்கர்ஷன் மாதிரி!) அங்கே வந்திருந்தார்கள். அவர்கள் தங்கள் தொப்பிகளையும் புத்தகங்களையும் உயரத் தூக்கிப்போட்டுப் பிடித்து ஆரவாரித்தனர்.

மக்களில் பலர் முண்டியடித்துக்கொண்டு முன்னேறி, மன்னரின் ரத்தத்தை விரல்களால் ஆர்வத்தோடு தொட்டு முகர்ந்தார்கள். சிலர் ரத்தத்தை நாக்கில் வைத்து ருசி பார்த்தனர். தண்டனையை நிறைவேற்றியவர், பெருந்தன்மையான புன்னகையுடன் லூயி மன்னரின் தலையிலிருந்து முடியைப் பிய்த்து, ஆளுக்குக் கொஞ்சம் விநியோகித்தார். கடைசியில், அரட்டையடித்துக்கொண்டும் சிரித்தவாறும் திருப்தியோடு அனைவரும் தோளில் கைபோட்டவாறு திரும்பிச் சென்றதைப் பார்த்தபோது, ஏதோ கண்காட்சியிலிருந்து திரும்பியது போலத் தோன்றியது.'

'இரண்டாம் உலகப்போரின் முடிவில் ஜப்பான் சரணாகதி அடைந்து, அந்நாட்டுக்குள் அமெரிக்கப் படை வெற்றிகரமாக நுழைந்த பிற்பாடும் தன்நாடு சரணாகதி அடைந்ததே தெரியாமல், காட்டுக்குள் சில ஜப்பானிய வீரர்கள் ஒளிந்துகொண்டிருந்தார்கள். இந்தத் தகவல் தெரிந்தவுடன் அமெரிக்க வீரர்கள் துப்பாக்கிகளை ஏந்தியவாறு, காட்டுக்குள் புகுந்து அந்த வீரர்களை உற்சாகமாகச் சூழ்ந்துகொண்டார்கள். உடனே அமெரிக்கர்கள் ஜப்பானியர்களைச் சுட்டுக் கொன்றிருக்கலாம்!

ஆனால், அமெரிக்க வீரர்கள் அவர்களை ஓடவிட்டு விளையாட்டுக் காட்ட ஆரம்பித்தார்கள். பதற்றத்துடன் ஜப்பானியர்கள் மரங்களைச் சுற்றிச் சுற்றி ஓடி ஒளிய, விழுந்து விழுந்து சிரித்தவாறு அமெரிக்கர்கள் துரத்த... வெகுநேரம் கழித்தே அவர்களைச் சுட்டுக் கொன்றார்கள்...' – இந்தக்

காட்டுத்தனமான வேட்டையை நேரில் பார்த்த பத்திரிகையாளர் ஒருவரின் விவரிப்பு இது. ‘இதில் நகைச்சுவைக்கு என்ன இருக்கிறது என்று எனக்குப் புரியவில்லை!’ என்றும் அந்தப் பத்திரிகையாளர் வெறுப்புடன் குறிப்பிடுகிறார்.

இராக், குவைத் நாட்டின்மீது ஆக்கிரமிப்பு நடத்தியபோது, குவைத் நாட்டைச் சேர்ந்த அஹமது குபாஸார்ட் என்கிற பத்தொன்பது வயது இளைஞனை இராக்கிய வீரர்கள் சிறைப் பிடித்துக்கொண்டு போனார்கள். சில நாட்கள் கழித்து, அந்த இளைஞனின் பெற்றோருக்கு ‘உங்கள் மகனை வீட்டுக்குக் கொண்டுவிடப் போகிறோம்’ என்று தகவல் அனுப்பினார்கள். அஹமதின் பெற்றோரும் உறவினர்களும் மிகுந்த மகிழ்ச்சியடைந்து விருந்து தயாரித்து, அந்த இளைஞனுக்காக வீட்டுவாசலில் கும்பலாகக் காத்திருந்தனர்.

தொலைவில் ஜீப்புகள் சத்தம் கேட்டவுடன் அங்கே மகிழ்ச்சி அதிகரித்தது. பலர் அண்ணாந்து பார்த்து, இறைவனுக்கு நன்றி சொன்னார்கள். வீட்டுக்கு எதிரே வந்து நின்ற ஒரு ஜீப்பிலிருந்து அந்த இளைஞன் கீழே இறக்கப்பட்டான் – அலங்கோலமாக, நிர்வாணமாக!

அங்கே காத்திருந்தவர்கள் முகங்கள் வெளிறிப்போனது. அந்த இளைஞனின் மூக்கு, காதுகள் அடியோடு வெட்டப்பட்டிருந்தன. இரு கரங்களிலும் வெளியே தொங்கிக்கொண்டிருந்த தன் கண்களை ஏந்திக்கொண்டிருந்தான் அந்த இளைஞன். அவனுடைய பிரத்யேக உறுப்பும் வெட்டித் தள்ளப்பட்டு இருந்தது...

தள்ளாடித் தடுமாறியவாறு பரிதாபமாக அந்த இளைஞன் நிற்க, அவனுடைய குடும்பத்தினரின் கண்ணெதிரே அவனை இராக்கிய வீரர்கள் திடீரென்று, பெரும் சிரிப்புடன் முதுகில் சரமாரியாகச் சுட்டு வீழ்த்தினார்கள்...

ஜீப் கிளம்புவதற்கு முன்பு ஒரு இராக்கிய சார்ஜெண்ட் இளைஞனின் பெற்றோரைத் திரும்பிப் பார்த்து, ‘மூன்று நாட்களுக்கு இங்கேயே உடல் கிடக்க வேண்டும். யாரும் அதை அப்புறப்படுத்தக்கூடாது. அவ்வப்போது வந்து பார்ப்போம்!’ என்று கடுமையாக எச்சரித்துவிட்டுப் போனான்.

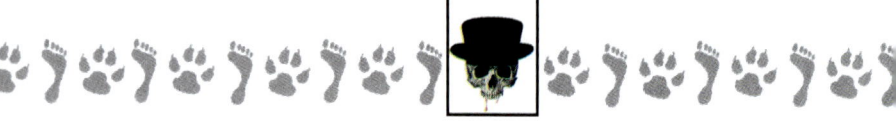

செங்கிஸ்கான் சூறாவளி!

ஒரு தனிப்பட்ட மனிதன் 'சீரியல்' கொலைகாரனாக ஆகும்போது, அக்கம்பக்கத்தில் உள்ள அப்பாவி மக்கள் மட்டுமே உயிருக்குப் பயந்து நடுங்கி வாழ்வார்கள். சிலசமயம் ரத்த வெறி பிடித்தவர்கள் நாட்டுக்குத் தலைவனாக ஆவதுண்டு. அப்போது அக்கம்பக்கத்து நாடுகள் எல்லாம் கொலை நடுக்கத்துக்கு உள்ளாகின்றன.

கொலைகாரத் தலைவர்களில் இரு வகையினர் உண்டு. சந்தேகம் வந்துவிட்டால் உற்றார், உறவினர் என்றுகூடப் பார்க்காமல் சித்ரவதை செய்து தீர்த்துக் கட்டிவிடுபவர்கள் ஒரு வகை.

நெருக்கமானவர்களிடம் விசுவாசமாக நடந்துகொண்டு, அதேசமயம் எதிரிகளிடம் இரக்கம் காட்டாமல், அவர்களுடைய ரத்தம் குடிக்கத் துடிப்பவர்கள் இன்னொரு வகை!

கிரேக்க மன்னன் அலெக்ஸாந்தர், இந்தியாவுக்குப் படையெடுத்து போரஸ் மன்னனை வெற்றி கண்டபோது, அவரை அலெக்ஸாந்தர் பெருந்தன்மையோடு நடத்தியது நமக்குத் தெரிந்ததே. சிறைப் பிடிக்கப்பட்ட பிறகும் ஒரு மன்னருக்குரிய மரியாதையுடன் நடத்தப்பட்டார் போரஸ்.

அதுவே மங்கோலிய மன்னன் செங்கிஸ்கான் கையில் போரஸ் சிக்கியிருந்தால், கதையே வேறு! ஆகவேதான், வரலாறு அலெக்ஸாந்தரை மாபெரும் வீரனாகவும் செங்கிஸ் கானைக் கொடுங்கோலனாகவும் சித்திரிக்கிறது!

ஒரு போர்வீரனின் குணநலன்களை, சிறுவயதில் அவன் வளர்க்கப்பட்ட முறைதான் நிர்ணயிக்கிறது. அரிஸ்டாடிலிடம் மாணவராக இருந்தவர் அலெக்ஸாந்தர்!

செங்கிஸ்கானின் தந்தை, வேறொரு மங்கோலியப் பிரிவின் தலைவனால் வஞ்சகமாகக் கொல்லப்பட்டார். அதைத் தொடர்ந்து சிறுவன் செங்கிஸ்கான் எதிரிகளிடம் சிக்கி, சித்ரவதை செய்யப் பட்டான். பிற்பாடு, செங்கிஸ்கான், படை திரட்டிக்கொண்டு எதிரிகளோடு மோதியபோது, அவனுக்கு மிகவும் விசுவாசமான எழுபது வீரர்களைச் சிறைப் பிடித்து, பிரமாண்டப் பானைகளில் கட்டிப் போட்டு, அடியில் தீ மூட்டி, நிஜமாகவே எதிரிகள் வறுத்து தெடுத்தார்கள்!

இதையெல்லாம் பார்த்த செங்கிஸ் கானின் இதயம் இறுகிப் போய்விட்டது. நெப்போலியனின் அகராதியில் 'முடியாதது' என்கிற வார்த்தையே கிடை யாது என்பார்கள். செங்கிஸ்கானின் அகராதியில் 'இரக்கம்' என்கிற வார்த்தை கிடையாது!

நெருப்புத் தணலாக இருக்கும் வன்முறைத் தீயைக் கொழுந்துவிட்டு எரியச் செய்யும் ஆபத்தான காற்று, குறிப்பாக யுத்தங்களின்போதும் அதற்கு முன்னும் பின்னும் அதிகமாக வீசுகிறது.

செங்கிஸ்கானைப் பொறுத்தவரை, அவன் மங்கோலியாவை ஆட்சி செய்த காலகட்டம் முழுவதுமே வன்முறைத் தீயின் ஜுவாலைகள் ஓங்கி வளர்ந்து, எரிந்து கொண்டிருந்தது.

கி.பி.1162-ம் ஆண்டு பிறந்த செங்கிஸ்கானின் நிஜப்பெயர் தெமுசின். வயதுக்கு வந்தவுடன் தெமுசின் செய்த முதல் காரியம் – தன் பெயரை மாற்றிக்கொண்டதுதான்! 'செங்கிஸ்கான்' என்றால், 'முழுமையான போர்வீரன்' என்று மங்கோலிய மொழியில் அர்த்தம்!

பல பிரிவுகளாக இருந்த மங்கோலிய குட்டி மன்னர்களை வாள்முனையில் ஒன்றிணைக்க அவன் இறங்கியதால், நாற்பது வயதுவரை செங்கிஸ்கானைப் பற்றி வெளியுலகுக்குத் தெரியாமல் இருந்தது! செங்கிஸ்கான் படை மங்கோலியாவை விட்டு வெளிப்பட்டவுடன், முதலில் சிக்கிக்கொண்ட நாடு சீனா. சீனாவின் உலகப் புகழ்வாய்ந்த கோட்டைச் சுவர் (The Great Wall of China) செங்கிஸ்கானுக்கு ஒரு பொருட்டாகவே இல்லை! அந்தச் சுவரைக் காத்த வீரர்கள் அனைவரையும் வெட்டித் தள்ளிவிட்டு, மங்கோலியப் படை சீனாவுக்குள் புகுந்து (1214-ம் ஆண்டுக்குள்!) வடசீனா முழுவதையும் கைப்பற்றிவிட்டது!

(நாம் பேச்சுவாக்கில் வடஇந்தியா, தென்னிந்தியா என்று குறிப்பிடுவது போல், சீனாவிலும் வடசீனா, தென் சீனா என்று உண்டு. வடசீனா – இந்தியா அளவுக்குப் பெரிய நிலப்பரப்பு கொண்டது. ஏராளமான தனி ராஜ்யங்கள் அங்கேயும் இருந்தன!).

சீனாவின் நடுவில் ஓடும் மாபெரும் மஞ்சள் நதிக் கரையோரம் வந்த பிறகுதான், மங்கோலியப் படை நின்று, சற்று மூச்சுவிட்டுக் கொண்டது!

வடக்கு முழுவதும் ஆட்சி செய்த 'கின்' இன அரசர், செங்கிஸ்கானின் முன் மண்டியிட்டார். அவரிடம் 'என் வீரர்களின் கோபத்தை எப்படித் தணிக்கப் போகிறீர்கள்? இரண்டு இளவரசர்கள், ஐந்நூறு இளம்வீரர்கள் மற்றும் இளம்பெண்கள், மூவாயிரம் குதிரைகள், ஆயிரம்

ஒட்டகங்களைக் 'கப்பமாக' எங்களுடன் அனுப்பினால், உங்களை உயிரோடு விடுவேன்!' என்றான் மங்கோலிய மன்னன் இகழ்ச்சியாக.

எல்லாவற்றையும் அள்ளிக்கொண்டு திரும்பிய மங்கோலியப் படை, மேற்குப் பக்கம் நோக்கிக் கிளம்பியது. போகிற வழியில் இருந்த இந்தியாவுக்குள் செங்கிஸ்கான் நுழையாதது ஆச்சரியமே! அதை இந்தியாவின் அதிர்ஷ்டம் என்றும் சொல்லலாம்.

ஆப்கானிஸ்தான் எல்லையில் இருந்த ஒரு நாட்டின் எல்லைக்குச் சென்று எட்டிப் பார்த்த மங்கோலிய வீரர்கள், அங்கே வெட்டித் தள்ளப்பட்டார்கள். தகவல் தெரிந்தவுடன், செங்கிஸ்கானின் கண்கள் சிவக்க, மறுபடியும் ஒரு தூதர் மூலமாக, 'எங்களுக்குக் கீழ்ப்படிந்து விடுங்கள்' என்று எச்சரிக்கையை அனுப்பினான் அவன்.

செங்கிஸ்கானைப் பற்றி அவ்வளவாகத் தெரியாததாலும், மங்கோலிய நாட்டைக் குறைத்து மதிப்பிட்டதாலும் ஷா முகமது என்கிற மன்னரின் கவர்னர் ஒருவர், வந்த தூதுவனின் தலையை வெட்டி, அதை 'பார்சலாக' செங்கிஸ்கானுக்குத் திருப்பி அனுப்பினார் (இந்தியா தப்பித்ததற்கு அதுகூடக் காரணமாக இருக்கலாம்!).

கோபம் தலைக்கேறிய செங்கிஸ்கான், 'இனி மற்ற நாட்டு மன்னர்களோடு இதுபோல பேரம் பேசிக் கொண்டிருக்கக்கூடாது' என்று முடிவு செய்தது அப்போதுதான்! அதிலிருந்து எதிரிகளை மங்கோலியர்கள் நடத்திய விதமே மாறிவிட்டது!

ஐம்பதாயிரம் வீரர்கள் அடங்கிய மங்கோலியப் படை, ஆப்கானிஸ்தானுக்குள் புகுந்து, அந்த நாட்டை அடியோடு கைப்பற்றிவிட்டது! முதல் வேலையாக, தூதுவனின் தலையை வெட்டியனுப்பிய கவர்னரை இழுத்துவரச் செய்த செங்கிஸ்கான், அவரையே குரூரப் புன்னகையுடன் உற்றுப் பார்க்க... கவர்னர் 'என்னை உடனே குத்திக் கொன்றுவிடுங்கள்' என்று கதறினார். செங்கிஸ்கான் 'நோ' என்று தலையசைத்துவிட்டு தந்த தண்டனை, குரூரமானது!

மனிதனுக்குள்ளே ஒரு மிருகம்! 219

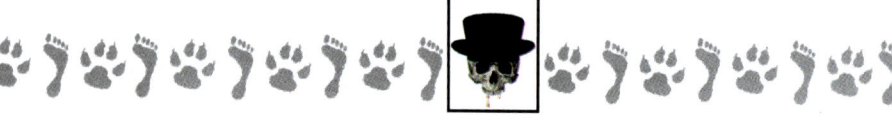

குடிக்கக் குதிரையின் குருதி

செங்கிஸ்கானுக்கும் பொறுமைக்கும் சம்பந்தமே இல்லைதான். ஆனால், எதிரிக்கு என்னவிதமான தண்டனை தரவேண்டும் என்பதை பொறுமையாக குரூரமாகச் சிந்திப்பான் அவன்! மங்கோலிய தூதுவனின் தலையை வெட்டித் தள்ளிய ஆப்கானிஸ்தானிய கவர்னரை செங்கிஸ்கான் மறக்கவில்லை என்பதுதான் முக்கியம்!

கைது செய்யப்பட்டு இழுத்துவரப்பட்ட கவர்னர், 'என்னை உடனே கொன்றுவிடுங்கள்' என்று கதறக் காரணம் – சித்ரவதைக்குப் பயந்தே! அவரை வெறித்துப் பார்த்த மங்கோலிய மன்னன், 'சேச்சே! உனக்கு வெள்ளியைப் பரிசாகத் தரப்போகிறேன்' என்றான் அடித்தொண்டையில்.

கூடவே, தன் தளபதிகளைப் பார்த்து, 'இங்கே அரண்மனையிலிருந்து எடுத்துவந்த வெள்ளியைக் கொதிக்கவைத்து உருக்கி, அந்தக் குழம்பை இவனுடைய கண், காது, பிறகு தொண்டைக்குள் ஊற்றுங்கள்' என்று ஆணையிட்டான். உடனே, கொடூரமான அந்தத் தண்டனை நிறைவேற்றப்பட்டது.

பிறகு, சமர்கண்ட் நகருக்குள் புகுந்த மங்கோலியப் படை, ஒரே நாளில் ஐம்பதாயிரம் பேரை வெட்டி வீழ்த்தியது. டெர்மெஸ் என்னும் ஊரில் செங்கிஸ்கான் முகாமிட்டபோது, ஒரு மூதாட்டி துணிவுடன் வந்து, 'எங்கள் ஊர்ப் பெண்களை நீங்கள் துன்புறுத்தாமல் இருந்தால், நான் உங்களுக்கு விசேஷமான பரிசு தருகிறேன்!' என்று மன்றாட...

செங்கிஸ்கான் 'சரி'யென்று தலையசைக்க... அந்தப் பெண்மணி, 'நான் விலைமதிப்பு மிகுந்த வைரங்களை விழுங்கியிருக்கிறேன். என்னை வெட்டி, அவற்றை

எடுத்துக்கொண்டு, ஊர்ப் பெண்களை விட்டுவிடுங்கள்!' என்றாள்.

செங்கிஸ்கானே எழுந்து, வாளை உருவி அந்த மூதாட்டியின் வயிற்றைக் கிழிக்க... உள்ளே வைரங்கள் இருந்தன! திரும்பித் தன் வீரர்களைப் பார்த்த மங்கோலிய மன்னன், 'ஒருவேளை இந்த ஊரில் எல்லாப் பெண்களும் வயிற்றில் வைரங்களைப் பதுக்கி வைத்திருப்பார்களோ?' என்று விஷமப் புன்னகையுடன் கேள்வி எழுப்ப...

உடனே மங்கோலிய வீரர்கள் வாட்களுடன் கிளம்பிச்

சென்று, அத்தனை பெண்களையும் ஆர்வத்துடன் வெட்டிச் சாய்த்து, வயிறுகளைக் கிழித்துப் போட்டதுதான் மிச்சம்... வைரம் இல்லை! அதைத் தொடர்ந்து, உலகின் புகழ்பெற்ற நகரங்களில் ஒன்றான 'புகாரா'வுக்குள் மங்கோலியப் படை நுழைந்தது. அங்கே இருந்த பிரமாண்டமான மசூதிக்குள், பல்லாயிரக்கணக்கான மக்கள் ஒளிந்து கொண்டிருந்தனர்.

முன்னணியில் செங்கிஸ்கான் செல்ல, மங்கோலியப் படை பின்தொடர... கையில் புனித குர்-ஆனுடன் செங்கிஸ்கானை நோக்கிவந்த இமாம், உடனடியாக வெட்டித் தள்ளப்பட்டார். புத்தகம் தீயிட்டுக் கொளுத்தப்பட்டது. மசூதியின் உட்பகுதியில் மங்கோலியர்கள் நுழைவதற்குள், அத்தனை ஆண்களும் தங்கள் மனைவிகளைத் தாங்களே கழுத்தை நெரித்துக் கொலை செய்தார்கள். 'கணவர்களின் முன்னிலையில், மசூதிக்குள்ளேயே பெண்களை மங்கோலியர்கள் அலங்கோலப் படுத்தக்கூடும்' என்ற பயம்தான் காரணம்.

ஆப்கானிஸ்தான் முழுவதையும் செங்கிஸ்கான் கைப்பற்றியாகி விட்டது. யுத்தத்தின் நடுவே, தளபதிகளாகப் பணியாற்றிய அவனுடைய மகன்கள் இருவர், தங்களுக்குள் வாக்குவாதத்தில் ஈடுபட்டனர். இதுபற்றிக் கேள்விப்பட்ட செங்கிஸ்கான், இரு மகன்களை அழைத்துப் பிரம்பை எடுத்து விளாசித் தள்ளிவிட்டு, பிறகு மூன்றாவது மகனை அழைத்து, 'இந்த இருவருக்கும் தலைமைத் தளபதியாக உன்னை நியமிக்கிறேன். இவர்கள் மறுபடியும் சண்டையில் ஈடுபட்டால், உன் உயிர் போய்விடும்!' என்று எச்சரித்தான்.

'நம்மை எதிர்க்கும் நாட்டில், ஆண்கள் யாருமே உயிரோடு இருக்கக்கூடாது. சமாதானம் பேசும் நாடுகளில் உள்ள அனைத்து ஆண்களையும் அடிமைகளாக நாம் அழைத்துச்செல்ல வேண்டும்!' –இதுதான் செங்கிஸ்கான் போட்ட சுருக்கமான ஆணை!

ஆப்கானிஸ்தானிலிருந்து கிளம்பிய மங்கோலியப் படை, இன்றைய இரான், இராக் நாடுகளுக்குள் புகுந்து துவம்சம் செய்தது. போரில் ஈடுபட்ட செங்கிஸ்கானின் பேரன், அம்பு பாய்ந்து இறந்துபோனான். அந்த இளைஞனின் தந்தை

(செங்கிஸ்கானின் மகன்) வேறொரு பகுதியில் போரில் ஈடுபட்டிருந்ததால், தகவல் தந்தைக்குப் போய்ச் சேரவில்லை!

மகனை அழைத்துவரச் சொன்ன செங்கிஸ்கான், 'நீ உண்மையான போர்வீரன் என்றால், பிரதானத் தளபதியான என் ஆணை எதுவாக இருந்தாலும், அதற்குக் கீழ்ப்படிய வேண்டும். செய்வாயா?' என்று கேட்க... 'சத்தியமாக!' என்று மகன் தலைநிமிர்ந்து சொல்ல, 'சரி... உன் மகன் போரில் இறந்துவிட்டான். நீ அதற்காக அழக்கூடாது என்பதுதான் என் ஆணை...' என்றான் செங்கிஸ்கான்!

'மங்கோலியப் படைவீரர்கள் குளிக்கத் தேவையில்லை' என்பது செங்கிஸ்கானின் விசித்திரமான கொள்கைகளில் ஒன்று. காரணம் இதுதான்– தோல் உடை, வியர்வை நாற்றம் ஒரு புறம், எதிரிகளின் கோட்டையை நோக்கிக் காற்று வீசும்போது தேர்ந்தெடுக்கப்படும் நேரம் இன்னொரு புறம்! மங்கோலியப் படை தொலைவில் வரும்போதே, 'கும்'மென்று துர்நாற்றம் நகருக்குள் வீசி, எதிரிகளைக் குலைநடுங்கச் செய்யும்!

செங்கிஸ்கான்

வேகம் குறையாமல் தொடர்ந்து மங்கோலிய வீரர்கள் குதிரைகளை ஓட்டிச்செல்ல வேண்டும். நடுவில் ரெஸ்ட் எடுப்பதெல்லாம் செங்கிஸ்கானுக்குப் பிடிக்காது! மங்கோலியப் படை ஒரு நாளைக்குக் குறைந்தபட்சம் நூறு மைல்களையாவது கடக்கும்.

குதிரைகள் சோர்வடைந்து வேகம் குறையக்கூடாது என்பதால், ஒவ்வொரு வீரனுக்கும்– மாறிமாறி ஏறி அமர்ந்து பயணம்செய்ய வசதியாக, ஐந்து குதிரைகள் உண்டு! சீரான வேகத்துடன் படையைத் தளபதிகள் நடத்திச்சென்று, எதிரி

நாட்டுக்குள் நுழையும்போது 'டாப் கியரில்' குதிரைகளை ஓட்டுவார்கள்!

இப்போதெல்லாம் காருக்குப் பின்னால் பிணைக்கப்பட்ட 'வீடுகள்' (Caravan) எல்லா முன்னேறிய நாடுகளிலும் வந்துவிட்டது. இதை முதலில் கண்டுபிடித்தவன் செங்கிஸ்கான்தான்! படையை அவ்வப்போது நிறுத்தி, கூடாரங்கள் அமைத்து ஓய்வெடுப்பதால் நேரம் விரயமாகிறது என்று எடுத்துச்சொன்ன செங்கிஸ்கான், 'நகரும் கூடாரங்களை'த் தயாரிக்க ஆணையிட்டான்!

பத்து அல்லது இருபது கட்டுமஸ்தான எருதுகள், அந்தக் கூடாரங்களை இழுத்துச் சென்றன. அத்தனை போர்த் திட்டங்களையும் மங்கோலிய மன்னன் மொபைல் கூடாரத்துக்குள்தான் தீட்டுவது வழக்கம்!

வழியில் உதடுகள் வறண்டாலோ, தாகம் ஏற்பட்டாலோ மங்கோலிய வீரர்கள், தாங்கள் பயணிக்கும் குதிரையின் கழுத்தருகே கத்தியால் ஒரு கீறல் போட்டு, வெளிப்படும் ரத்தத்தைச் சற்று உறிஞ்சிக் கொள்வார்கள்!

நெப்போலியன், ஹிட்லர்– இவர்களால்கூட ரஷ்யாவைக் கைப்பற்ற முடியவில்லை. ஆனால், ரஷ்யப் படைவீரர்களால் செங்கிஸ்கானின் ஆவேசமான வேகத்தைத் தடுத்துநிறுத்த முடியவில்லை! இத்தனைக்கும் இருபதாயிரம் வீரர்களை மட்டுமே பயன்படுத்தி, எண்பதாயிரம் ரஷ்ய வீரர்களைத் தோற்கடித்தான் செங்கிஸ்கான்!

பள்ளங்களில் பதுங்கிக் காத்துக்கொண்டிருந்த ரஷ்யப்

படையைப் பார்த்துவிட்டுப் பயந்துபோனது போல நடித்து மங்கோலியப் படை திரும்பி ஓட... உற்சாகமடைந்த ரஷ்ய வீரர்கள் பள்ளத்திலிருந்து வெளிப்பட்டுத் துரத்த ஆரம்பித்தார்கள். திடீரென்று திரும்பியது மங்கோலியப் படை. திகைத்துச் சிதறிய ரஷ்ய வீரர்கள் அத்தனை பேரும் காலி!

கைது செய்யப்பட்ட ரஷ்யத் தலைமைத் தளபதியும் இளவரசருமான ஸ்டிஸ்லாவ், செங்கிஸ்கான் முன்பு நிறுத்தப்பட்டவுடன், 'என்னதான் இருந்தாலும் ரஷ்யாவின் இளவரசர் ரத்தம் கீழே சிந்துவதை நான் விரும்பவில்லை' என்றான் செங்கிஸ்கான் இகழ்ச்சியாக. அழகிய ரஷ்யக் கம்பள விரிப்புகளைக் கொண்டுவந்து, அதற்குள் இளவரசரைப் படுக்கவைத்துச் சுருட்டி, ஏற்கெனவே மூச்சுத் திணறிக்கொண்டிருந்த இளவரசரை, மங்கோலியத் தளபதிகள் எட்டி உதைத்தே கொன்றார்கள்!

பிற்பாடு மங்கோலியாவுக்குத் திரும்பிய செங்கிஸ்கான், 1227–ம் ஆண்டு அறுபத்தைந்தாவது வயதில் நோய்வாய்ப்பட்டுச் சாதாரணமாக இறந்துபோனான். இன்றும்கூட தொல்பொருள் ஆய்வாளர்கள், அவன் கல்லறையைத் தேடிக்கொண்டிருக்கிறார்கள்!

போரில் வன்முறை தவிர்க்க முடியாததுதான். ஆனால், அளவுக்கு மீறிய கொலைவெறியைப் போரில் காட்டினான் செங்கிஸ்கான். இரண்டு கோடி பேருக்குமேல் மங்கோலியர்களின் வாட்களுக்கும் ஈட்டிகளுக்கும் அம்புகளுக்கும் இரையானார்கள்! இதற்குக் காரணமாக இருந்ததால், வரலாற்று ஆசிரியர்கள், 'வன்முறை மிகுந்த மன்னர்கள்' பட்டியலில் செங்கிஸ்கானுக்கு முதல் இடம் கொடுத்திருக்கிறார்கள்!

மனிதனுக்குள்ளே ஒரு மிருகம்!

கலிக்யூலா சர்க்கஸ்

பண்டைய காலத்திலிருந்து இந்த நூற்றாண்டு வரை மிக மோசமான, அயோக்கியத்தனமான ஆட்சியாளர்களை மக்கள் அவ்வப்போது அரியணையில் அமர்த்திவிடுவது வரலாற்றின் சாபக்கேடு!

இந்தத் தொடரில், ஆரம்ப அத்தியாயங்களில் வந்த ரத்தவெறி பிடித்த கொலைகாரர்கள் ஏதோ ஊருக்குள் உலவினார்கள்! கிறுக்குப் பிடித்த அந்தக் கொலைகாரர்கள், ஏராளமான அதிகாரங்களோடு ஒரு நாட்டுக்கே தலைவனாக ஆனால், மக்களின் கதி என்னவாகும் என்று சற்று யோசித்துப் பாருங்கள்!

இப்படிப்பட்ட வக்கிரமான, கொடூரமான மிருகங்கள் 'அரசன்' என்ற பெயரில் விரசம் புரிந்திருப்பதை வரலாறு நெடுக நம்மால் காண முடியும்!

கலிக்யூலா

'அதிகாரம் மனிதனைக் கெடுத்து விடும். அளவுக்கு மிஞ்சிய அதிகாரம் அடியோடு கெடுத்துவிடும்!' என்று ஆக்டன் பிரபு கூறிய பொன்மொழி உலகப் பிரசித்திப்பெற்றது.

ஆனால், சர்வாதிகாரிகள் 'அளவுக்கு மிஞ்சிய அதிகாரம்

மிகமிகப் பரவசமானது' என்று அனுபவப்பூர்வமாக நம்பினார்கள். ரோம் சாம்ராஜ்யம் அழியக் காரணமாக இருந்தது இந்த அதிகார போதைதான்! இருப்பினும், இன்றுவரை பல நாடுகள் அதிலிருந்து பாடம் கற்றுக்கொண்டதாகத் தெரியவில்லை!

ஆகவேதான் 'வரலாற்றிலிருந்து நாம் கற்றுக்கொண்ட ஒரே பாடம் – வரலாற்றிலிருந்து நாம் பாடம் எதுவும் கற்றுக் கொள்ளவில்லை என்பதே!' என்றார் ஒரு வரலாற்றாசிரியர்!

செங்கிஸ்கான் கொடூரமானவன் என்றாலும், தன்னுடைய மங்கோலிய மக்களை அவன் துன்புறுத்தவில்லை. அந்த மன்னனைப் பற்றி இன்றளவும் மங்கோலிய மக்கள் பெருமித உணர்வு கொண்டிருக்கிறார்கள்!

எதிரிகளின் நாட்டையே அழிக்கும் கொலைவெறி செங்கிஸ்கானிடம் இருந்தாலும், அவனை 'வக்கிரமான சைக்கோ' என்று சொல்ல முடியாது. கல்வியறிவும் சற்றே நிதானமும் மட்டும் இருந்திருந்தால், அலெக்ஸாந்தருக்கு இணையாக வரலாறு செங்கிஸ்கானையும் ஏற்றுக் கொண்டிருக்கும்! செங்கிஸ்கான் இறந்தபோது மங்கோலிய மக்கள் கதறி அழுதார்கள்.

அதேசமயம், 'இவன் எப்போது செத்து ஒழிவான்?' என்று நாட்டு மக்கள் ரகசியமாகப் பிரார்த்தனை செய்யும் அளவுக்கு வெறியாட்டம் போட்ட மன்னர்களும் நிறையப் பேர் உண்டு. அவர்களில் முன்னணியில் நிற்பவன், ரோம் நாட்டை ஆண்ட கலிக்யூலா!

எந்தவொரு சர்வாதிகாரி இறக்கும்போதும், 'அப்பாடா' என்று நிம்மதிப் பெருமூச்சு விடும் மக்கள், அடுத்த கட்டத்தைப் பற்றி எச்சரிக்கையோடு செயல்படாமல் 'தேமே'யென்று இருந்து விடுவது வரலாற்றின் விசித்திரமான சோகங்களில் ஒன்று.

ரோம் நாட்டை ஆண்டு வந்த மோசமான சர்வாதிகாரியான டைபீரியஸ் கி.பி.37–ல் செத்துப் போனவுடன், அடுத்தபடி யார் ஆட்சிக்கு வரப்போகிறார்கள் என்பது பற்றி மக்கள்

கவலைப்படவில்லை! கலிக்யூலா என்கிற பெயரில் மிகப்பெரிய ஆபத்து காத்திருப்பதை அவர்கள் சற்றும் உணராமல், டைபீரியஸ் மரணத்தை மகிழ்ச்சியாகக் கொண்டாடுவதிலேயே குறியாக இருந்தார்கள்!

கடைசிக் காலத்தில் டைபீரியஸ் வெறி பிடித்த கிழ அரசனாக ஆகிப்போயிருந்தான். கொலைப்பயம் காரணமாகத் தனக்கென்று சிறு அரண்மனையைக் கட்டிக்கொண்டு வெளியே தலைகாட்டாமல், உள்ளே சகல விதமான செக்ஸ் வக்கிரங்களிலும் ஈடுபட்ட அவன், குறிப்பாகப் பச்சிளம் சிறுவர்களையும் சிறுமிகளையும் தன் காமப் பசிக்காக விதவிதமாகப் பயன்படுத்த ஆரம்பித்தான். இதுகண்டு அவனுக்கு நெருக்கமாக இருந்தவர்களேகூடக் கடுப்பாகிப் போனார்கள்.

டைபீரியஸுக்கு செக்ஸ் வக்கிரங்களில் அதீதக் கற்பனாசக்தி வேறு இருந்தது! 'ஸ்விம்மிங் பூல்' ஒன்றை உருவாக்கி, சிறுவர்களை மீன்வேடம் தரிக்கவைத்து, அதில் நீச்சலடிக்க வைப்பான் டைபீரியஸ். பிறகு தண்ணீருக்குள் இறங்கி, அங்கே சிறுவர்களுடன் விதவிதமான காம விளையாட்டுகளில் ஈடுபடுவான்.

ஓரிரவு, டைபீரியஸ் தூங்கிக் கொண்டிருந்தபோது, அவனுடைய 'விசுவாசமான' நண்பன் ஒருவனே தலையணையால் மன்னன் முகத்தை மூடி, அதன்மீது ஏறி அமர்ந்துகொள்ள, மூச்சுத் திணறிச் செத்துப்போனான் அந்த சர்வாதிகாரி!

இறப்பதற்கு முன்பு, முத்தாய்ப்பான ஒரு கொடிய காரியத்தைச் செய்யத் தவறவில்லை டைபீரியஸ். அது, தன் மருமகன் கலிக்யூலாவை அடுத்த வாரிசாக நியமித்தது!

"எனக்குப் பிறகு கலிக்யூலா ஆட்சியில் அமர்ந்தவுடன் மக்கள் அத்தனை பேரும் 'டைபீரியஸ் எவ்வளவு நல்ல மன்னன்' என்று என்னைப் பாராட்டுவார்கள்!" என்று வஞ்சகச் சிரிப்புடன் டைபீரியஸ் நெருக்கமான சிலரிடம் சொன்னதாக ஒரு தகவல் உண்டு! டைபீரியஸ் சொன்னது

மனிதனுக்குள்ளே ஒரு மிருகம்!

உண்மையாகப் போனது ரோம் நாட்டு மக்களின் துரதிர்ஷ்டம்!

இத்தனைக்கும் ஜூலியஸ் சீசர் பரம்பரையில் வந்தவன் கலிக்யூலா. அகஸ்டஸ் சீசரின் கொள்ளுப் பேரன். 'கலிக்யூலா' என்பதுகூடப் புனைப்பெயர்தான். நிஜ முழுப்பெயர் கேயெஸ் சீசர் ஜெர்மானிகஸ்!

யுத்தங்கள் நடந்தபோதெல்லாம் ரோம் நாட்டு ராணுவ வீரர்களுடன் தானும் போவான் சிறுவன் ஜெர்மானிகஸ். ரத்தமும், கொலையும், சிதறிய உடல்களும் அவனுக்கு ரொம்பப் பிடித்திருந்தது.

அப்போது ரோம் வீரர்கள் இந்தக் கிறுக்குப் பிடித்த குட்டி இளவரசனுக்கு, போர்வீரர்கள் அணிவது போலவே தனி 'பூட்ஸ்' தயாரித்துக்கொடுத்தார்கள். 'கரிகே' என்றால் லத்தீனில் 'சிறிய பூட்ஸ்' என்று அர்த்தம். 'கலிக்யூலா' என்று பெயர் வந்தது இப்படித்தான்!

செக்ஸ் விஷயத்தில் பிஞ்சிலேயே பழுத்தவன் கலிக்யூலா. முதன்முதலில் கலிக்யூலா 'காதல் வயப்பட்டது' அவனுடைய சொந்த சகோதரியிடம்! வக்கிரம் பிடித்த கலிக்யூலா, தன் மற்ற சகோதரிகளையும் விட்டுவைக்கவில்லை!

மக்களைப் பொறுத்தவரை, கலிக்யூலா ஆட்சிக்கு வந்ததும் தங்களுக்கு விடிவுகாலம் பிறந்துவிட்டதாகத் தப்புக்கணக்குப் போட்டு, அவன் பட்டம் கட்டிக் கொண்டதை அட்டகாசமாகக் கொண்டாடினார்கள்.

நகரத்தின் மையத்திலேயே ஒரு லட்சத்து அறுபதாயிரம் மாடுகள் வெட்டப்பட்டு, சாமானிய ரோமானியர்களுக்காக இலவச விருந்து தயாரிக்கப்பட்டது. கலிக்யூலா, ராணுவத் தளபதிகளை மறக்காமல் கூப்பிட்டனுப்பி, பொன்னும் பொருளும் வாரி வழங்கினான்.

மாமன் டைபீரியஸின் இறுதி ஊர்வலத்தைப் பிரமாண்டமாக நடத்திய கலிக்யூலா, மக்கள் தந்த பதவியை வகிக்கத் தனக்குத் தகுதி உண்டா என்கிற ரீதியில் சொற்பொழிவாற்றி, பாதி உரையில் கலங்கிக் கண்ணீர்விட்டு, மக்களையும் உணர்ச்சிப் பெருக்குடன் அழவைத்தான்!

கொடூரமான ஓநாய் விடுகிற முதலைக் கண்ணீர் அது என்பது புரியாத மக்கள், அரண்மனைப் படிக்கட்டுகளில் இருந்து கீழே இறங்கிவந்த கலிக்யூலா மீது பூமாரி பொழிந்து கரகோஷம் செய்தார்கள்.

'என்னுடைய பிரஜைகள் எப்போதும் மகிழ்ச்சியாக இருக்கவேண்டும். நகரத்தில் மக்கள் பொழுதுபோக்க, கலகலப்பான விஷயங்கள் குறைவாக இருக்கிறது. முதலில் இந்தக் குறையை நான் போக்க வேண்டும்' என்று அலுத்துக் கொண்ட கலிக்யூலா, ராணுவத்தில் ஒரு பிரிவை உண்டாக்கினான். அந்தப் பிரிவின் வேலை – காடுகளுக்குச் சென்று சிங்கம், புலி, யானைகள், கரடிகளைச் சிறைப்படுத்திக் கொண்டு வருவது! அந்த மிருகங்களைப் பயன்படுத்தி, மக்களுக்காக சர்க்கஸ்களைத் துவக்கிய முதல் மன்னன் கலிக்யூலாதான். ஆனால், அது கொடூரமான சர்க்கஸ்!

'ரியாலிடி டி.வி'-யைப் போல ஸ்டேடியத்துக்குள் கரடிகளையும் சிங்கங்களையும் விட்டு, வீரர்கள் ஈட்டிகளுடன் அவற்றை வேட்டையாடுவார்கள். சர்க்கஸ் முடிந்த பிறகு, மைதானத்துக்குள் மக்கள் இறங்கி ஓடிக் கும்மாளம் போடலாம்! அங்கே மது ஆறாக ஓடியது. விலைமாதுக்கள் ஆபாசமாக டான்ஸ் ஆடி, மக்களைக் குதூகலிக்க வைத்தார்கள்.

இந்தக் கலாட்டாவுக்கு நடுவே, திருமணமாகிப் போயிருந்த கலிக்யூலாவின் மூன்று சகோதரிகளின் கணவர்களும் அடியாட்களால் அடித்துத் துரத்தப்பட்டு, சகோதரிகள் கலிக்யூலாவின் படுக்கை அறைக்குக் கொண்டு வரப்பட்டதை மக்கள் பெரிதாக எடுத்துக் கொள்ளவில்லை!

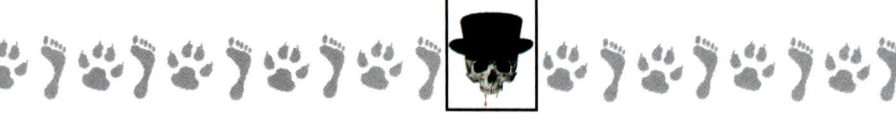

சிவப்பு விளக்கு சர்வாதிகாரி!

ஒரு கொடுமையான விஷயம் என்னவென்றால், சர்வாதிகாரி களுக்கு நிஜ நண்பர்களே இருக்க மாட்டார்கள்! மனம்விட்டுத் தன் உணர்வுகளைப் பகிர்ந்துகொள்ள நண்பர்கள் என்று யாருமே இல்லாமலிருப்பது யாருக்குமே மனோதத்துவ ரீதியில் பாதிப்புகளை ஏற்படுத்தும். இந்தப் பாதிப்பு உள்ளவர்கள் பெரும்பதவியில் வேறு அமர்ந்துவிட்டால் கேட்கவே வேண்டாம்!

நெருக்கமாக வளையவரும் 'விசுவாசிகளின்' மனதில் என்ன ஓடுகிறது என்பதைக்கூடப் புரிந்துகொள்ள முடியாமல் போய் விடுவதால், சர்வாதிகாரியின் ஆழ்மனதை ஒருவித ஆத்திரம் அரித்துக்கொண்டேயிருக்கும். அதைச் சமாளிக்க, அதிகாரத்தை மட்டுமே அதீதமாகப் பயன்படுத்த அவர்கள் ஆரம்பித்து விடுகிறார்கள்!

எந்த நிமிடத்திலும் தங்கள் பதவியும் உயிரும் போய்விடக் கூடும் என்கிற அச்சம் காரணமாக, மந்திரிப் பிரதானிகள் யாருமே எந்த மாற்றுக் கருத்தையும் வெளியிடவும் மாட்டார்கள். ஆகவே, தான் அபத்தமாக உளறிக் கொட்டிக் கொண்டிருக் கிறோமோ என்பதுகூடத் தெரியாத பரிதாபமான நிலை எதேச்சாதிகாரிகளுக்கு ஏற்பட்டுவிடுகிறது!

அதேசமயம், சர்வாதிகாரிகள் முட்டாள்கள் அல்ல. முட்டாள் மன்னர்கள் யாருமே சில வாரங்கள்கூட அரியணையில் தாக்குப் பிடித்ததில்லை என்கிறது வரலாறு. அதே சமயம், மனநிலை பாதிக்கப்பட்டவர்கள் அவர்கள் என்பதும் உண்மை. அதற்காகச் சொக்காயைக் கிழித்துவிட்டுக் கொள்பவர்கள் என்று அர்த்தம் கொள்ளக்கூடாது!

அப்ஸெஷன், சாடிஸம், பர்வெர்ஷன் போன்றவையும்

கலிக்யூலா காலத்தில் ஒரு கேளிக்கை விடுதி...

மனநோய்களே. பல சீரியல் கொலைகாரர்களைப் போல, குழந்தைப் பருவத்தில் ஏற்படும் மோசமான அனுபவங்கள் சர்வாதிகாரிகளுக்கும் உண்டு!

மனிதனின் குழந்தைப் பருவத்தில் ஆறுதலான, சாமான்ய அனுபவங்கள் எதுவும் இல்லாமல் போய்விடுவது ஆபத்தான விஷயம். பிற்காலத்தில், உள்ளே இருக்கும் மிருகம் கொழுத்து வளர்ந்து, ஆட்டம் போட இதெல்லாம் தீனியாக அமைகிறது.

சுறா நீந்திக்கொண்டே இருந்தாக வேண்டும். நீந்துவதை நிறுத்தினால் மூழ்கிவிடும் என்பதைப் போல, சர்வாதிகாரிகள் குரூரமாக எதையாவது திட்டம் போட்டுக்கொண்டே

இருப்பார்கள். மூளை நிதானம் அடைந்தால், சுயபச்சாதாபம்தான் மிஞ்சும்! ஆகவே 'அதிகார மது' அவர்களுக்குத் தொடர்ந்து தேவைப்படுகிறது!

கலிக்யூலா அவ்வப்போது மந்திரிப் பிரதானிகளைப் பார்த்து, 'நான் ஒருமுறை தலையசைத்தால் போதும். உடனே உங்கள் அத்தனை பேர் தலைகளும் கீழே உருளும். இது எப்படியிருக்கு?' என்று இகழ்ச்சியாகச் சொல்வது வழக்கம்!

கலிக்யூலா

ஒரு நாள் தர்பாரில் 'உங்கள் யாரிடமும் நான் அன்பை எதிர்பார்க்கவில்லை. என்னிடம் பயந்து நடுங்கினால், அதுவே எனக்குப் போதும்!' என்று கர்ஜித்தான் கலிக்யூலா. அதற்கேற்ப, அவன் எதைச் சொன்னாலும், செய்தாலும் மௌனமாக நிற்பதற்கு எல்லோருமே பழகிக்கொண்டார்கள்!

'சில சமயங்களில் சாமான்யர்களைப் பார்த்தால், எனக்குப் பொறாமையாக இருக்கிறது. அவர்கள் எங்கு வேண்டுமானாலும் போகிறார்கள். வாழ்க்கையை ஜாலியாக அனுபவிக்கிறார்கள். நான் அரண்மனைக்கு உள்ளேயே இருந்துகொண்டு, உங்கள் முகங்களைப் பார்த்துக் கொண்டிருக்க வேண்டியிருக்கிறது!' என்று ஒருமுறை அலுத்துக்கொண்ட கலிக்யூலா, தானும் இரவு நேரங்களில் 'நண்பர்களுடன்' சிவப்பு விளக்குப் பகுதிகளுக்கு விஜயம் செய்து, அட்டகாசம் போட ஆரம்பித்தான்.

அதுபோதாதென்று கலிக்யூலா புதிதாக, ஏராளமாக கேளிக்கை விடுதிகளைத் திறந்து வைத்தான். எல்லா கேளிக்கை

விடுதிகளிலும் 'மன்னர் வருகிறாராமா?' என்று ஆவலோடு விசாரிக்க ஆரம்பித்தார்கள். பெண்களை நிர்வாணப்படுத்தி, எல்லோர் முன்னிலையிலும் உடலுறவு கொள்வது கலிக்யூலாவுக்குப் பிடித்தமான ஒன்று!

அவன் செயல்படும்போது மற்றவர்கள் சூழ்ந்து நின்று கரகோஷம் செய்வது, அந்த வெறி பிடித்தவனின் உற்சாகத்தை அதிகப்படுத்தியது. திடீரென்று, 'இந்தக் கேளிக்கைக் கூடத்தில் வசதிகள் சரியாக இல்லை. விலைமாதுக்களின் ஒத்துழைப்பும் போதாது' என்று குற்றம்சாட்டி, இரவோடு இரவாக அந்தக் கட்டடத்துக்கே தீ வைக்கச் சொல்வான் கலிக்யூலா!

'எல்லோரோடும் கலந்து பழகுகிறேன் என்பதால், என்னைச் சாதாரணமாக எடுத்துக்கொண்டு விடக்கூடாது இல்லையா? எப்போதும் ஒரு பயம் இருக்க வேண்டும் என்பதற்காகத்தான் இப்படி!' என்று இதற்கு விஷமச் சிரிப்போடு காரணம் சொல்வான் அவன். இதனால், கலிக்யூலா வருகிறான் என்றாலே, விசேஷமான வரவேற்பு ஏற்பாடுகள் அவசரமாக, நடுக்கத்துடன் நடக்கும்!

கி.பி.38. அரியணையில் அமர்ந்து ஒரு வருடம் ஆனபோது, திடீரென்று கலிக்யூலாவுக்குக் காய்ச்சல் வந்து படுக்கையில் வீழ்ந்தான். 'மன்னர் பிழைப்பது சந்தேகம்' என்று நாட்டில் வதந்திகள் பரவின. பல்லாயிரக்கணக்கான மக்கள் பேரணியாகச் சென்று, அரண்மனை வெளியே நின்று கலிக்யூலாவுக்காகப் பிரார்த்தனை செய்தனர்.

யாரும் வேலைக்குச் செல்லாததால், தொடர்ந்து விடுமுறை! சர்ச்சுகள், கேளிக்கைகள் எல்லாம் நின்று போனது. ஒரு வாரம் கழித்துச் சரேலென்று படுக்கையில் எழுந்து உட்கார்ந்த கலிக்யூலா, 'எனக்கு ஜுரமெல்லாம் வரவில்லை. மறுபிறவி எடுப்பதற்காகப் படுத்திருந்தேன். இப்போது மறுபிறவி எடுத்து விட்டேன் – கடவுளாக!' என்று இரு கரங்களையும் உயர்த்தி கம்பீரமாக அறிவித்தான்.

'சாத்தானாக!' என்று அவன் சொல்லியிருந்தால் சரியாக இருந்திருக்கும்! ஏனெனில், அதற்குப் பிறகு கலிக்யூலாவின் கொடூரம் பலமடங்கு அதிகமாகிவிட்டது!

குதிரைக்கு அமைச்சர் பதவி!

தற்கால மனோதத்துவ அறிஞர்களின் கவனத்தையும் கவர்ந்தவன் கலிக்யூலா! 'நிச்சயமாக மனநிலை பாதிக்கப்பட்டவன் அவன்' என்கிறார்கள் அவர்கள்.

மக்கள் எச்சரிக்கையாக இல்லாமல், வெறுமனே உணர்ச்சிப் பூர்வமாக மட்டும் ஒருவனை அரியணையில் அமர்த்தி வைத்து ஆர்ப்பரித்தால், அதன் விளைவுகள் என்னவாகும் என்பதற்கும் தகுதியில்லாத ஒருவனிடம் அத்தனை அதிகாரத்தையும் தூக்கித் தந்தால், அவன் எந்தளவுக்குக் கிறுக்குப் பிடித்த கொடுங்கோலனாக ஆவான் என்பதற்கும் கலிக்யூலா கச்சித மான உதாரணம்!

தன்னைக் 'கடவுள்' என்று பிரகடனப்படுத்திக் கொண்ட பிறகு, கலிக்யூலாவின் கிறுக்குத்தனம் உச்சத்துக்குப் போய் விட்டது. 'மீண்டும் சர்க்கஸ் கேளிக்கைகளை இன்னும் கோலாகலமாக நடத்துங்கள்' என்று ஆணையிட்டான் அவன். எத்தனை நாள்தான் ஒரே மாதிரி சிங்கச் சண்டையையும் வீரர்களின் வாட்போரையும் பார்த்துக் கொண்டிருப்பது? போகப் போக மக்களுக்குப் போரடிக்க ஆரம்பித்தது!

கோலாகல வீண்செலவுகள் காரணமாக, கஜானாவில் பணம் கரைய ஆரம்பித்தது. சிங்கம், புலியோடு சண்டை போடும் வீரர்களுக்குச் சம்பளம் குறைக்கப்பட்டதால், பல வீர இளைஞர்கள் விலகிக்கொண்டார்கள். கடைசியில் சிங்கங் களுக்கும் புலிகளுக்கும் இறைச்சி வாங்கக்கூடப் பணமில்லை!

நாற்பதாயிரம் பேர் உட்காரக்கூடிய ஸ்டேடியத்தில், பட்டினி காரணமாக வத்தலாக மாறிய சிங்கங்களும் தொந்தியோடு கிழ வீரர்களும் அலுப்போடு மோதிக் கொள்வதைப் பார்த்த மக்கள் கிண்டலாக 'ஒழிக... ஒழிக!' என்று குரல் கொடுத்தார்கள்.

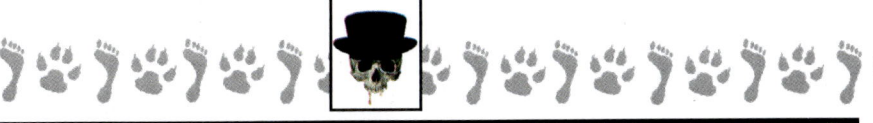

'க்ளேடியேட்டர்' படத்திலிருந்து...

இதைப் பார்த்து கலிக்யூலாவின் கண்கள் சிவந்தன.

உடனே மக்களைக் கலாட்டா பண்ணத் தூண்டிவிட்டதாக நூற்றுக்கணக்கானவர்கள் கைது செய்யப்பட்டார்கள். 'கூச்சல் போட்ட இவர்களுடைய நாக்குகளைத் துண்டியுங்கள். பிறகு, இவர்களைச் சிங்கங்களுக்கு இரையாக ஸ்டேடியத்துக்குள் தூக்கிப் போடுங்கள்!' என்று ஆணையிட்டான் மன்னன்.

நாக்குகள் அறுக்கப்பட்டு, ரத்த வாசனையுடன் மைதானத்தில் விடப்பட்டவர்களைப் பார்த்துச் சப்புக் கொட்டிய சிங்கங்கள், பசியோடு அவர்கள்மீது பாய்ந்து குதறிக்கொன்று தின்றன. முதன்முறையாக மக்கள் திகைத்தது அப்போதுதான்!

மனிதனுக்குள்ளே ஒரு மிருகம்! 237

‘மிருகங்களுக்கு இறைச்சி வாங்கக்கூடப் பணமில்லை’ என்றதற்கு, ‘அதனாலென்ன... இறைச்சிதானே வேண்டும்? சிறையிலிருக்கும் கைதிகளைத் தினமும் மிருகங்களுக்குத் தீனியாகப் போடுங்கள்!’ என்று ஐடியா தந்தான் கலிக்யூலா.

அரசியல் தலைவர்கள் பெயரைச் சொல்லிக்கொண்டு அடியாட்கள் கடைவீதிகளில் இப்போது வசூல் செய்வதைப் போல, கலிக்யூலாவின் பிரத்தியேகக் குண்டர் படை, வியாபாரிகளையும் செல்வந்தர்களையும் மிரட்டி வசூல் செய்ய ஆரம்பித்தது. அவர்களை அனுப்பியதே கலிக்யூலாதான்!

ஒரு நாள் தளபதி ஒருவன், ‘சிவப்பு விளக்குப் பகுதிகளில்கூட வசூல் செய்து வருகிறோமாக்கும்!’ என்று மன்னனிடம் சொல்லித் தொலைக்க... திடீரென்று கலிக்யூலாவின் முகம் குரூரமாக மலர்ந்தது. அன்றிரவு, தன் சகோதரிகளைக் கூப்பிட்டு அனுப்பினான் அவன்.

‘நிதி நிலைமை மோசமாக இருப்பது உங்களுக்குத் தெரியும். எனக்காக எல்லோரும் அலைந்து உழைத்துப் பணம் வசூலித்து வர, நீங்கள் சும்மா சாப்பிட்டுவிட்டு, ஒரு வேலையும் செய்யாமல் அந்தப்புரத்தில் தூங்கிக் கொண்டிருக்கிறீர்கள். ஆகவே, இனி உங்களுக்கும் வேலை தரப்போகிறேன்!’ என்று குறுக்கும் நெடுக்கும் நடந்தவாறு உறுமிய அவன், ‘இனி நீங்களும் பணக்கார விருந்தாளிகளுடன் ஜாலியாக இருக்க வேண்டும். அதற்குப் பணம் வசூலிக்கப் போகிறேன்...’ என்றான்!

மறுநாள் அவசரமாக அவையைக் கூட்டி, இந்த வக்கிரமான திட்டத்தை அவன் அறிவிக்க... எல்லோரும் திடுக்கிட்டுப் போனார்கள்.

ஆனால், கலிக்யூலாவோ ‘என் சகோதரிகளை நீங்கள் அனுபவிக்க வேண்டுமானால், ஓரிரவுக்கு ஆயிரம் பொன் நாணயங்களை எனக்குத் தரவேண்டும். என் சகோதரிகள் ராஜவம்சத்தினர் அல்லவா!’ என்று கூச்சமில்லாமல் கட்டளை பிறப்பித்தான். ‘ஒவ்வொரு இரவும் யாரெல்லாம் அந்தப்புரத்துக்கு வரவேண்டும்’ என்ற பட்டியலையும் அவன் போட்டுக் கொடுத்து விட்டதால், அவன் அறிவிப்பு ஒரு கட்டாய ஆணையாகி

விட்டது!

சில நாட்கள் கழித்து எல்லா வி.ஐ.பி–க் களையும் மீண்டும் அழைத்த கலிக்யூலா, 'இனி உங்கள் மனைவி, சகோதரிகள், மகள்களையும் அரண்மனைக்கு அழைத்து வரவேண்டும். இதை நீங்களாகச் சொல்வீர்கள் என்று பார்த்தால், 'கம்'மென்று இருக்கிறீர்கள்! யார் – யாருடன் இன்பமாக இருக்கலாம், அதற்கான தொகை எவ்வளவு எனக்குத் தரவேண்டும் என்பதெல்லாம் நாளை அறிவிக்கப்படும்' என்றான் வெறிச் சிரிப்புடன்!

வயதான ஒரு அமைச்சர் மட்டும் மன்னனின் அருகில் வந்து நின்று, மிகுந்த நடுக்கத்துடனும் தயக்கத்துடனும் 'தங்களை நாட்டு மக்கள் எல்லோருமே ரொம்பத் தப்பாக எடுத்துக்கொண்டு விடுவார்களோ என்று எனக்குக் கவலையாக இருக்கிறது. ஏனெனில், மன்னரை யாராவது மனதுக்குள் தவறாக நினைத்தால்கூட என்னால் தாங்க முடியாது' என்று குரலைத் தாழ்த்திச் சொன்னார்.

அவரைப் பரிதாபமாகப் பார்த்துப் புன்னகைத்த கலிக்யூலா, 'நான் கடவுள் என்பதை மறந்துவிட்டீர்கள். கடவுள் செய்வது எதுவும் பாவகாரியம் இல்லை என்கிற அடிப்படை விஷயத்தை நீங்கள் புரிந்துகொள்ளவில்லையே!' என்று எடுத்துச் சொன்னான்.

தான் 'கடவுளாக' மறுபிறவி எடுத்ததை அவையில் இருக்கும் முக்கியமான ஒருவரே மறந்துவிட்டாரே என்பதால், நாடெங்கும் அதற்காக விழா எடுக்கச் சொன்ன கலிக்யூலா, கூடவே தலை நகரில் இருந்த எல்லா (முந்தைய) மன்னர்களின் சிலைகளின் தலைகளையும் உடைத்து, கழுத்துக்குமேல் தன் தலையைச் சிலையாகத் தயாரித்து வைக்கச் சொல்லி ஆணையிட்டான்.

ரோம் நகரில் தலைவர்களுக்குச் சிலைகள் வைப்பது ரொம்ப கால வழக்கம் என்பதால், ஏராளமாக நின்றிருந்த சிலைகளை

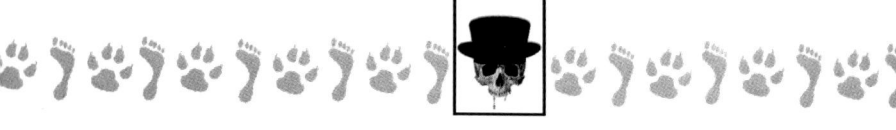

மாற்றியமைக்க, நிறைய சிற்பிகள் களத்தில் குதிக்கவேண்டி வந்தது! தலைநகரம் முழுவதும் உளி, சுத்தியல் சத்தங்கள் மயம்!

மறுநாள் அவை கூடியபோது கலிக்யூலா, 'எல்லா ஐடியாக் களையும் நானே தரவேண்டியிருக்கிறது. எதற்கும் பிரயோஜனம் இல்லாமல் பதவிகளில் மட்டும் கம்பீரமாக உட்கார உங்களுக்கு எல்லாம் வெட்கமாக இல்லையா?' என்று எகத்தாளமாகச் சீறிவிட்டு, உச்சக்கட்டமாகத் தான் மிகவும் செல்லமாக வளர்த்த 'இன்ஸிடேட்டஸ்' என்னும் குதிரையை அலங்காரம் செய்து, தர்பாருக்குக் கொண்டுவரச் சொன்னான்.

மீண்டும் அங்கே ஓர் அறிவிப்பு... 'உங்கள் எல்லோரையும்விட என் குதிரை புத்திசாலி! ஆகவே, என் அருமை இன்ஸிடேட்டஸை இன்றிலிருந்து கான்சல் பதவியில் அமர்த்துகிறேன்!' ('கான்சல்' பதவி என்பது, நம்ம மத்திய காபினெட் அமைச்சருக்கு இணையானது!)

வாசகர்களே! இதுவும் இன்னொரு அத்தியாயம்தான் என்கிற நினைப்புடன் சாதாரணமாகப் படிக்க ஆரம்பித்த உங்களுக்கு, 'இப்படியும் ஒரு மன்னனா?' என்கிற திகைப்பும் அருவருப்பும் தற்போது ஏற்பட்டிருக்கும்!

'இந்தக் கொடுங்கோலனின் ஆட்சி முடிவுக்கு வந்ததா, இல்லையா?' என்று எரிச்சலுடன் நீங்கள் கேட்பது என் காதில் விழுகிறது!

கலிக்யூலாவுக்கு காஷியஸ் செயிரீயா என்பவன் பிரதான மெய்க்காவலனாக இருந்தான். விசுவாசமாகப் பணிபுரிந்த அவனுடைய மனதில் வெறுப்பு துளிர்விட ஆரம்பித்தது. ஒரு நாள், செய்யாத குற்றத்துக்காக இளம் பணிப்பெண் ஒருத்தியை கலிக்யூலா இழுத்துவரச் செய்து, சித்ரவதை செய்யச் சொன்னான்.

அரண்மனையில், சில வீரர்கள் மாறி மாறி அந்தப் பெண்ணைப் பாலியல் பலாத்காரப்படுத்தி, விதவிதமாகச் சித்ரவதை செய்தனர். அந்தப் பெண்ணுக்கு நேர்ந்த கொடுமை யையும் அவளுடைய கதறலையும் கேட்ட செயிரீயா,

திடீரென்று மனமுடைந்து அழுதுவிட்டான்.

அன்றிலிருந்து கலிக்யூலா அவனைப் பார்க்கும்போதெல்லாம் 'அழுகிற பாப்பா!' என்கிற ரீதியில் எல்லோர் முன்னிலையிலும் தொடர்ந்து கிண்டல் பண்ணிக் கொண்டிருந்தான். 'ஒவ்வொரு நாளும் உனக்கு இதுமாதிரி ஒரு பெயர் சூட்டப்போகிறேன்!' என்றும் டபாய்த்தான்.

கி.பி. 41–ம் ஆண்டு, ஜனவரி மாதத்தின் ஓர் இரவு... சிறுவர்கள் நாடகம் ஒன்று அரண்மனையில் ஏற்பாடு செய்யப் பட்டது (இதுபோன்ற நாடகங்களிலிருந்துதான் சிறுவர்களைத் தன் காம விளையாட்டுகளுக்குத் தேர்ந்தெடுப்பான் கலிக்யூலா!). எல்லோரும் தயாரானவுடன் கலிக்யூலாவின் பிரத்தியேக அறைக்குள் நுழைந்த செயிரீயா, 'சிறுவர்கள் வந்துவிட்டனர்' என்று பணிவோடு அறிவிக்க...

கலிக்யூலா ஆர்வமாக வெளியே வராண்டாவுக்கு வர, 'மன்னா! இன்று எனக்குத் தாங்கள் ஏதும் பெயர் வைக்கவில்லையே?!' என்றான் செயிரீயா. பலமாகச் சிரித்த கலிக்யூலா, 'ஆமாம்! மறந்துவிட்டேன்... சரி, இன்று உன் பெயர் மிஸ்டர் உள்பாவாடை (Petticoat)!' என்று சொல்லிவிட்டு நகர... இப்போது செயிரீயாவிடம் இருந்து சிரிப்பு வெளிப்பட்டது.

தன் உடைவாளைச் சரேலென்று உருவினான் அவன். திகைத்துப்போன கலிக்யூலாவின் முகம் விநாடியில் வெளிறிப் போக, தொடர்ந்து மன்னனின் உடலில் வாளைத் திரும்பத் திரும்பப் பாய்ச்ச... கலிக்யூலாவின் உடல் முழுவதும் ரத்தத்தால் நனைய, ஒருவழியாகக் கீழே விழுந்து இறந்தான் அந்தக் கொடுங்கோலன்.

அங்கிருந்து நேராக நாடக அரங்குக்குச் சென்று, மேடையில் ஏறி நின்று சாவதானமாகச் சொன்னான் செயிரீயா – 'மன்னர் சில நிமிடங்களுக்கு முன் செத்துப் போய்விட்டார்!' அங்கே சற்று பயங்கர மௌனம் நிலவியது. பிறகு கரகோஷம் ஆரம்பித்தது. நிற்காத, நீண்ட, மகிழ்ச்சி நிரம்பிய கரகோஷம்...

மனிதனுக்குள்ளே ஒரு மிருகம்! 241

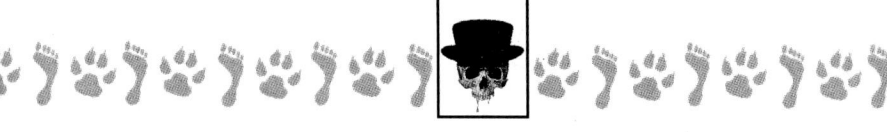

குரூரமான காது நெக்லஸ்...

அதிகாரமும் தாராளமான அனுமதியும் ஒரு மனிதனுக்குக் கிடைத்துவிட்டால், உடனே மகிழ்ச்சியோடு கிளர்ச்சியடைவது அவனுக்குள்ளே இருக்கும் மிருகம்தான்! யுத்தங்கள் நிகழும்போது, அதில் ஈடுபடும் மனிதர்கள் எந்த அளவுக்கு அடியோடு மாறி விடுகிறார்கள் என்பதை நேரில் பார்த்தால்தான் புரியும். சராசரி நாட்களில் ஒருவர் இன்னொருவனைக் கொலை செய்தால் அவனுக்கு தூக்குத்தண்டனை கிடைக்கும். அதுவே யுத்தத்தில் எதிரிகளை நூற்றுக்கணக்கில் அவன் சுட்டுக் கொன்றால் அரசாங்கமே அவனுக்குப் பதக்கம் அணிவித்துப் பாராட்டு கிறது!

லட்சியங்கள் வெவ்வேறாக இருந்தாலும் கொலை கொலைதான்! உள்ளே இருக்கும் மிருகம் வெளிப்படாமல் யுத்தத்தில் ஒரு வீரன் வெற்றிகரமாகச் செயல்பட முடியாது!

போரில் ஈடுபடும் ஒவ்வொரு வீரனுக்குள்ளேயும் இருக்கும் மிருகத்தை தட்டியெழுப்புவதற்காக விசேஷ பயிற்சிகூட தரப்படுகிறது! பிரிட்டிஷ் ராணுவத்தில் இதற்கு 'மிருகமாக்குவது' (Beasting) என்று பச்சையாகவே பெயர் வைத்திருக்கிறார்கள்! 'யுத்தத்தில் காட்டுகிற வீரம் ஆண்மையின் உச்சக்கட்டமாக கருதப்படுகிறது. மேலதிகாரிகள் இடும் கட்டளைகளை, கேள்வி எதுவும் கேட்காமல் 'சிரமேற்கொண்டு' கடைப்பிடிப்பது ஒரு சிறந்த வீரனின் கடமை...' என்கிற ரீதியில் ஆரம்பித்து, ஒரு வீரனைப் போருக்குத் தயார்படுத்துவதை எல்லா நாட்டு ராணுவங்களும் பின்பற்றுகின்றன. இத்தனைக்குப் பிறகும், முதன் முறையாக போர்க்களத்தில் நுழையும் ஓர் இளம் வீரனுக்கு அதிர்ச்சி அளிக்கக்கூடிய நிகழ்ச்சிகள் நிறையவே நடக்கக்கூடும். போகப் போக, அவன் எல்லாக் கொடூரங் களுக்கும் பழகிவிடுகிறான்!

வியட்நாம் போரில் பங்கேற்கப்போன இளம் அமெரிக்க

வீரன் ஒருவன், எடுத்த எடுப்பில் பார்க்க நேரிட்ட ஒரு காட்சி அந்த இளைஞனை நிலை குலைய வைத்தது. அவனைக் கடந்து சென்ற ஒரு ஜீப்பில் சிரித்தவாறு அமர்ந்திருந்த அமெரிக்க வீரர்கள் கையிலிருந்த துப்பாக்கி முனைகளில் பொருத்தப்பட்ட கத்திகளில் (Bayonets) – (நம் ஊர் ஓட்டல்களில் கல்லாவில் இருக்கும் செங்குத்தான கம்பியில் 'பில்'களைச் செருகி வைப்பது போல!) வரிசையாக எதுவோ செருகி வைக்கப்பட்டிருந்தது. பிறகு அந்த இளைஞனுக் குத் தலை சுற்றியது. காரணம், அத்தனையும் மனிதக் காதுகள்! அன்று எத்தனை பேரை கொன்றோம் என்று கணக்கு வைத்துக் கொள்வதற்காக 'டோக்கன்கள்' போல, காதுகளை மட்டும் வெட்டி எடுத்து சேகரித்து வைத்திருக்கிறார்கள்.

ஆப்கானிஸ்தானில் ரஷ்யா படையெடுத்த போதும், ரஷ்ய வீரர்கள் புரட்சிப்படை வீரர்களைக் கொன்று அவர்களுடைய காதுகளை வெட்டியெடுத்து உலர்த்திப் பிற்பாடு 'காது நெக்லஸ்' தயாரித்துக் கொண்டார்கள். ஆகவே, பழகப் பழக யுத்தத்தில் கொடூரம் என்பது மிக மிக சர்வ சாதாரணமாகப் போய் விடுகிறது என்பதுதான் உண்மை!

துருக்கியின் கொடூரமான கைப்பிடியில் தவித்துக் கொண்டு இருந்த பல்கேரியாவில், கி.பி. 1876-ம் ஆண்டு ஒரு புரட்சி வெடித்தது. அதைச் சாக்காக வைத்து துருக்கியப் படைகள் அங்கே புகுந்து நிகழ்த்திய அட்டூழியம் வரலாற்றில் 'பல்கேரியக் கொடுமை' என்று அழைக்கப்படுகிறது.

பல்கேரியாவில் புரட்சியை நசுக்குவதோடு துருக்கி நிறுத்திக் கொள்ளவில்லை. துருக்கியப்படை பல்கேரிய மக்களை பிற்பாடு நடத்திய விதம் உலகெங்கும் அதிர்ச்சியை ஏற்படுத்தியது. அநேகமாக எல்லா இளம்பெண்களும் சிறுமிகளும் அங்கே பாலியல் பலாத்காரத்துக்கு உட்படுத்தப்பட்டனர். ஆண்களின் காதுகளை ஆணியடித்து, கம்பங்களில் இரவு பூராவும் அவர்களை தொங்கவிட்டு, மறுநாள் காலையில் தூக்கிலிட்டனர். வயதானவர்களையும் குழந்தைகளையும் பெரிதாகத் தீ மூட்டி அதில் தூக்கியெறிந்தனர். நிறை கர்ப்பமாக இருந்த பெண்களின் வயிறுகள் கத்தியால் கிழிக்கப்பட்டு, சிசுக்கள் பறித்தெடுக்கப் பட்டன. பிறகு அந்தக் குழந்தைகளை வைத்து, 'ஒரு

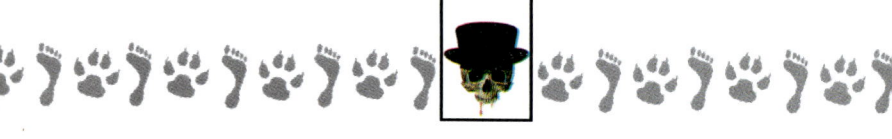

விளையாட்டுப் போட்டி' நடத்தப்பட்டது. அதாவது, குழந்தைகளைத் தூக்கி வானத்தில் வீசியெறிய வேண்டும். பிறகு கீழே விழும் குழந்தைகளைக் கத்தி களால் குத்தி 'காட்ச்' பிடிக்கவேண்டும்! ☜

இவையெல்லாம் மிகச் சிறிய உதாரணங்கள்! 'பல்கேரிய கொடுமை' பற்றி மேலைநாட்டு சிந்தனையாளர் ஒருவர், 'உலகில் வேறு எந்த விலங்கினமும் மனிதனைப் போலக் கற்பனா சக்தியுடனும், கலை நயத்துடனும் கொடூரங்களை நிகழ்த்துவதில்லை!' என்று குறிப்பிடுகிறார். உலகப் புகழ்பெற்ற தத்துவ மேதை இமானுவேல் கான்ட் சொன்னார்: "ஒவ்வொரு மனிதனுக்கும் சுய கௌரவம் உண்டு. அதை மதிக்க வேண்டியது இன்னொரு மனிதனின் அடிப்படைக் கடமை. மனித உறவு என்பதுதான் அங்கே ஒரு இலக்காக இருக்க வேண்டுமே தவிர, சுயநலத்துக்கான கருவியாக அதைப் பயன்படுத்தக்கூடாது. 'நாம் – அவர்கள்' என்கிற பாகுபாடு இல்லாமல், யார் அவமானப்படுத்தப்பட்டாலும் அது அருவருப்பான உணர்ச்சி யையும் கோபத்தையும் ஒருவனுக்கு அந்த நிகழ்ச்சி ஏற்படுத்தி னால், அந்த மனிதன் மனித சமுதாயத்தை (Humanity) ஒட்டுமொத்தமாக மதிக்கிறான் என்று அர்த்தம்."

மற்றவர்களை மதிக்கும் உணர்வு அடியோடு மழுங்கிப் போனதால்தான் ஜாலியன்வாலாபாக்கில் *(1919)* ஜெனரல் டையர், அமைதியாக பொதுக்கூட்டம் நடத்திக் கொண்டிருந்த இந்தியர்கள் மீது துப்பாக்கிச்சூடு நடத்த ஆணையிட்டான். தொடர்ந்து பத்து நிமிடங்கள் சரமாரியாகச் சுட்டதில் சுமார் ஆயிரம் அப்பாவிகள் செத்து வீழ்ந்தார்கள்.

இந்தியர்களைச் சுட்டதுதான் நம்மில் பலருக்குத் தெரியும். அந்தச் சமயம் பிரிட்டிஷ் அதிகாரிகள் இந்தியர்களை நடத்திய விதம் கேவலமானது. அமிர்த்ஸரஸ் நகரில் யாராவது பிரிட்டிஷ் அதிகாரி எதிர்ப்பட்டால், உடனே ஒவ்வொரு இந்தியனும் குடையை மடக்கி, செருப்புகளை கழற்றி, ஒதுங்கி நின்று 'சலாம்' என்று சொல்ல வேண்டும் என்று ஆணையிட்டிருந்தான் ஜெனரல் டையர். 'சலாம்' சொல்லத் தவறிய இந்தியர்கள், நடுத்தெருவில் மண்டியிட்டு அமர்ந்து, அந்த பிரிட்டிஷ்

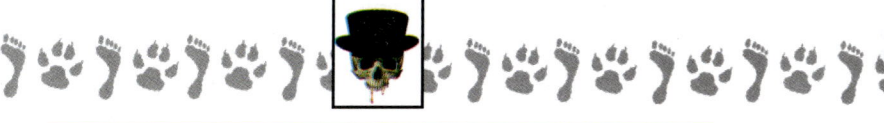

ஜாலியன்வாலாபாக் படுகொலை...

அதிகாரியின் பூட்ஸை நக்க வேண்டும். கூடவே, பிரம்பால் முதுகில் சரமாரியாக அடியும் விழும். மரியாதை செலுத்தாத இந்தியர்களின் உடல்மீது பிரிட்டிஷ் போலீஸ் அதிகாரிகள், வெள்ளை சுண்ணாம்பை பிரஷ்ஷால் பூசி அனுப்பினார்கள். (கறுப்பனை நாகரிகமுள்ள வெள்ளையனாக மாற்றுவதாக அர்த்தம்!) பிரிட்டிஷ் அதிகாரிகள் மட்டுமே வசிக்கும் முக்கிய தெருக்களில் செல்லும் இந்தியர்கள், தெரு முழுவதையும் ஊர்ந்தவாறு கடந்து செல்ல வேண்டும் என்றும் ஜெனரல் டையர் ஆணை பிறப்பித்தான். 'Crawling Order' என்றே இதற்குப் பெயர் வைக்கப்பட்டது. சக மனிதனாகக் கருதப்பட வேண்டிய இந்தியனிடம் இந்த அளவுக்கு வெறுப்புணர்ச்சி இருந்ததால்தான், 'அந்த கறுப்பு நாய்களைச் சுட்டுத் தள்ளுங்கள்!' என்று சுலபமாக, சர்வசாதாரணமாக ஜெனரல் டையரால் ஆணையிட முடிந்தது!

செங்கிஸ்கானுக்கும் கலிக்யூலாவுக்கும், ஜெனரல் டையருக்கும் உடையும் மொழியும்தான் வேறு. எண்ணங்கள் ஒன்றுதான்! இப்படிப்பட்டவர்கள் முடியரசிலும் அரியணையில் அமரலாம். குடியரசிலும் ஆட்சியைப் பிடிக்கலாம்! எந்தக் காலத்திலும் இது சாத்தியம்!

‘மனித இறைச்சி வேண்டுமா?’

கிறுக்குத்தனமான கொடுங்கோலர்கள் அரிதாகத்தான் ஆட்சிக் கட்டிலில் அமர்கிறார்கள் என்று மக்கள் தப்புக் கணக்குப் போட்டால், திடீர் திடீரென்று ‘கலிக்யூலா அனுபவங்கள்’ நிகழ்ந்து, நாட்டில் வாழும் அத்தனை மக்களும் அதில் சிக்கித் தவிக்க நேரிடும்!

ஏதோ அந்தக் காலத்தில், முடியாட்சி இருந்தபோதுதான் இப்படிப்பட்ட கொடூரமான சோதனைகள் பொதுமக்களுக்கு நேரிட்டது என்றும், ‘ஐக்கிய நாடுகள் சபை’ போன்ற ‘மேலிடங்கள்’ உருவாகியுள்ள – ‘விழிப்பு உணர்வு’ மிகுந்த தற்காலத்தில் – ‘சாடிஸம்’ மிகுந்த சர்வாதிகாரிகள் தலைதூக்குவதற்கான வாய்ப்புகள் குறைவு என்றும் ‘அசால்ட்’டாக இருப்பது அப்பாவித்தனமானது!

ஆப்பிரிக்க நாடான உகாண்டா மக்கள் அப்படித்தான் அலட்சியமாக இருந்துவிட்டு, பரிதாபமான முறையில் பாடம் கற்றுக்கொண்டார்கள்! நம்மைப் போலவே பிரிட்டிஷ் காலனியாக இருந்த உகாண்டாவை, வெள்ளைக்காரர்கள் ‘ஆப்பிரிக்க முத்து’ என்று குறிப்பிட்டனர். அருமையான பருவநிலையோடு கூடிய வளமான நாடு அது!

உகாண்டா தனிநாடாக ஆன கையோடு, வழக்கறிஞராக இருந்து அரசியல் தலைவராக ஆன மில்டன் ஒபோடே, 1962–ம் ஆண்டு நடந்த பொதுத் தேர்தலில் வெற்றி பெற்றுப் பிரதமரானார். எடுத்த எடுப்பிலேயே புதிய பிரதமருக்குப் பெரிய தலைவலி காத்திருந்தது. ஒண்ணரை கோடி உகாண்டா மக்களும் நாற்பதுக்கு மேற்பட்ட இனங்களாக, பழங்குடிகளாக (Tribes) பிரிந்து நின்றனர்.

ஒவ்வொரு பிரிவுக்கும் ஒரு தலைவர் – நம்ம ஊர் சாதித்

246 விகடன் பிரசுரம்

தலைவர்கள் மாதிரி. அவர்கள் வைத்ததுதான் சட்டம். அதற்கேற்ப, ஒவ்வொரு பழங்குடியினரும் மற்ற பிரிவினர்மீது பொறாமையும் இளக்காரமும் கொண்டிருந்தனர். முதல் வேலையாக, இவர்களையெல்லாம் இணைத்து ஒரே நாட்டு மக்களாக்க வேண்டி இருந்தது!

ஒபோடே, லாங்கி பழங்குடி இனத்தைச் சேர்ந்தவர். அது மைனாரிட்டி இனம். புகாண்டா என்னும் பெரும்பான்மையான பழங்குடியின் தலைவரான கிங் ஃப்ரெடி என்பவரை உகாண்டாவுக்கு ஜனாதிபதியாக்கினார் ஒபோடே.

பிரிட்டிஷ்காரர்களின் (வழக்கமான) பிரித்தாளும் கொள்கையில் புகாண்டா இனம் முக்கியத்துவம் பெற்றிருந்தது. அந்த இனத்தை ஒபோடே பகைத்துக்கொள்ள முடியாத நிலை...

ஃப்ரெடி ஜனாதிபதியான உடனேயே அவருக்கும் ஒபோடேவுக்கும் கருத்து வேறுபாடுகள் ஏற்பட்டதால், படிப்படியாக ஜனாதிபதியின் அதிகாரங்களை ஒபோடே பறிக்க ஆரம்பித்தார்.

உடனே 'எங்கள் இனத்துக்கு ஏற்பட்ட அவமானம் இது' என்று புகாண்டா இன மக்கள் கொதித்தனர். ஆங்காங்கே கலவரங்களும் வெடித்தன. இதை அடக்குவதற்காகச் செமத்தியான ஒரு ராணுவ அதிகாரி ஒபோடேவுக்குத் தேவைப்பட்டார். ஒபோடே தேர்ந்தெடுத்தது, ஆஜானுபாகுவான முரட்டுத்தனமான ஒரு ராணுவ அதிகாரி. பெயர் – இடி அமீன்!

இடி அமீன் 'காக்வா' என்னும் வேறொரு இனத்தைச்

சேர்ந்தவன். படிப்பறிவு அவ்வளவாகக் கிடையாது. ஆங்கிலம் எழுதப் படிக்கத் தெரியாது. ஆனால், கலவரங்களை இரும்புக் கரம் கொண்டு அடக்குவதில் கெட்டிக்காரன்.

ஆறடி நாலு அங்குல உயரமுள்ள இடிஅமீன், உகாண்டாவின் மாஜி தேசிய (ஹெவிவெயிட்) குத்துச்சண்டை சாம்பியன் வேறு! அதிகாரம் தரப்பட்டவுடனேயே இடிஅமீன் செய்த முதல் காரியம் – ராணுவ டாங்கிகளைக் கொண்டு ஜனாதிபதி மாளிகையைச் சூழ்ந்துகொண்டதுதான்.

இடிஅமீன் பர்சனலாக செலுத்திய பீரங்கிக் குண்டு, ஜனாதிபதியின் மாளிகைச் சுவரில் பெருத்த சத்தத்துடன் துளை போட்டது. ஜனாதிபதி ஃப்ரெடிக்கு இடிஅமீனின் முரட்டுத் தனம் பற்றித் தெரியும். ஒரு பிரைவேட் விமானத்தில் ஏறித் தப்பித்தோம், பிழைத்தோம் என்று பிரிட்டனுக்கு ஓடித் தஞ்சம் புகுந்து, சில மாதங்களில் நோயுற்று பரிதாபமாக இறந்துபோனார் அவர்.

தொடர்ந்து நான்காண்டுகளுக்கு ஒபோடேவின் விசுவாசி யாக, செல்லப்பிள்ளையாக – அதே சமயம், தனிப்பட்ட முறையில் அட்டூழியங்களும் அதிகாரத் துஷ்பிரயோகங்களும் செய்துகொண்டு வந்தான் இடிஅமீன்.

ஜனவரி 1971–ல் ஒபோடே காமன்வெல்த் மாநாட்டில் கலந்துகொள்வதற்காக சிங்கப்பூருக்கு விமானத்தில் பறந்தார். அவரிடம் பணிவோடு கைகுலுக்கி வழியனுப்பிய இடிஅமீன், விமானம் கிளம்பியவுடன் ராணுவத்தின் ஒரு பிரிவைப் பயன்படுத்தி ஆட்சியைக் கைப்பற்றினான்.

கையில் ஒயின் கோப்பையோடு விமானத்தில் ஜாலியாக அமர்ந்திருந்த ஒபோடே, ரேடியோவில் இந்தச் செய்தி கேட்டு அதிர்ச்சி அடைந்ததுதான் மிச்சம்.

மிகப்பெரிய பொதுக்கூட்டத்தைக் கூட்டி, ராணுவ தலைமை அதிகாரியின் யூனிஃபார்ம் அணிந்துகொண்டு மேடை ஏறி நின்ற இடிஅமீன், ‘ஜனாதிபதி ஃப்ரெடியைக் கொல்லத் திட்டம் போட்டார் ஒபோடே! நான்தான் அவருக்கு ரகசியத் தகவல் தந்து, நாட்டைவிட்டுத் தப்பிக்க உதவி செய்தேன். தேசத்

இடி அமீன்

மனிதனுக்குள்ளே ஒரு மிருகம்!

துரோகி ஒபோடே, இனி உகாண்டா திரும்ப முடியாது. என் முதல் வேலையாக, பிரிட்டனில் புதைக்கப்பட்டிருக்கும் நம் அருமை ஜனாதிபதியின் உடலை உகாண்டா கொண்டுவந்து, சகல மரியாதைகளுடன் மீண்டும் புதைத்து, அங்கே மிகப்பெரிய நினைவுச் சின்னம் அமைக்கப் போகிறேன்!' என்றான் உணர்ச்சிகரமாக.

ஒபோடே ஆட்சியிலிருந்தபோது பெரிதாக எதையும் கிழிக்கவில்லை என்பதால், மக்கள் கரவொலி எழுப்பினார்கள்!

ராணுவத்தில் இடிஅமீனைப் போல, பதவி ஆசை உள்ள பல சீனியர் அதிகாரிகள் இருப்பார்கள் அல்லவா, அவர்களெல்லாம் ஒன்றுகூடித் தன்னைக் கவிழ்க்கத் திட்டம் போட்டால்?!

முக்கியமான முப்பத்து ஆறு உயர் ராணுவ அதிகாரிகளை விருந்துக்குக் கூப்பிட்டு அனுப்பினான் இடிஅமீன்.

'நாம் எல்லோரும் இணைந்து, உகாண்டாவைச் செல்வம் கொழிக்கும் நாடாக மாற்றத் திட்டங்கள் தீட்ட வேண்டும்!' என்று அவன் சொல்லியனுப்ப, எல்லா ராணுவ அதிகாரிகளும் ஆர்வத்துடன் விருந்துக்கு வந்தனர்.

இடிஅமீனுக்கு விசுவாசமான அடியாள் படையொன்று

திடீரென்று ஜனாதிபதி மாளிகையின் விருந்து மண்டபத்தில் புகுந்தது. இதைக் கண்டு திடுக்கிட்டு, பாதி விருந்திலிருந்து எழுந்து ஓடப் பார்த்த எல்லா ராணுவ அதிகாரிகளையும் கத்திகளாலும் பயோனட்களாலும் குண்டர்கள் குத்திக் கொன்றனர்.

மறுநாள் இடிஅமீன் ரேடியோ மூலம் மக்களுக்கு விடுத்த செய்தியில், 'என்னைக் கொலை செய்யும் திட்டத்துடன் வந்த சில ராணுவ அதிகாரிகள் கையும் களவுமாக மாட்டிக் கொண்டதால், அவர்களுக்கு மரணதண்டனை கொடுக்க வேண்டி வந்தது!' என்று வருத்தத்துடன் அறிவித்தான்.

அதிர்ச்சியடைந்த ராணுவத் தலைமைத் தளபதி ஜெனரல் சுலைமான் ஹுசேன், இடிஅமீனை நேரில் சந்தித்துக் கடுமை யான வார்த்தைகளால் தன் ஆட்சேபனையைத் தெரிவித்தார். ஆனால், அமீனைச் சந்திக்கப்போன சுலைமான் திரும்பி வரவில்லை!

அவரை ஒரு சாக்குப் பையில் திணித்து, ஜெயிலுக்குத் தூக்கிச் சென்ற இடிஅமீனின் அடியாட்கள், அங்கே தடிகளால் அடித்தே அவரைக் கொன்றனர். 'நேருக்கு நேர் நின்று என்னை மிரட்டிய சுலைமானின் தலையை மட்டும் வெட்டி எடுத்து அனுப்புங்கள்' என்று சொல்லியனுப்பினான் இடிஅமீன். பிறகு, டைனிங் அறையில் இருந்த 'ஃப்ரிஜ்'ஜில் (Freezer-ல்) சுலைமானின் தலையை வைக்கச் சொன்னான்.

பிற்பாடு உகாண்டா நாட்டுப் பிரமுகர்கள், கலைஞர்கள், அயல்நாட்டுத் தூதுவர்களை அழைத்துப் பெரிய விருந்து கொடுத்த இடிஅமீன், 'இந்த விருந்தில் நீங்கள் எது கேட்டாலும் கிடைக்கும். மனித இறைச்சி வேண்டுமா? சொல்லுங்கள்!' என்று உரக்கச் சொல்லிவிட்டு, எழுந்து போய் ஃப்ரிஜ்ஜிலிருந்து ஜில்லிட்டுப் போயிருந்த சுலைமானின் தலையைக் கொண்டுவந்து தூக்கிக் காட்டி, இடிச் சிரிப்புச் சிரிக்க... எல்லாரும் திகைத்துப் போனார்கள்.

உச்சக்கட்டமாக, அந்தத் தலையிலிருந்து சில துண்டுகளை வெட்டி எடுத்து, ஊறுகாயில் தொட்டுக்கொண்டு ருசித்தான்

251
மனிதனுக்குள்ளே ஒரு மிருகம்!

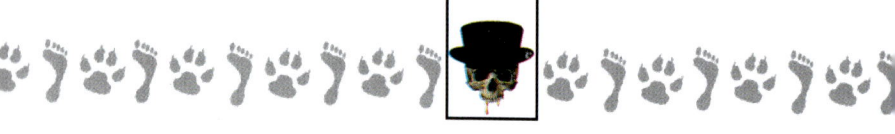

இடிஅமீன். அதிர்ச்சியோடு அந்தக் காட்சியைப் பார்த்த எல்லோருக்கும் 'இடிஅமீன் ஒரு கிறுக்குப் பிடித்த நவீன கலிக்யூலா' என்பதைப் புரிந்துகொண்டனர்.

ஏராளமான ராணுவ அதிகாரிகளை இடிஅமீன் பரலோகம் அனுப்பிய தகவல் உகாண்டா மக்களுக்குத் தெரியவே இல்லை! பத்திரிகைகளே இல்லாத நிலை, ரேடியோவோ... இடிஅமீன் கையில்! 'தேசத் துரோகக் குற்றத்துக்காகச் சில ராணுவ அதிகாரிகள் விசாரிக்கப்பட்டு, அவர்களுக்கு மரண தண்டனை விதிக்கப்பட்டது' என்று மட்டும் ரேடியோ சுருக்கமாக அறிவித்தது.

இருப்பினும் எப்படியோ செய்தி வெளியே கசிந்து, அமெரிக்க 'பிலடெல்ஃபியா புல்லடின்' பத்திரிகை நிருபரான நிகோலஸ் ஸ்ட்ரோ என்பவரும் ராபர்ட் ஸைடில் என்கிற சமூகவியல் பேராசிரியரும் உகாண்டாவின் ராணுவ டெபுடி கமாண்டரான மேஜர் ஜூமா அய்கா என்பவனைச் சந்தித்து, இதுபற்றி விசாரித்தனர்.

தொடர்ந்து கேள்விக்கணைகளை இவர்கள் வீசியதால், குழப்பமடைந்த அய்கா போன் போட்டு, இடிஅமீனிடம் 'கேள்விமேல் கேள்வி கேட்டு பேஜார் பண்ணுகிறார்கள் தலைவா!' என்று முறையிட... 'முட்டாள்! எதற்கு மெனக்கெட்டுப் பதில் சொல்லிக் கொண்டிருக்கிறாய்? முதல் வேலையாக அவர்களைச் சுட்டுத் தள்ளு!' என்று இடிஅமீனிடம் இருந்து ஆணை வந்தது.

போனை வைத்துவிட்டு இருக்கையிலிருந்து எழுந்து வந்த அய்கா, இரு அமெரிக்கர்களின் நெற்றிப் பொட்டிலும் கைத் துப்பாக்கியை வைத்துச் சுட்டுத் தள்ளினான். அவர்களுடைய உடல்கள் அப்புறப்படுத்தப்பட்டன.

போனவர்கள் திரும்பாததால், அமெரிக்க தூதரகம் விசாரிக்கத் துவங்க, 'அவர்கள் வந்து பேட்டியெடுத்துக்கொண்டு போய்விட்டார்களே!' என்று அய்காவிடமிருந்து பதில் வந்தது.

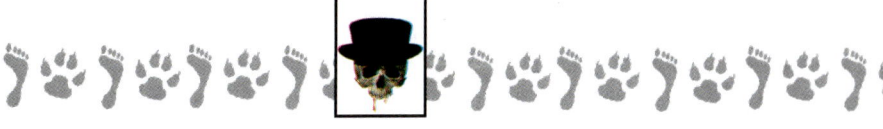

இதற்குப் பிறகே உலக நாடுகள், 'உகாண்டாவுக்கு அதிபதி ஆகியிருக்கிறவன் திமிர் பிடித்த, சராசரி சர்வாதிகாரி இல்லை. சற்றே மனநிலை பாதிக்கப்பட்ட, ஆபத்தான கொடுங்கோலன்' என்று புரிந்துகொண்டு கவலைப்பட ஆரம்பித்தன.

இடி அமீன் ஆட்சிக்கு வந்த ஒரே ஆண்டுக்குள் உகாண்டா திவால் நிலைமைக்கு வந்துவிட்டது. பயிற்சி பெற்ற ராணுவ அதிகாரிகள் எல்லோரும் கொல்லப்பட்டதால், தனக்குப் பரிச்சயமான குண்டர்கள், குற்றவாளிகள், சமூகவிரோதிகள் எல்லோருக்கும் மேஜர், காப்டன் என்று பதவிகள் கொடுத்து, ராணுவத்தில் சேர்த்துக் கொண்டான் இடிஅமீன்.

விசுவாசமான இந்த ரௌடிகளால் தன் பதவிக்கு ஆபத்தில்லை என்கிற நம்பிக்கை வந்தவுடன், உகாண்டாவின் பொருளாதார நிலைமையைச் சீர்படுத்த, நிதி உதவி கேட்டு பிரிட்டன், இஸ்ரேல் போன்ற நாடுகளுக்கு 'ஜனாதிபதி' என்கிற முறையில் விஜயம் செய்தான் இடிஅமீன். எல்லா நாடுகளும் (லிபியா தவிர!) கழன்று கொள்ள...

வெறுப்போடும் வெறுங்கையோடும் நாடு திரும்பிய இடிஅமீன், விமானநிலையத்திலிருந்து அரண்மனைக்கு காரில் திரும்பிக் கொண்டிருந்தபோது, ஒரு இந்தியரின் பெரிய கடை அவன் கண்ணில் பட்டது. சரேலென்று நிமிர்ந்து உட்கார்ந்தான் அந்தக் கொடுங்கோலன்!

மனிதனுக்குள்ளே ஒரு மிருகம்!

‘என்னிடம் விளையாடினால் இதுதான் கதி...’

உகாண்டாவில் 50,000–க்கு மேற்பட்ட ஆசிய மக்கள் வசித்து வந்தார்கள். இவர்களில் தொண்ணூறு சதவிகிதத்தினர் இந்தியர்கள். இவர்கள் தொழிலதிபர்களாகவும் டாக்டர்களாகவும் இன்ஜினீயர்களாகவும் நர்ஸுகளாகவும் ஆசிரியர்களாகவும் பல துறைகளில் பணியாற்றி, உகாண்டாவின் பொருளாதாரத்தைத் தூக்கிப் பிடித்து நிறுத்தினார்கள். ஆசிய தொழிலதிபர்களால் லட்சக்கணக்கான உகாண்டா மக்களுக்கு வேலைவாய்ப்பும் கிடைத்தது.

காரில் சென்று கொண்டிருந்த இடிஅமீனின் கண்களில் தென்பட்ட இந்தியரின் கடை, அவனுக்கு மிகுந்த எரிச்சலை ஏற்படுத்தியது. கூடவே பளீரென்று ஒரு ஐடியாவும் அவன் மனதில் உதித்தது.

இரண்டு நாட்கள் ஆழ்ந்த சிந்தனையிலிருந்தான் அந்தச் சர்வாதிகாரி. பிறகு அதிரடியான அறிக்கை ஒன்றை வெளியிட்டான்! ‘உகாண்டாவின் அத்தனை பொருளாதார பிரச்னைகளுக்கும் ஆசியர்கள்தான் காரணம். அந்த சுரண்டல் பேர்வழிகள் ஒழிந்தால்தான் உகாண்டா உருப்படும். இன்னும் 90 நாட்கள் அவகாசம் தருகிறேன். அதற்குள் அத்தனை ஆசியர்களும் நாட்டைவிட்டு வெளியேற வேண்டும்!’

இதைத் தொடர்ந்து ஒவ்வொரு நாளும் ரேடியோவில் இடிஅமீன் மிரட்டலாக ‘இன்னும் 75நாள், 74நாள், 73நாள்...’ என்று ‘கௌண்ட்–டௌன்’ வேறு சொல்லிப் பயமுறுத்த ஆரம்பித்தான்.

பல தலைமுறைகளாக உகாண்டாவிலேயே பிறந்து, வளர்ந்து, அந்த நாட்டின் வளர்ச்சிக்கு முதுகெலும்பாகத் திகழ்ந்த ஏராளமான இந்தியக் குடும்பங்கள் கையில் மூட்டை முடிச்சுடன், கண்களில் மிரட்சியுடன் நாட்டைவிட்டு வெளியேறின.

தீனி போடாமல் குண்டர்கள் எப்படி விசுவாசமாக இருப்பார்கள்? இடி அமீன் அவனுடைய பெரும் குண்டர் படையை அழைத்து, 'பிஸினஸ் எல்லாவற்றையும் நீங்களே எடுத்து நடத்துங்கள்!' என்று அறிவித்தான்.

இடி அமீன்

சில வாரங்களுக்குள் கடைகளில் உள்ள எல்லா பொருட்களையும் விற்றுப் பணமாக்கிக் கொண்ட குண்டர்கள், அதற்குப் பிறகு என்ன செய்வது என்று தெரியாமல் விழிக்க – கடைகள் மூடப்பட்டன. பிறகு பார்மஸிகள், மருத்துவ மனைகள், ஆபீஸ்கள், தொழிற்சாலைகள் எல்லாம் இழுத்து மூடப்பட்டு, உகாண்டாவின் பொருளா

தார நிலைமை அதலபாதாளத்துக்குப் போக ஆரம்பித்தது.

அமீன் அசரவில்லை! குண்டர்களை அழைத்து, கலிக்யூலா 'ஸ்டைலி'லேயே ஒரு திட்டத்தைச் சொன்னான்! 'யாரை வேண்டுமானாலும் கொலை செய்து, கொள்ளையடித்துக் கொள்ளுங்கள், நான் கண்டுகொள்ள மாட்டேன்' என்று!

உகாண்டா மக்கள், இறந்தவர்களின் உடல்களை மிகவும் பவித்ரமாகக் கையாண்டு, விசேஷ சடங்குகளை (காரியம்) செய்யும் வழக்கமுடையவர்கள். இந்த 'வீக்னெஸை' அமீன்

மனிதனுக்குள்ளே ஒரு மிருகம்! 255

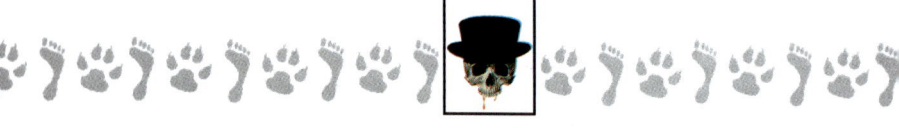

ஆட்கள் பயன்படுத்திக் கொண்டார்கள். அங்குமிங்குமாகப் பொதுமக்களைத் தனித்தனியாக வேட்டையாடிக் கடத்திச் சென்று கொல்ல வேண்டியது. பிறகு உடலை எங்கேயாவது ஒளித்து வைத்துவிட்டு, உடலைக் கண்டுபிடித்துக் கொடுக்கப் பணம் வசூலிக்க வேண்டியது! இது, அவர்களுடைய கொடூர மான வேலையாகிவிட்டது!

தவித்துப்போன உறவினர்கள் பணம் (ஏழை மக்கள் என்றால் ரூ.10,000) சேகரித்துக் கொடுக்க, 'ஸ்டேட் ரிசர்ச் பீரோ' என்ற பெயரில் அரசு அமைப்பு ஒன்று (அதாவது, அடியாட்கள் அமைப்பு!) செத்துப் போனவரின் உடலைத் தேடுவதுபோலத் தேடிக் கண்டுபிடித்துக் கொடுத்துப் பணம் வசூலித்தது. இதில் ஒரு பெரும்பகுதி இடி அமீனுக்கு!

'சாகடித்தால் வசூல்!' என்கிற நிலை ஏற்பட்டதால், உகாண்டாவில் இரவு சூழ்ந்தால், எங்கு பார்த்தாலும் துப்பாக்கி வேட்டுச் சத்தம் கேட்க ஆரம்பிக்க, இந்தச் சத்தம் பற்றி பிரெஞ்சு தூதரகம், 'தூதுவரால் தூங்க முடியவில்லை!' என்று இடி அமீனிடம் முறையிட்டது என்றால் பார்த்துக் கொள்ளலாம்! இதனால் சற்று தர்மசங்கடப்பட்ட அமீன், குண்டர் தலைவன் மால்யா முங்கு என்பவனை அழைத்து, 'சத்தமில்லாமல் கொலைகளை செய்ய முடியாதா?' என்று கேட்டான்.

நம்முடைய ஐ.ஜி. மாதிரி பெரும் பதவியில் அமர்த்தப்பட்டிருந்த மால்யா, முன்பு ஒரு தொழிற்சாலையின் கேட்கீப்பராகப் பணிபுரிந்தவன். முரட்டு ரௌடியான அவன், 'ஒன்று செய்யலாம் தலைவா! நாம் கடத்துபவர்களை ஜெயிலில் போட்டுவிடலாம். அங்கு மற்ற கைதிகளை விட்டு இவர்கள் கழுத்தை நெரித்து, அல்லது சுத்தியலால் மண்டையில் அடித்துக் கொல்லச் சொல்லலாம். சத்தமே வராது! கொலைகாரர்களுக்கு ஒரு தொகை கொடுத்துவிடலாம்' என்றான்! 'பலே!' என்றான் அமீன். உடனே பெரிய சைஸ் மர சுத்தியல்கள் நிறைய வாங்கப் பட்டன!

ஏற்கெனவே இஸ்லாம் மதத்துக்கு மாறியிருந்த இடி அமீனுக்கு ஐந்து மனைவிகள் (பிற்பாடு மூன்று பேரை விவாகரத்து செய்தான் அவன்). கேஅமீன் என்னும் ஒரு மனைவி (அமீனால்)

கர்ப்பமடைந்து, பிறகு 'டிப்ரெஷன்' காரணமாகத் தானாகவே கருச்சிதைவு செய்ய முனைந்து அதில் குளறுபடியாகி இறந்து போனாள். தன்னை அவள் ஏமாற்றியதாக எடுத்துக்கொண்ட அமீன், கடுங்கோபம் கொண்டு மார்ச்சுவரியில் இருந்த டாக்டர் களை அழைத்து, அவளுடைய உடலிலிருந்து கைகளை வெட்டி கால் பகுதியிலும், கால்களை எடுத்து கைப்பகுதியிலும் வைத்துத் தைக்கச் சொன்னான். இறந்த பிறகும் அவளுக்கு பனிஷ்மெண்ட்! மற்ற மனைவிகளை இழுத்துக்கொண்டு

ஒபோடே

வந்து, 'பாருங்கடி, என்னிடம் விளையாடினால் இதுதான் கதி!' என்று வெறியோடு கத்தினான்!

உகாண்டா அரசுக்கு லிபியா (Libya) நாடு மட்டுமே ஏதோ நிதியுதவி அளித்து வந்தது. லிபியாவின் ஒரே கண்டிஷன் - யூதர்கள் அத்தனை பேரையும் நாட்டைவிட்டுத் துரத்த வேண்டும் மற்றும் பாலஸ்தீனிய தீவிரவாதிகளுக்கு உதவிகள்

செய்யவேண்டும் என்பதே. இதெல்லாம் அமீனுக்கு 'கரும்பு தின்னக் கூலி' மாதிரிதான்! ஆனால், இந்தப் பாலஸ்தீனிய புரட்சிக்காரர்களின் உறவு விபரீதத்தில் கொண்டுபோய் விட்டது.

1976 ஜூன் 28–ம் தேதி. இஸ்ரேலிலிருந்து பாரீஸ் சென்று கொண்டிருந்த ஏர் ஃபிரான்ஸ் விமானத்தை பாலஸ்தீனிய தீவிரவாதிகள் கடத்தி, உகாண்டாவில் உள்ள என்டெபி விமான நிலையத்தில் இறக்கினார்கள். விமானத்தில் முந்நூறு பயணிகள். பலர் யூதர்கள்...

'இஸ்ரேலிலும் ஐரோப்பாவிலும் சிறைகளில் இருக்கும் 53 பாலஸ்தீனிய பயங்கரவாதிகளை உடனே விடுதலை செய்ய வேண்டும். இல்லையெனில், அத்தனை பயணிகளும் கொல்லப் படுவார்கள்' என்று மிரட்டல் அறிக்கையைக் கடத்தல்காரர்கள் வெளியிட... உலகத்தின் கவலையான கவனம் முழுவதும் உகாண்டா பக்கம் மீண்டும் திரும்பியது. அந்த விமானநிலையத்தில் இடிஅமீனும் ஏதோ கடத்தல்காரர்களின் தலைவன் மாதிரி கம்பீரமாக நடைபோட்டுக் கொண்டிருந்ததை டி.வி–யில் பார்த்து பல உலக நாடுகள் அதிர்ச்சிக்குள்ளாயின.

ஒரே ஒரு விஷயத்தில் கோட்டை விட்டான் இடிஅமீன். முன்னொரு சமயம் இஸ்ரேலிய தொழில் வல்லுநர்களை நாட்டைவிட்டுத் துரத்தியபோது, அந்த இன்ஜினீயர்கள் என்டெபி விமானநிலையத்தின் வரைபடத்தையும் கையோடு எடுத்துப்போயிருந்தார்கள். அவர்கள் கட்டிய விமானநிலையம் தான் அது! அந்த 'பிளானை' கொண்டு வரச்செய்த இஸ்ரேலிய ராணுவ அதிகாரிகள், பயணிகள் விமானநிலையத்துக்குள்ளே எந்த இடத்தில் 'ரகசியமாக' அடைத்து வைக்கப்பட்டிருக் கிறார்கள் என்று (ஒற்றர்கள் மூலம்) கண்டுபிடித்தார்கள்.

ஜூலை 3–ம் தேதி நள்ளிரவு... இஸ்ரேலிய கமாண்டோக்களைச் சுமந்துகொண்டு ஒரு ராணுவ விமானம் 'ராடார்'களிடம் சிக்காமல் இருக்க தாழ்வாகப் பறந்து, விமானநிலையத்தின் ஒரு மூலையில் இறங்கியது. விமானத்திலிருந்து மின்னலாக வெளிப்பட்ட கமாண்டோக்கள் இயந்திரத் துப்பாக்கிகளை இயக்கியவாறு விமான நிலையத்தில் புகுந்து, அத்தனை

பயணிகளையும் காப்பாற்றி, தங்கள் விமானத்தில் ஏற்றிக்கொண்டு பறந்துவிட்டார்கள்!

குறுக்கே வந்த அமீனின் இருபது ராணுவ வீரர்கள் காலி! ஒரு மணி நேரத்தில் எல்லாம் முடிந்துவிட, பிறகே விமான நிலையத்துக்கு ஓடிவந்த இடிஅமீன், 'ஓ'வென்று கூச்சல் போட்டுப் புலம்பினான் (இந்த 'அட்வெஞ்ச்சர்' பிற்பாடு திரைப் படமாகவும் வெளிவந்தது!).

இதுவும், பிற்பாடு அண்டை நாடான டான்ஸானியா மீது படையெடுத்ததும் அமீனின் வீழ்ச்சிக்குத் துவக்கமாக அமைந்தது.

எந்தப் பயிற்சியும் இல்லாத உகாண்டா ராணுவத்தைத் துரத்தியடித்த டான்ஸானியப் படையினர், குஷாலாகி உகாண்டாவுக்குள்ளேயே புகுந்தனர். உகாண்டா மக்கள் கரகோஷத்துடன் டான்ஸானியப் படையை வரவேற்க, திகைத்துப்போன இடிஅமீன், 'போரிடத் தயாராகுங்கள்!' என்று ராணுவத்துக்கு அறைகூவல் விடுத்தான். ஆனால், ஒரு ராணுவ வீரன்கூட வரவில்லை!

இதற்குள் உலக நாடுகள் உதவியோடு மில்டன் ஒபோடேவும் நாடு திரும்ப, அவருக்கும் மக்கள் பெரும் வரவேற்பு தந்தார்கள். இந்தத் தகவலையெல்லாம் கேட்டு நடுங்கிப் போய் அழ ஆரம்பித்த இடிஅமீன், லிபியா அதிபர் கடாஃபிக்கு போன் போட்டு 'என்னைக் காப்பாற்றுங்கள்!' என்று அலற, கடாஃபி தன்னுடைய பிரத்தியேக ஹெலிகாப்டரை உகாண்டாவுக்கு அனுப்பினார். குடும்பத்தோடு அதில் மரணபயத்துடன் தாவியேறிக்கொண்டான் இடிஅமீன்.

உயிர் பிழைத்தாலும், வெளியே தலைகாட்டப் பயந்துகொண்டு, சவூதி அரேபியாவில் ஒரு ஓட்டலில் தனக்கென்று சவூதி அரசால் தரப்பட்ட அறையில் தங்கி, கடைசிக் காலத்தைக் கழித்த அந்தக் கொடுங்கோலன், சில ஆண்டுகளுக்கு முன்பு மாரடைப்பு ஏற்பட்டு செத்துப்போனான்...

இடி(அமீன்)உடன் புயலடித்து ஓய்ந்த பிறகு, மீண்டும் ஒபோடே ஆட்சி துவங்கியது தனிக்கதை!

மனிதனுக்குள்ளே ஒரு மிருகம்! 259

அந்நிய கரப்பான் பூச்சிகள்!

இரக்கமே இல்லாத வில்லன்கூட, தன் குடும்பம் என்று வரும்போது, அவர்களைக் கனிவோடு நடத்திப் பாதுகாக்கிறான். அந்தச் சிறிய வட்டத்துக்கு வெளியே இருக்கும் எவருமே அவனுக்கு பொருட்டாக இருப்பதில்லை. இந்த 'நாம்–அவர்கள்' என்கிற சுயநலம்தான் பல மோசமான செயல்களுக்கு அடிப்படையான காரணமாக அமைந்துவிடுகிறது.

இரண்டாம் உலகப் போர் ஆரம்பிப்பதற்கு ஓராண்டுக்கு முன்பு ஜப்பானிய நாடாளுமன்றத்தில் மூத்த அரசியல் தலைவரான நாகஜீமா சிக்யூஹி என்பவர், 'ஜப்பானியர்களாகிய நாம் மிக உன்னதமான இனத்தைச் சேர்ந்தவர்கள். நேரடியாக கடவுளிடமிருந்து தோன்றிய இனம் நம்முடையது. உலகில் உள்ள மற்ற இனங்கள் எல்லாம் நம்மைவிடத் தாழ்ந்தவை என்பதில் எந்தச் சந்தேகமும் வேண்டாம். ஆகவே மற்ற உலக மக்களை வழிநடத்திச் செல்ல வேண்டிய முக்கியமான கடமை நமக்கிருக்கிறது!' என்று மிகுந்த அகம்பாவத்துடன் உரையாற்றிய போது அத்தனை உறுப்பினர்களும் ஆமோதித்து கைதட்டினார்கள்.

'கோணல் மூக்கோடு, உடலெங்கும் முடியோடு காணப்படுகிற அந்த வெளுப்புச் சாத்தான்களைக் கொன்று நரகத்துக்கு அனுப்புங்கள்!' என்று உலகப் போருக்கு முன்பு ஒரு ஜப்பானிய ராணுவ தளபதி கர்ஜித்தார். அவர் குறிப்பிட்டது – அமெரிக்கர் களை!

'மனிதனுக்கும் குரங்குக்கும் பிறந்த, சப்பை மூக்குள்ள மஞ்சள் தே...மகன்களைச் சுட்டுத் தள்ளுங்கள்!' என்று உறுமினார் யுஎஸ். கப்பற்படையின் அட்மிரல் ஹால்ஸே. அவர் குறிப்பிட்டது – ஜப்பானியர்களை!

வியட்நாம் போரின்போது அமெரிக்கப் படை வீரர்கள், அந்த நாட்டு மக்களை 'கரப்பான் பூச்சிகள்' என்று வெறுப்போடு அழைத்தனர். போரின் நடுவே, ஒரு கிராமத்து வழியே செல்ல நேர்ந்த யு.எஸ். வீரர்கள் குடிநீர் கேட்க, அங்கே வசித்த வயதான

போஸ்னியா போர்க்களம்...

ஒருவர் கிணற்றிலிருந்து பக்கெட் மூலம் நீர் இறைத்து, ராணுவத்தினர் குடிப்பதற்காக ஊற்றினார்.

மங்கலான பார்வை கொண்ட அந்த முதியவர் தள்ளாடியவாறு பலமுறை நீர் இறைத்து ஊற்றிய பிறகு, திடீரென்று ஒரு யு.எஸ். சோல்ஜர் தன் கையிலிருந்த 'கோக் டின்'னை அந்த முதியவர் மீது வீசினான். எல்லா அமெரிக்க வீரர்களும் சிரிக்க, திகைத்துப் போன முதியவரின் உதட்டில் 'டின்' பட்டு ரத்தம் வழிந்தது. ஒருவன் பக்கெட் தண்ணீரை எடுத்து, அவர் தலை மீது கவிழ்த்தான். மேலும் சிரிப்பு. பரிதாபமாகத் தடுமாறி

மனிதனுக்குள்ளே ஒரு மிருகம்!

விழுந்த அந்த முதியவரை எட்டி உதைத்தான் ஒரு வீரன். பிறகு பெரும் சிரிப்புடன் நகர்ந்தார்கள் யு.எஸ். வீரர்கள்.

இந்த மிருகத்தனம் எங்கிருந்து வந்தது? இந்தக் கொடூரத்துக்கு

டிட்டோ

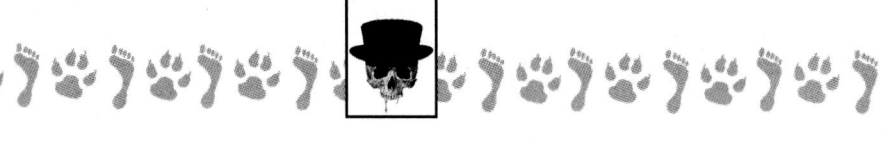

ஓர் அடிப்படைக் காரணம் – 'அந்நிய முகம்' கொண்ட வியட்நாம் மக்கள் 'மனிதர்கள்' இல்லை என்பதே! உலகெங்கும் 'அந்நிய முகம்' மட்டுமே வெறுப்பு உணர்ச்சிக்கு காரணமாக இருந்ததில்லை. தொண்ணூறுகளில் ஆப்பிரிக்க நாடான ருவாண்டாவில் நடந்த 'இனப்போரில்' டூட்ஸி இன மக்களும் ஹூடு இனமக்களும் பயங்கரமாக மோதிக் கொண்டார்கள்.

படுவேகத்தில் அது உள்நாட்டு யுத்தமாக வெடித்தது. போர் துவங்கியதிலிருந்து நூறு நாட்களுக்குள் கொல்லப்பட்டவர்களின் எண்ணிக்கை பத்து லட்சத்துக்கும் அதிகம்! ஒரே நாளில் (இரு தரப்பிலும்) ஏற்பட்ட கொலைவெறி காரணமாக நாற்பதாயிரம் உடல்கள் அங்கேயுள்ள விக்டோரியா ஏரியில் மிதந்ததாகப் புள்ளி விவரம் தெரிவிக்கிறது.

அவர்கள் உபயோகித்த ஆயுதங்களை சப்ளை செய்தது ஃபிரான்ஸ் நாடு. இரண்டு இனமக்களையும் பிரித்து வெறுப்பு உணர்வை வளர்த்தது பெல்ஜியம் (பெல்ஜிய நாட்டின் காலனி யாக இருந்தது ருவாண்டா). ஹூடு மக்களுக்கு ராணுவப் பயிற்சி தந்தது யு.எஸ்.!

இனப்போர் (Tribal war) ஆப்பிரிக்க பழங்குடி மக்களிடையே மட்டும்தான் நிகழ்கிறது என்றோ, மற்ற நாட்டு மக்கள் எல்லோரும் நாகரிகத்தில் முன்னேறியவர்கள் என்றோ தப்புக் கணக்குப் போட வேண்டாம்!

அயர்லாந்து, லெபனான், இராக், ஸ்ரீலங்கா, தென் ஆப்பிரிக்கா, யுகோஸ்லேவியா என்று துவங்கி, அநேகமாக எல்லா நாடு களிலும் இனப்போர் இன்றளவும் தொடர்ந்து வெடித்துக் கொண்டிருக்கிறது! அமெரிக்காவில் கறுப்பர்களை வெள்ளையர் கள் வேட்டையாடினார்கள் என்றால், இந்தியாவில் (இந்திரா காந்தி சுட்டுக் கொல்லப்பட்ட பிறகு) ஆயிரக்கணக்கான அப்பாவி சீக்கியர்களைத் துரத்தித் துரத்திக் கொலை செய்தார்கள்!

இத்தனைக்கும், ருவாண்டாவில் இனப்போர் நடந்தபோது ஐ.நா. மூவாயிரம் வீரர்களை (சண்டையை நிறுத்த!) அனுப்பியது. ஐ.நா. படையைச் சேர்ந்த பெல்ஜியம் நாட்டு வீரர்கள் சிலர் அங்கே கொல்லப்பட்டடனர். உடனே 'எக்கேடு கெட்டாவது

போங்கள்' என்பதுபோல, ஐ.நா. தன் படை வீரர்களை 270 ஆகக் குறைத்துக் கொண்டது. ருவாண்டாவில் தங்களுக்கு எந்தக் காரியமும் ஆகவேண்டியதில்லை என்கிற நிலை காரணமாக, அமெரிக்காவும் இந்த இனப்படுகொலையைக் கண்டுகொள்ளவில்லை!

ஒரு தேசத்தின் மக்களுக்குள்ளேயே இப்படிப்பட்ட இனப் போர்கள் நிகழக் காரணம்தான் என்ன? இன உணர்வு மனிதனின் ஆழ்மனதில் இருக்கும் ஒன்று. தேசிய உணர்வு வந்தது அதற்குப் பிறகுதான்!

நாட்டுப்பற்றை நாம் வளர்த்துக் கொள்கிறோம். ஒரு நாடு உருவெடுப்பதற்கு முன்பே மக்களிடம் இனப்பற்று வேரூன்றி விடுகிறது. அந்த உணர்வு வெறியாக மாறும்போது, மனிதனுக்கு உள்ளே உள்ள மிருகம் கோரைப் பற்களுடன் நிமிர்ந்து நிற்க, பிரச்னைகள் வெடிக்கின்றன!

இன உணர்வைப் போக்கவே முடியாது என்று மனோதத்துவ அறிஞர்கள் கூறுகிறார்கள். அதன் வேர்கள் ஆழமானவை. ஒவ்வொரு மனிதனுக்கும் தனித்தன்மையும் 'ஒரு பிரிவைச் சேர்ந்தவன் நான்' என்கிற அடிப்படை உணர்வும் தேவைப் படுகிறது. மனிதர்கள் ஆங்காங்கே கூட்டமாக வாழ ஆரம்பித்த கையோடு உருவாகிவிட்ட உணர்வு அது.

குழந்தைப் பருவம் முடிந்தவுடனே இந்த உணர்வு, தானாக நமக்குள் தலை தூக்கத் துவங்கிவிடுகிறது. இதைத் தவிர்க்க முடியாது! ஆனால், இந்த உணர்வு வெறியாக மாற அனுமதிக் காமல், அதைக் கட்டுப்பாட்டுக்குள் வைத்திருக்க முடியும். அதாவது இன உணர்வை மிஞ்சி ஒருவன் சிறந்த மனிதனாக ஆகமுடியும்!

ஆனால், இன உணர்வு என்பதை ஒரு 'வீக்னஸாக'ப் பயன்படுத்தி, அதை வெறியாக மாற்றி, அதில் குளிர்காயும் தலைவர்கள் உலகெங்கும் தலையெடுக்கிறார்கள். யுகோஸ் லேவியா நாட்டில், அதன் அதிபர் டிட்டோ இரும்புக் கரத்தோடு ஆட்சி செய்தபோது இனப்போர் நடக்கவில்லை.

அவர் இறந்து, யுகோஸ்லேவியா சிதறிய பிறகு, ஒரு

அரக்கனைப் போல அந்த வெறி விசுவரூபம் எடுத்தது. சிதறிய யுகோஸ்லேவிய நாட்டைச் சேர்ந்த தனித்தனி குட்டி நாடுகளான ஸெர்பியாவும் (கிறிஸ்துவ ஆட்சி) போஸ்னியாவும் (முஸ்லிம்) ஒருவரை ஒருவர் அடியோடு அழிக்க ஆவேசத்துடன் கிளம்பினார்கள்.

அந்த மோதலில், ஸெர்பியப் படையினர் போஸ்னியாவுக்குள் நுழைந்தபோது, முதல் வேலையாக, அங்கேயிருந்த 15–ம் நூற்றாண்டைச் சேர்ந்த அற்புதமான 800 மசூதிகளைத் தரைமட்டமாக்கினார்கள். மசூதிகள் இருந்த ஏரியாக்கள் எல்லாம் 'கார் பார்க்கிங்' இடங்களாக மாற்றப்பட்டன. பிறகு, அங்கேயிருந்த நூலகங்கள் தீ வைக்கப்பட்டன. இஸ்லாமிய ஓட்டோமான் சாம்ராஜ்யத்தைப் பற்றியும், இஸ்லாமிய கலாசாரம் பற்றியும் அரிய தகவல்கள் அடங்கிய ஆயிரக்கணக்கான புத்தகங்கள் தீ வைத்து எரிக்கப்பட்டன.

'இங்கே முஸ்லிம் மக்கள் வாழ்ந்ததற்கான, சுவடே இருக்கக் கூடாது!' என்று கர்ஜித்தான் ஒரு ஸெர்பிய ராணுவ தளபதி!

'நீ ஒரு நல்ல மனிதன் என்பதற்கான அடிப்படை அறிகுறி – மற்ற மனிதர்களின் சுயகௌரவத்தை முதலில் நீ மதிக்க வேண்டும். ஒருவர் பணக்காரராக இருக்கலாம், அதிகாரம் உள்ளவராக இருக்கலாம், வேறொரு நாடு, இனம் அல்லது சாதியைச் சேர்ந்தவராக இருக்கலாம். எந்த நிலையிலும், யாராக இருப்பினும் சக மனிதனை மரியாதையோடு, நாகரிகமாக நடத்துவது என்பது மிக மிக முக்கியம். மற்றவருக்கு என்று தனிப்பட்ட கருத்துக்கள், சிந்தனைகள், உணர்வுகள் உண்டு. குறைந்தபட்சம் அதைச் செவிமடுப்பது ஒரு தனிமனிதனின் அடிப்படைக் கடமை!' என்கிறார் வரலாற்று அறிஞர் ஜொனாத்தான் க்ளோவர்.

சுயநலத்துக்காக இனவெறியைத் தூண்டிவிடாமல் கண்டிப்புடன் ஆட்சி செய்த டிட்டோ போன்ற தலைவர்களும் வரலாற்றில் உண்டு. இனவெறியால் கொந்தளித்து வெறியாட்டம் போட்ட சர்வாதிகாரிகளும் உண்டு.

அப்படிப்பட்ட சர்வாதிகாரி தோன்றும்போது சம்பந்தப்பட்ட நாடு சத்தியமாக அழிவை நோக்கி நகரத் தொடங்குகிறது...

மனிதனுக்குள்ளே ஒரு மிருகம்! 265

வளைக்கப்பட்ட கம்யூனிசம்!

இருபதாம் நூற்றாண்டில், உலக வரலாற்றில் மாபெரும் முத்திரை பதித்த இரு தலைவர்கள் உண்டு. ஒருவர் சோவியத் ரஷ்யாவை ஆண்ட ஜோஸப் ஸ்டாலின். மற்றவர் ஜெர்மனியின் சர்வாதிகாரி அடால்ஃப் ஹிட்லர். முத்திரை எப்படிப்பட்டது என்கிற விஷயம்தான் வருத்தத்தை ஏற்படுத்துகிறது!

இரண்டாம் உலகப்போரின்போது எதிரும் புதிருமாக நின்றாலும், இந்த இருவருமே கோடான கோடி மக்களின் விதியை மாற்றிப் புரட்டிப் போட்டவர்கள்.

அதேசமயம், சோவியத் மக்கள் நிகழ்த்திய மாபெரும் புரட்சியையும் ஜெர்மனியில் நாஜிக்களின் அரக்கத்தனமான ஆட்சியையும் ஒரே தட்டில் வைக்க முடியாது என்பதும் உண்மை!

ஜெர்மனியில், ஜனநாயகத்தின் கழுத்தை நெரித்து சர்வாதி காரத்துக்கு வழிவகுத்தது நாஜிக்களின் ஆட்சி. நானூறு ஆண்டுகள் ரஷ்யாவில் நடந்த ஜார் மன்னர்களின் சர்வாதிகார ஆட்சிக்கு முற்றுப்புள்ளி வைத்தது ரஷ்யப்புரட்சி.

ரஷ்ய மக்கள், தொடர்ந்து ஜார் ஆட்சிக்கு எதிராகப் போராட்டங்கள் நிகழ்த்தி வந்தார்கள்தான். ஜார்மன்னரின் ராணுவம் இரக்கமில்லாமல் அவற்றை நசுக்கியது. 1905 ஜனவரி 22-ம் தேதி ஆயிரக்கணக்கான மக்கள் பேரணியாக ஜார் அரண்மனையை நோக்கிப் புறப்பட்டபோது, மன்னரின் குதிரைப்படை மக்களை சரமாரியாகச் சுட்டு வீழ்த்தியது. ரஷ்ய மக்கள் எதிர்ப்புக் குரலெழுப்பும்போதெல்லாம் இதுவேதான் பதிலாக இருந்தது!

தலைமறைவாக வாழ்ந்த லெனின் தலைமையில் பிற்பாடு ரஷ்யப் புரட்சி விசுவரூபமெடுத்து வெற்றிக்கொடி நாட்டியது.

ஜூலை 1918-ல் குடும்பத்தோடு ஜார் நிக்கோலஸ் புரட்சியாளர்களால் சுட்டுக் கொல்லப்பட்டார். ஆனால், ஜார் ஆட்சியின் கடைசிக் காலகட்டத்தில் ரஷ்யா மிகுந்த வறுமையில் வீழ்ந்தது. பணவீக்கமும் உணவுப் பற்றாக்குறையும் நாட்டு மக்களைத் தவிப்புக்குள்ளாக்கின.

இருப்பினும், பொதுத் தேர்தல் அறிவிக்கப்பட்டது. ரத்தமயமான முடிவுக்கு மன்னராட்சி வந்தபிறகு, 'ஓக்ரானா' என்று அழைக்கப்பட்ட ஜார் மன்னரின் கொடூரமான ரகசிய போலீஸ் முதல் வேலையாகக் கலைக்கப்பட்டது.

லெனின்...

செல்வந்தர்களின் நிலங்கள் பறிக்கப்பட்டு, விவசாயிகளுக்கு பிரித்துக் கொடுக்கப்பட்டன. அடிமைகளாகத் தள்ளாடிய உழைக்கும் வர்க்கத்துக்கு வேலை நேரம் எட்டு மணி என்று சொல்லப்பட்டது. 'நல்ல காலம் பிறந்து விட்டது' என்று நிம்மதிப் பெருமூச்சு விட ஆரம்பித்தனர் ரஷ்ய மக்கள்.

லெனின், 'ஏதாவது வழி தெரியாதா என்று சக்தியெல்லாம் இழந்து துவண்டு போயிருக்கும் உழைக்கும் வர்க்கத்தை, உண்மையான பாதைக்கு அழைத்துச் சென்று, லட்சியத்தை அடைவதற்கான கட்டுப்பாட்டைக் கற்றுத் தரவேண்டிய பெரும் பொறுப்பு நமக்கு இருக்கிறது?' என்று கவலையோடு எச்சரித்தார்.

1924-ம் ஆண்டில், லட்சியங்கள் முழுமையாக நிறைவேறாமலேயே இறந்தார் லெனின்.

அதைத் தொடர்ந்து, சோவியத் ரஷ்யாவின் அதிபராக ஸ்டாலின் அமர்ந்தவுடன் நிலைமை அடியோடு மாறிப் போனது.

மனிதனுக்குள்ளே ஒரு மிருகம்!

மிகுந்த மனிதாபிமானம் கொண்டதாக அமைந்திருக்க வேண்டிய கம்யூனிஸ ஆட்சி, ஒரு தனிமனிதனின் விருப்பத்துக்காக முழுமையாக, கொடூரமாக வளைக்கப்பட்டது வருத்தமான வரலாற்று உண்மை!

இறப்பதற்கு முன்பு லெனின்

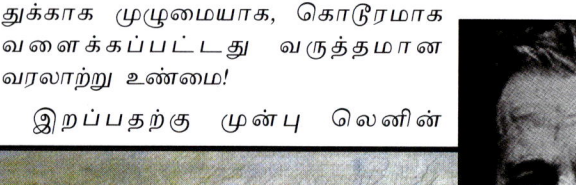

சோல்ஷெனெட்ஸின்

ஸ்டாலின்

கம்யூனிஸ்ட் கட்சியின் தலைமைக் குழுவிடம், 'காம்ரேட் ஸ்டாலினைவிட இரக்க மனம் உள்ள, விசுவாசம் பொருந்திய, மரியாதை மிகுந்த, அடக்க உணர்வு உள்ள ஒருவரைத் தலைவராகத் தேர்ந்தெடுப்பது நல்லது!' என்று கவலையோடு முணுமுணுத்தார்.

'ஸ்டாலின் கையில் அதீதமான அதிகாரத்தைக் கொடுத்தால், அதை அவர் மிகுந்த எச்சரிக்கை உணர்வோடு கையாளுவாரா?' என்றும் லெனின் சந்தேகம் எழுப்பினார். ஆனால், ஸ்டாலின் ஏற்கெனவே லெனினுக்கு அடுத்தபடியாகத் தன்னை மிகப் பிரபலமானவராக வளர்த்துக் கொண்டு, தலைமைக்குத் தயாராகிவிட்ட நிலை! அப்படியும்கூட கட்சித் தலைமை 'மூன்று நபர் ஆட்சி'க்கு முயற்சித்தது. ஸ்டாலின், ஸைனோவைவ், கேமனேவ் என்று மூவர் அணி ஆட்சிப் பொறுப்பை ஏற்கும்

என்று திட்டம்... அது நிறைவேறவில்லை!

நான்காண்டுகளுக்குள் மற்ற எல்லா தலைவர்களையும் ஓரங்கட்டிவிட்ட ஸ்டாலின், தனிப்பெரும் அதிபரானபோது யாருமே அவர் குறுக்கே நிற்க முடியவில்லை.

ஸ்டாலினால் தூக்கியெறியப்பட்டவர்களில் ஒருவர் நிகோலாய் புகேனின் என்னும் மூத்த தலைவர். லெனினின் நெருக்கமான நண்பரான அவர், மிகுந்த கவலையுடன் 'விதி விளையாடுகிறது. ஒரு ரஷ்ய செங்கிஸ்கானிடம் ஆட்சி போய்விட்டது!' என்று சோகமாகக் குறிப்பெழுதி வைத்தார்.

இன்னொரு கோணத்தில் பார்த்தால், சோவியத் ரஷ்யாவை முன்னேற்றப் பாதையில் படுவேகமாகக்கொண்டு சென்றவர் ஸ்டாலின் என்பதில் சந்தேகமில்லை. அவருடைய முதல் ஐந்தாண்டுத் திட்டம் பெரும் வெற்றியடைந்தது உண்மை. 1935-ம் ஆண்டுக்குள் தொழில் வளர்ச்சி (1913-ம் ஆண்டுடன் ஒப்பிடும்போது) நான்கு மடங்கு உயர்ந்ததும் உண்மை. அதுபற்றித் தனிப்புத்தகமே போட முடியும்!

ஆனால், அந்தக் கட்டாய வளர்ச்சிக்கு பல்லாயிரக்கணக்கான ரஷ்ய மக்கள், தங்கள் உயிர்களை காணிக்கையாகத் தரவேண்டி வந்ததும் நிஜம். எதிர்ப்பு என்பதே துளிக்கூட இல்லாத சர்வாதிகார ஆட்சியாகத் தன் ஆட்சி அமைய வேண்டும் என்பதற்காக, ஸ்டாலின் பலிகொடுத்த மக்களின் எண்ணிக்கை திகைப்பை ஏற்படுத்தும். இதுபற்றியும் நிறையவே புத்தகங்கள் போட முடியும்!

1937-லிருந்து ஓராண்டுக்குள் பத்து லட்சம் பேர் தேசவிரோதிகள் என்று குற்றம்சாட்டப்பட்டு, ஸ்டாலின் ஆணைப்படி கொல்லப் பட்டனர். இருபது லட்சம் பேர் சிறைப்படுத்தப்பட்டனர். லட்சக்கணக்கானவர்கள் சிறையில் வாடி இளைத்துத் துரும்பாகி இறந்தனர். ரஷ்ய ரகசிய போலீஸ் கே.ஜி.பி, பிற்பாடு அதிபரான குருஷ்சேவுக்கு எழுதி அனுப்பிய ஒரு குறிப்பின்படி – 1935 ஜனவரியிலிருந்து 1941 ஜூன் வரை கொல்லப்பட்ட ரஷ்ய மக்களின் எண்ணிக்கை எழுபது லட்சம்!

ரஷ்யாவின் தொழில் வளர்ச்சிக்காக பல்லாயிரக்கணக்கான

மக்கள் அடிமைகளைப் போல நாள் முழுவதும் கட்டுமானப் பணிகளில் கடுமையாக வேலை வாங்கப்பட்டார்கள். லெனினின் 'எட்டு மணிநேர வேலை' எல்லாம் காற்றில்

'யால்டா' மாநாட்டில் சர்ச்சில், ரூஸ்வெல்ட், ஸ்டாலின்...

பறந்துவிட்டது.

இடமாற்றம் என்ற பெயரில் வேறு லட்சக்கணக்கான மக்கள் நகரங்களிலிருந்து கிராமங்களுக்கு ராணுவ பாதுகாப்புடன் விரட்டப்பட்டனர். இலக்கியத்துக்கான நோபல் பரிசைப் பிற்பாடு வென்ற அலெக்ஸாண்டர் சோல்ஷெனெட்ஸின், 'இப்படித்தான் 1930-ல் பத்தாயிரம் குடும்பங்களை கடுங்குளிரில், உறைந்துபோன வாஸையூகன் நதி மீது நூற்றுக்கணக்கான மைல்கள் நடக்க வைத்தது ராணுவம். முக்கால்வாசிப்பேர் வழியில் செத்து வீழ்ந்தார்கள். மிஞ்சினவர்கள் ஏதோ ஒரு பாலைவனம் போய்ச்சேர்ந்ததும் மடிந்தார்கள். மொத்தத்தில் ஒருவர்கூட உயிர் பிழைக்கவில்லை' என்று குறிப்பிடுகிறார்.

1934 டிசம்பரில், ஓர் இளம் கம்யூனிஸ்ட் தொண்டர், தன்னை

மிகவும் துன்புறுத்திய கட்சிச் செயலாளர் ஸெர்ஜி கைரோவ் என்பவரைச் சுட்டுக் கொன்றார். இந்தச் செய்தி கேட்டு கலவரமடைந்த ஸ்டாலின், அதையே ஒரு சாக்காக வைத்து பாதுகாப்புப் படையினருக்கு (வேட்டையாடுவதற்கு) முழுச் சுதந்திரம் அளித்தார்.

'கலவரங்களைத் தூண்டுபவர்கள் என்கிற சந்தேகம் வந்தால்போதும். உடனடியாக அவர்களுக்கு மரண தண்டனையை நிறைவேற்றுங்கள்!' என்கிற ஆணை ஸ்டாலினிடமிருந்து பிறந்தது. குருஷ்சேவ், 'அதிலிருந்து, சட்டபூர்வமான சோஷலிஸத்துக்கு எதிராக முழுமையான அளவில் அடக்குமுறை அவிழ்த்துவிடப்பட்டது' என்று குறிப்பிடுகிறார்.

போகப்போக ஸ்டாலினின் சந்தேகங்கள் ராட்சத அளவில் 'ஃபோபியா'வாக மாறியது. சோவியத் நாட்டுக்காக தங்கள் வாழ்க்கையை அர்ப்பணித்த 'ஹீரோ'க்கள்கூட விட்டு வைக்கப்படவில்லை. இலக்கிய சந்திப்புகளின்போது ஸ்டாலினை இன்ஸல்ட் செய்து பேசியதாக குற்றம் சாட்டப்பட்ட இலக்கியமேதை சோல்ஷெனெட்ஸினுக்கு எட்டு ஆண்டுகள் கடுங்காவல் சிறைத்தண்டனை தரப்பட்டது.

இரண்டாம் உலகப்போர் மட்டும் வராவிட்டால் ஒருவேளை ஸ்டாலினுக்கு எதிராக ரஷ்யமக்கள் புதிய புரட்சியைத் துவங்கியிருப்பார்கள். ஆனால், உலக மகா வில்லன் ஹிட்லருக்கு எதிராக பிரிட்டன், ஃபிரான்ஸ், அமெரிக்காவுடன் ரஷ்யாவும் இணைந்து போரில் இறங்கியதால் ஸ்டாலின் தலைமையில் ரஷ்ய மக்கள் ஒன்றாக நிற்க வேண்டி வந்தது. அந்தச் சமயம், யால்டா சம்மிட் மாநாட்டில் பிரிட்டன், யு.எஸ்., ரஷ்யா மூன்று நாட்டு அதிபர்களும் சந்தித்தபோது பிரிட்டிஷ் பிரதமர் சர்ச்சில் ஸ்டாலினுடன் கைகோத்து நின்று போட்டோவுக்கு போஸ் கொடுத்தார். 'ஸ்டாலின் நமக்கெல்லாம் ஒரு பொக்கிஷம். இந்தப் பூமியில் ஸ்டாலின் என்னும் மாமனிதரோடு இணைந்து நடக்கும்போது எனக்கு நம்பிக்கையும், துணிவும் ஏற்படுகிறது!' என்று சர்ச்சில் பாராட்ட, ஸ்டாலின் முகத்தில் பெரிதாகப் புன்னகை மலர்ந்தது.

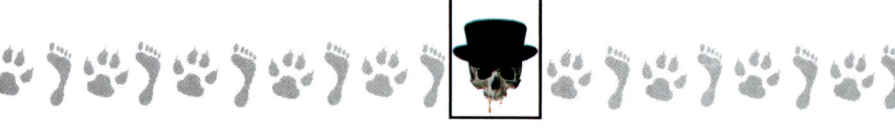

பற்றி எரிந்த பத்து விரல்கள்...

சிறுவயதில் ஒவ்வொரு நாளும் அப்பாவிடம் அடி வாங்கியவர் ஸ்டாலின். ஷூ ரிப்பேர் செய்து வாழ்க்கை நடத்திய அந்தத் தந்தை பெருங்குடியர். முன்கோபியான அவர் தினமும் குடித்துவிட்டு வந்து மகனை வம்புக்கு இழுப்பார். ஏதாவது தப்பாகப் பதில் சொன்னால் போதும்... மிருகத்தனமாக ஸ்டாலினை மொத்தி எடுத்துவிடுவார்.

தவிர, சிறுவயதில் ஸ்டாலினைப் பெரியம்மை தாக்கியது. அம்மைத் தழும்புகள் கடைசிவரை தொடர்ந்தன. பிற்பாடு, ஸ்டாலின் ஒரு 'காம்ப்ளெக்ஸ்' மிகுந்த சாடிஸ்ட் ஆக நடந்துகொள்ள இவையெல்லாமும் மனோதத்துவ ரீதியான காரணங்கள் என்று கூறப்படுகிறது.

அதற்கேற்ப, கொடூரமான பெரியா என்பவனின் தலைமையில் செயல்பட்ட ரகசிய போலீஸ், அரசியல் விரோதிகளை சித்ரவதை செய்யும்போது, ஸ்டாலின் நேரில் சென்று நாற்காலியில் அமர்ந்து ரசித்தார். குற்றம்சாட்டப்பட்டவர்களை போலீஸ் தாக்கும்போது, 'அடி... அடி... அவன் கதறித் துடிக்கும் வரை அடி!' என்று வெறியோடு கூச்சலிடுவது ஸ்டாலினின் வழக்கம்!

ஸ்டாலினின் மனைவி நடேஷ்டா அலில்யூவேனாவை (லெனினின் பிரத்தியேக அலுவலகத்தில்!) 'ஒற்றனாக' முன்பு பணியாற்றச் சொல்லிக் கட்டாயப்படுத்தியதிலிருந்து கணவன் மீது மனைவிக்குத் தீராத வெறுப்பும் பயமும் ஏற்பட்டு இருந்தது.

ஒரு நாள் ஸ்டாலின், தன் செக்ரெட்டரி மீது எதற்கோ சந்தேகப்பட்டார். அவரை வரவழைத்து, அவரது கைவிரல் ஒவ்வொன்றிலும் பேப்பரைச் சுருட்டி வைத்து ஒட்டி, அவற்றை

ஏதோ மெழுகுவத்திகளைப் போலத் தீக்குச்சியால் பற்றவைத்தார். பத்து விரல்களிலும் தீ ஜுவாலைகள்!

'உயிர்மீது ஆசையிருந்தால், விரல்களை அசைக்காமல் அப்படியே வைத்துக்கொண்டு உண்மையைச் சொல்ல வேண்டும்!' என்று ஸ்டாலின் சாவதானமாகச் சொல்ல, செக்ரெட்டரி கதற... இதை நேரில் பார்த்துக் கலங்கிப் போனார்

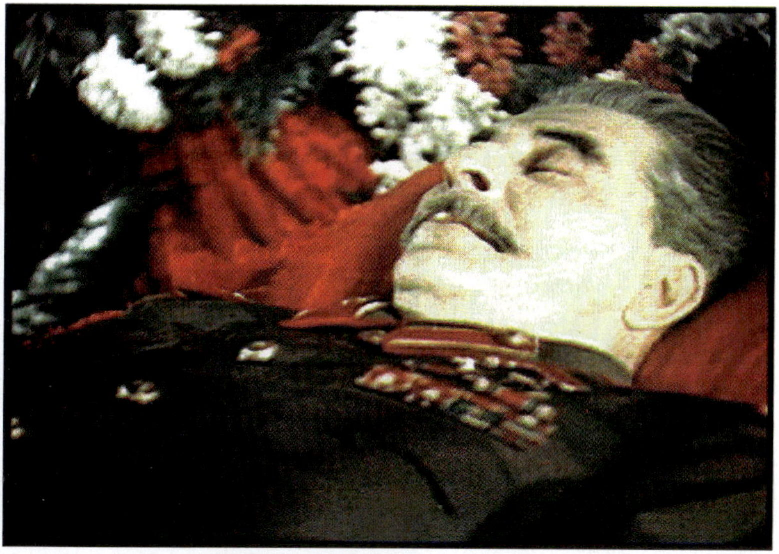

இறுதி அஞ்சலிக்காக ஸ்டாலினின் உடல்...

ஸ்டாலின் மனைவி.

சில நாட்கள் கழித்து, டின்னரில் எல்லோர் முன்னிலையிலும் மனைவியைக் கேவலமாக ஏசினார் ஸ்டாலின். நேராகப் படுக்கையறைக்குச் சென்ற நடேஷ்டா, கைத்துப்பாக்கியால் (1932-ல்) சுட்டுத் தற்கொலை செய்துகொண்டார்.

'கொஞ்சமாவது தட்டிக் கேட்கிற மனைவியும் இறந்த பிறகு, தந்தையிடம் இருந்த துளியூண்டு மனிதத் தன்மையும் அகன்றுவிட்டது!' என்கிறார், ஸ்டாலினின் மகள் ஸ்வெட்லேனா (பிற்காலத்தில் அமெரிக்காவில் தஞ்சம் புகுந்தவர் இவர்!).

மனிதனுக்குள்ளே ஒரு மிருகம்! **273**

இரண்டாம் உலகப்போர் நிகழ்வதற்கு முன்பு, ஸ்டாலின் ஜெர்மனியுடன் கூட்டுச் சேரவே நினைத்தார். 1939–ல் ஹிட்லரும் ஸ்டாலினும் 'நாம் ஒருவர்மீது ஒருவர் போர் தொடுக்கக்கூடாது' என்று நட்புடன் ஒப்பந்தம்கூடப் போட்டுக் கொண்டனர்!

அதைத் தொடர்ந்து பின்லாந்து, போலந்து, செக்கோஸ்லோ வேகியா, ஹங்கேரி, பல்கேரியா, ருமேனியா நாடுகளில் ஸ்டாலின் ராணுவம் நுழைந்து வளைத்துப் போட்டது. சொல்ல முடியாத துன்பத்தை அனுபவித்தது போலந்து நாடுதான்.

ஹிட்லரின் ராணுவம் மேற்குப் பகுதியிலிருந்து போலந்து நாட்டுக்குள் நுழைய, கிழக்குப் பகுதியிலிருந்து ரஷ்ய ராணுவம் அந்த நாட்டுக்குள் நுழைந்து வெறியாட்டம் போட்டது.

குருஷ்சேவ்

அங்கே பல்லாயிரக்கணக் கானவர்கள் கொல்லப் பட்டனர். ரஷ்ய ராணுவம் நிற்கவைத்துச் சுட்டுக் கொன்ற போலிஷ் ராணுவ அதிகாரி களின் எண்ணிக்கை மட்டும் பதினான்காயிரம்!

1940–களில் ஹிட்லர், ஐரோப்பாவையே தன் காலடியில் கொண்டுவரும் தருணம்... அடுத்ததாக, 'ரஷ்யாதான் ஹிட்லரின் குறி' என்கிற தகவல் கசிந்தவுடன், ஸ்டாலின் சற்று திகைத்துப்போனார். ஹிட்லருக்கு கம்யூனிஸ்ட் என்றால் மகாவெறுப்பு உண்டு!

இதற்குள் நேச நாடுகளுடன் ரஷ்யாவும் இணைந்துகொள்ள, 1941 ஜூன் 22–ல் ஜெர்மனியப் படை ரஷ்யாவுக்குள் புகுந்தது. பதினோரு நாட்கள் ஸ்டாலின் ஒரு முடிவும் எடுக்காமல் திகைப்போடு அமர்ந்திருந்ததாகத் தகவல்!

எல்லைப்புற ஊர்மக்கள் பலர், நாஜிப் படை நுழைந்தபோது கரகோஷம் செய்து வரவேற்றதாகக்கூட ஸ்டாலினுக்கு செய்தி போனது. ஆனால், கொடூரமான நாஜி ராணுவ வீரர்கள் ரஷ்யாவுக்குள் நுழைந்த கையோடு செய்த அட்டூழியங்கள் ரஷ்ய மக்களை ஆவேசப்படுத்திவிட்டது.

அதற்குப் பிறகே, ரேடியோ மூலம் ஸ்டாலின் உருக்கமாக 'நாஜிப் படையைத் துரத்தியடியுங்கள்' என்று வேண்டுகோள் விடுக்க... ரஷ்ய மக்கள் பெரும்சக்தியாக ஒன்றுதிரண்டனர். அதைத் தொடர்ந்து, ரஷ்யப் படைவீரர்கள் நாஜிப் படைக்கு எதிராகக் காட்டிய வீரம் வரலாற்றுப் புகழ் பெற்றது!

ஜெர்மனி சரணாகதி அடைந்த பிறகு, பிரிட்டனும் அமெரிக்காவும் சுமார் இருபத்தைந்து லட்சம் ரஷ்ய அகதி களையும் ஸ்டாலினுக்கு எதிராகப் புரட்சி செய்தவர்களையும், தப்பிக்க முயன்ற ரஷ்ய ராணுவ வீரர்களையும் திரும்பவும் ஸ்டாலினிடம் ஒப்படைத்தன. ஸ்டாலினைத் திருப்திப்படுத்து வதற்காக பலி கொடுத்த மாதிரிதான்!

இந்தத் தகவல் தெரிந்தவுடன், நூற்றுக்கணக்கான ரஷ்ய அகதிகள் 'ஸ்டாலின் என்ன செய்வாரோ?' என்று நடுங்கித் தற்கொலை செய்துகொண்டனர். அவர்கள் எதிர்பார்த்தது போலவே, பிறகு ஸ்டாலினின் ராணுவம் அநேகமாக அத்தனை பேரையும் சுட்டுத் தள்ளியது!

ஸ்டாலின், அலுவலகத்தில்கூட புல்லட் ஃப்ரூப் கோட்டுதான் அணிந்தார். அவரது ஆபீஸ் அறையிலிருந்து தப்பிக்கப் பல சுரங்கப்பாதைகள் ஏற்படுத்தப்பட்டன. அவருடைய காருக்காக மூன்று அங்குலம் தடிமனான புல்லட் ஃப்ரூப் கண்ணாடிகள் ஸ்பெஷலாகத் தயாரிக்கப்பட்டன.

ரகசிய போலீஸ் பாதுகாப்பில் இருந்த தனித் தோட்டத்திலிருந்து அவருக்குக் காய்கறிகள் வந்தன. பிரத்தியேக மருத்துவர்கள் ஆராய்ந்த பிறகே, உணவு டைனிங் டேபிளுக்கு வரும். வெயிட் டர்கள் கிடையாது. நம்பிக்கைக்குரிய மெய்க்காவலர்கள்தான் உணவு பரிமாறினார்கள்!

டைனிங் டேபிளில் ஒரு குழு எல்லா உணவு வகைகளையும் கொஞ்சம் சாப்பிட்ட பிறகே, ஸ்டாலின் உணவைத் தன்

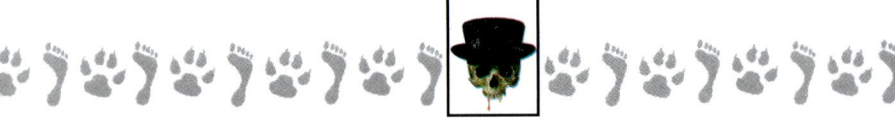

வாயருகே கொண்டு போவார்!

பொதுவாகவே 'சர்வாதிகாரம்' என்பது எப்படிப்பட்டது என்பதை வாசகர்கள் புரிந்துகொள்ள, ஸ்டாலின் ஆட்சியில் நடந்த ஒரு நிகழ்ச்சியை விளக்கினால் போதுமானதாக இருக்கும். அதை நேரில் பார்த்த சோல்ஷெனெட்ஸின் இதோ, அதை விவரிக்கிறார்...

மாஸ்கோவின் ஒரு பகுதியில் கம்யூனிஸ்ட் கட்சி மாநாடு நடந்து முடிந்த பிறகு, 'தலைவர் ஸ்டாலினுக்கு (கைதட்டி) பாராட்டுத் தெரிவிக்க வேண்டும்' என்கிற தீர்மானம் முன் வைக்கப்பட்டது. மேடையில் இருந்த கட்சிப் பிரமுகர்களும் அரங்கில் கூடியிருந்தவர்களும் எழுந்து நின்று கைதட்ட ஆரம்பித்தார்கள். கைதட்டல் மூன்று நிமிடங்கள் தொடர்ந்தது.

பிறகு ஐந்து நிமிடங்கள், ஆறு நிமிடங்கள்... யாருமே கைதட்டுவதை நிறுத்தவில்லை – பத்து நிமிடங்கள் கழிந்த பிறகும்! கைதட்டுவதை யார் முதலில் நிறுத்துவது? இதுதான் பிரச்னை! அரங்கின் இருபுறமும் ரகசிய போலீஸ் வரிசையாக, மௌனமாக நின்று கவனித்துக் கொண்டிருந்தார்கள்!

கடைசியில் கைவலி தாங்காமல், மேடையில் இருந்த ஒரு காம்ரேட் கைகளைத் தொங்கப் போட்டார். அவர் நிறுத்தியதைத் தொடர்ந்து, எல்லோரும் கரகோஷத்தை நிறுத்திவிட்டு இருக்கைகளில் அமர்ந்தனர்.

அன்றிரவு, கைதட்டுவதை முதலில் நிறுத்தியவர் கைது செய்யப்பட்டார். ரகசிய போலீஸ் அதிகாரி ஒருவர், 'அத்தனை பேர் மத்தியில் கைதட்டுவதை முதலில் நிறுத்திய உங்கள் துணிச்சலுக்குப் பின்னணி என்ன?' என்று கடுமையாக விசாரணை நடத்தினார். பிற்பாடு, நடுங்கிப் போயிருந்த அந்த காம்ரேட்டுக்குப் பத்தாண்டு சிறைத் தண்டனை விதிக்கப் பட்டது!

சுயசரிதையில் குருஷ்சேவ், எப்படியெல்லாம் ஸ்டாலின் மற்றவர்களை அவமானப்படுத்தி, அதை ரசிப்பார் என்பதை ஒரு குரூரமான – தமாஷான நிகழ்ச்சி மூலம் விவரிக்கிறார்...

"கட்சித் தலைவர்கள் முன்னிலையில் திடீரென்று என்னை 'கோபெக்' நடனம் ஆடச் சொன்னார் ஸ்டாலின். உட்கார்ந்து எழுந்து, உட்கார்ந்து எழுந்து, கூடவே ஒவ்வொரு முறையும் ஒரு காலை மட்டும் நீட்டி ஆடவேண்டிய மிகக் கடினமான நடனம் அது! தட்டுத் தடுமாறி, மூச்சு வாங்க ஆடினேன் நான்! ரொம்பச் சிரமமாக இருந்தது. ஆடும்போது, என் முகத்தை மலர்ச்சியாக வேறு வைத்துக்கொள்ள வேண்டிவந்தது. பிற்பாடு, மிகோயான் என்னைப் பரிதாபமாக விசாரித்தபோது, 'என்ன செய்ய? ஸ்டாலின் நடனமாடச் சொன்னால், புத்திசாலி உடனே நடனமாடுவான்!' என்று சொன்னேன்..."

டால்ஸ்டாய்

ரஷ்யாவைக் கலப்பை யுகத்தில் இருந்து அணு யுகத்துக்குக் கொண்டு சென்றவர் ஸ்டாலின். பல நாடுகள் இந்த முன்னேற்றத் துக்காக, நூற்றுக் கணக்கான ஆண்டுகள் எடுத்துக் கொண்டன. ஸ்டாலின் அதை முப்பதே ஆண்டு களில் சாதித்தார் என்பதில் சந்தேகமில்லை.

ஆனால், அதற்காக இரண்டு கோடி அப்பாவி ரஷ்யர்கள் பலி தரப்பட்டார்கள் என்பதுதான் கொடுமை. ஸ்டாலின் இறந்தபோதுகூட, ஒன்றரை கோடி பேர் 'Gulag' என்று அழைக்கப்பட்ட சிறைச்சாலைகளில் வாடிக் கிடந்தார்கள்.

இலக்கிய மேதை டால்ஸ்டாய், 'ஸ்டாலின் ஆட்சியில் ஏதாவது ஒருவிதத்தில் சோகத்தால் பாதிக்கப்படாத குடும்பமே கிடையாது!' என்று குறிப்பிடுகிறார்.

மார்ச் 5-ம் தேதி, 1953... ஸ்டாலின் இல்லத்தில் தலைவர்கள் கூடினர். ஸ்டாலின் கண்கள் சிவந்திருந்தன. மறுநாள் அதிகாலை

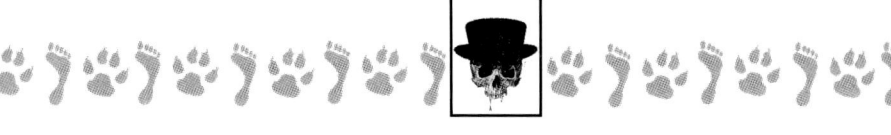

நான்கு மணிவரை எல்லோருக்கும் 'டோஸ்' விட்டார் ஸ்டாலின்.

'இங்கே பலர் பழைய சாதனைகளை வைத்துக்கொண்டே காலம் தள்ளலாம் என்று நினைக்கிறார்கள். அவர்கள் தப்புக்கணக்குப் போடுகிறார்கள்' என்று உறுமிய ஸ்டாலின், எழுந்து படுக்கச் சென்றார்.

மறுநாள் காலையில், வழக்கமான நேரமாகியும் ஸ்டாலின் வெளியே வரவில்லை!

அவருடைய பணியாட்கள் கவலையில் ஆழ்ந்தனர். கதவைத் திறந்துகொண்டு உள்ளே போகவும் பயம்! தலைவர்கள் எல்லோரும் வந்து சேர, கடைசியில் இரவு சூழ்ந்த பிறகுதான் கதவை உடைத்துக்கொண்டு எல்லோரும் அறைக்குள் நுழைந்தனர்!

உள்ளே... ஸ்டாலின் படுக்கையிலிருந்து தரையில் கோணலாக விழுந்து கிடந்தார். ஆனால், நினைவு இருந்தது. தீவிரமான ஸ்ட்ரோக்! பேசமுடியவில்லை... டாக்டர்கள் வந்தனர். அன்றிரவு பூராவும் கண்களை மூடிப் படுக்கையில் நகராமல் கிடந்தார் ஸ்டாலின்.

பெரிய மருத்துவர்கள் யாரும் வராதபடி, ரகசிய போலீஸின் தலைவர் பெரியா பார்த்துக்கொண்டார்! பிறகு, ஒப்புக்காகக் காலை ஒன்பது மணிக்கு ஒரு மருத்துவர் வரவழைக்கப்பட, அவர் ஸ்டாலினைச் சோதித்துவிட்டுக் கைவிரித்தார். பிறகு நடந்ததை குருஷ்சேவ், சுயசரிதையில் விவரிக்கிறார்.

'பெரியாவைப் பதவி நீக்கம் செய்யப்போவதாக ஸ்டாலின் நெருக்கமானவர்களிடையே சொன்னது பெரியாவுக்குத் தெரியும். இப்போது கட்டிலைச் சுற்றிச் சுற்றி வந்து, ஸ்டாலினை வாய்க்கு வந்தபடி, வெறுப்போடு ஆவேசமாகத் திட்ட ஆரம்பித்தார் பெரியா. சில திட்டுகளைக் காது கொடுத்துக் கேட்க முடியவில்லை...'

திடீரென்று ஸ்டாலினுக்கு நினைவு திரும்பியது. பிறகு நடந்ததை ஸ்டாலின் மகள் ஸ்வெட்லேனா விவரிக்கிறார்...

'பெரியாவின் முகத்தைப் பார்க்க வேண்டுமே! அப்பா மெள்ளக் கையை உயர்த்தி, சுவரில் எதையோ காட்டினார். ரஷ்யாவில் ஸ்டாலினுக்காகப் பணிபுரிந்தவர்களிலேயே மிகுந்த விசுவாசம் கொண்ட வேலைக்காரன் தான் ஒருவன்தான் என்பதைப் போல பெரியா தலைகுனிந்து கைகட்டி நடுங்கிய வாறு நின்றார்!'

குருஷ்சேவ் மேலும் விவரிக்கிறார்... "ஸ்டாலினுக்கு நினைவு திரும்பியதும் கைகட்டி நின்ற பெரியா முத்தாய்ப்பாக, கூச்சமில்லாமல் மண்டியிட்டு, ஸ்டாலினின் கரத்தை எடுத்துக் கண்ணில் ஒற்றிக்கொண்டு முத்தமிட ஆரம்பித்தார். சில நிமிடங்கள் கழிந்தன. 'பட்'டென்று ஸ்டாலின் உயிர் பிரிந்தது. சரேலென்று எழுந்து நின்ற பெரியா, ஸ்டாலினைப் பார்த்து 'தூ' என்று துப்பினார்!"

ஸ்டாலின் இறந்து, குருஷ்சேவ் கம்யூனிஸ்ட் கட்சிக்குத் தலைமையேற்றதும் ஸ்டாலின் கடுமையாக விமரிசிக்கப்பட்டார். 'தனிநபர் வழிபாடு (Personality Cult) காரணமாக சோவியத் ரஷ்யாவில் நிகழ்ந்தேறிய கொடூரங்கள் இனி நிகழக்கூடாது' என்று கம்யூனிஸ்ட் தலைவர்கள் முழங்கினார்கள்.

1961–ல், லெனின் கல்லறைக்கு அருகே ஆர்ப்பாட்டமாகப் புதைக்கப்பட்டிருந்த ஸ்டாலினின் உடல் தோண்டி எடுக்கப்பட்டு, கிரெம்ளின் சுவர்களுக்கு வெளியே சாதாரணமாகப் புதைக்கப் பட்டது!

பிற்பாடு, ரஷ்ய என்ஸைக்ளோபீடியாவில் பக்கம் பக்கமாக இருந்த 'ஸ்டாலின் பற்றிய குறிப்புகள்' சில வரிகளாகக் குறைக்கப்பட்டன. தேசியகீதத்திலிருந்து ஸ்டாலின் பெயர் அகற்றப்பட்டது.

முத்தாய்ப்பாக, 'ஸ்டாலின் கிராடு' என்கிற புகழ்பெற்ற ஊரின் பெயரையும் 'வோலோக்ராடு' என்று ரஷ்ய அரசு மாற்றியது!

ஆமாம் வாசகர்களே... ரஷ்ய மக்களை ரொம்பவே படுத்தி விட்டார் ஸ்டாலின்!

விசிலுக்குப் பயந்த ஹிட்லர்!

'எத்தனையோ உலகத் தலைவர்கள் கொடிய வில்லன்களாக இருந்திருக்கிறார்கள். இருப்பினும், அடால்ஃப் ஹிட்லரைப் பற்றி நினைவுகூரும்போது, வரலாற்றில் மிக இருண்ட பகுதிக்குள் நுழைவதுபோலத் தோன்றுகிறது...' – பல வரலாற்று ஆசிரியர்களின் உணர்வு இது!

'கொடூர மனிதன்' என்கிற அடைமொழி ஹிட்லருக்கு வந்ததற்குக் காரணம், அவர் மற்ற நாடுகளுடன் அநியாயமாகப் போரிட்டதால் அல்ல என்பதை நினைவில் கொள்ள வேண்டும். குறிப்பிட்ட சில பெரும் தவறுகளைச் செய்ததால் வீழ்ச்சியடைந்தார் ஹிட்லர் என்றாலும், உலகச் சரித்திரத்தில் வாழ்ந்த மிகப்பெரும் கமாண்டர்களில் அவரும் ஒருவரே!

ஹிட்லர்... வெவ்வேறு போஸ்களில்.

அதே சமயம், ஒரு இனத்தையே அழிக்க முடிவெடுத்து, பல லட்சக்கணக்கான அப்பாவிகளைத் திட்டம் தீட்டிக் கொன்றவர் ஹிட்லர். வரலாற்றில் ஒரு கரும்புள்ளியாக

அவர் கருதப்படுவதற்கு இதுவே காரணம்.

ஜெர்மானிய மனிதக் கடலில் ஒரு மூலையில் கேட்பாரற்று வளையவந்த மிகமிகச் சாமான்யரொருவர், எப்படிப் பிற்பாடு உலகையே ஆட்டிப்படைக்கும் பெரும் அரக்கனாக மாறமுடிந்தது என்பது பற்றிப் பல வரலாற்று அறிஞர்கள் இன்றளவும்

ஆச்சரியப்பட்டுப் புத்தகங்கள் எழுதுகிறார்கள்.

மோசமான தலைவர்களை இப்போதும்கூட வணங்கி வழிபடும் தொண்டர்கள் உண்டுதான். ஆனால், ஹிட்லரைப் பாராட்டுவது இன்றைக்கும் அருவருப்பான செயலாக மனித சமுதாயத்தால் கருதப்படுகிறது.

உலகத்தின் மிகப் பிரமாண்டமான 'சீரியல் கில்ல'ராகவே ஹிட்லர் கருதப்படுகிறார். அவருடைய பெயர் உச்சரிக்கப்பட்டாலே ஜெர்மன் நாட்டு மக்கள் தர்மசங்கடப்படுகிறார்கள்.

ஹிட்லரின் வியப்பான சாதனைகளும் உண்டு. ஆனால், யாரும் அதுபற்றிப் பாராட்டிப் பேசுவதில்லை!

இத்தனை இருப்பினும், ஹிட்லரின் வளர்ச்சி பற்றியும் வீழ்ச்சி பற்றியும் ஒவ்வொருவரும் சற்றேனும் விரிவாகத் தெரிந்து கொண்டாக வேண்டும். ஏனெனில், எந்தவொரு ஜனநாயக

மனிதனுக்குள்ளே ஒரு மிருகம்!

நாட்டிலும் ஒரு ஹிட்லர் தோன்றக்கூடிய வாய்ப்புகள் உண்டு!

ஆமாம்! ஜனநாயக ரீதியில் தேர்தலில் முறையாக ஜெயித்து, ஆட்சிக்கு வந்தவர் ஹிட்லர் – புரட்சியின் மூலம் அல்ல! இன்னொரு ஆச்சரியம் – ஹிட்லர், ஜெர்மனியின் குடிமகன் அல்ல! அண்டை நாடான ஆஸ்திரியாவில் பிறந்து, பிறகு ஜெர்மனிக்குக் குடியேறியவர்!

ஹிட்லரின் பாட்டிக்குத் தன் கணவர் யார் என்பது தெரியாது என்று ஒரு தகவல் உண்டு. அந்தப் பெண்மணிக்கு ஒரு குழந்தையைக் கொடுத்துவிட்டு ஓடிவிட்டவர் ஒரு யூதர் என்றும், அதனால்தான் பிற்காலத்தில் யூதர்களின் இனத்தையே பேரப்பிள்ளை அழிக்கக் கிளம்பியதாகவும் தகவல்களும் உண்டு. ஆனால், இதற்கு ஆதாரங்கள் கிடையாது!

ஏழ்மையான சூழ்நிலையில் வளர்ந்தாலும், ஹிட்லரின் தந்தை அலோய்ஸ் ஹிட்லர் சிரமப்பட்டு உழைத்து, கஸ்டம்ஸ் இலாகாவில் சாதாரண அதிகாரியாக உயர்ந்தார். தன் பிறப்பு பற்றிய வருத்தம் அவரிடம் தேங்கியிருந்ததோ என்னவோ... ஹிட்லரின் தந்தையின் முகத்தில் வாழ்நாள் முழுவதும் புன்னகை காணப்படவில்லை!

மிகமிகக் கண்டிப்பான தந்தையாக இருந்தார் அவர். ஹிட்லரின் சிறுவயதிலிருந்தே அவருக்கும் தந்தைக்கும் கருத்து வேறுபாடுகள் நிறைய இருந்தன. தன் மகன் அரசுப் பணியில் சேர்ந்து முன்னேற வேண்டும் என்பது தந்தையின் விருப்பமாக இருந்தது. ஓவியராக ஆகவேண்டும் என்று ஆசைப்பட்டார் மகன்.

தந்தைக்குக் குடிப்பழக்கம் இருந்தது. பல இரவுகளில் குடித்துவிட்டுத் தள்ளாடியவாறு வீடு திரும்பிய தந்தையை மகன் கைத்தாங்கலாக அழைத்துச் செல்லவேண்டி வந்தது. குடிவெறியில் அம்மாவை அப்பா ஏசியதும் ஹிட்லருக்கு வெறுப்பை அதிகப்படுத்த, தந்தைக்கும் மகனுக்கும் இடையே பிளவு அதிகரித்தது.

நிதானமான நேரங்களில் ஹிட்லரின் தந்தை, குடும்பத்தை

அடிமையாக நடத்தினார். தான் வீட்டில் இருக்கும்போது, பயங்கர அமைதி நிலவவேண்டும் என்று ஆணையிட்டார். 'அப்பா' என்றெல்லாம் கொச்சையாக அழைக்காமல், 'பெரியவர்' என்றே வீட்டிலிருப்பவர்கள் பயத்துடன் அவரை அழைத்தார்கள்.

அவரும் ஒரு முறைகூட 'அடால்ஃப்' என்று மகனை அழைத்ததில்லை. மகனைக் கூப்பிட, அவர் விசிலைப் பயன்படுத்தினார்! அதை ஊதினால், ஓடிவந்து 'அட்டென்ஷ'னில் நிற்கவேண்டும்.

ஒருமுறை ஏதோ தவறு செய்துவிட்ட வளர்ப்பு நாயை தந்தை பிரம்பால் அடித்த அடியில், அது வீறிட்டு நடுஹாலில் சிறுநீர் கழித்துவிட்டது என்கிறார், அந்தக் காட்சியை நேரில் பார்த்த ஹிட்லரின் ஒன்றுவிட்ட சகோதரர்.

ஹிட்லருக்குப் பதினாலு வயதானபோது, தந்தை ஸ்ட்ரோக் வந்து இறந்துபோனார். பிறகு, அரசாங்க பென்ஷனில் குடும்பம் சமாளித்தது. அப்பா போய்விட்டதால், 'நான் ஓவியனாகியே தீருவேன்' என்று தாயிடம் அடம்பிடித்தார், பதினெட்டு வயதான ஹிட்லர்.

அம்மாவுக்குப் பிடிக்கவில்லை. எப்படியோ தாயைச் சமாதானப்படுத்தி, செலவுக்குப் பணம் வாங்கிக்கொண்டு, ஆஸ்திரியாவின் தலைநகரமான வியன்னாவுக்கு ரயில் ஏறினார் ஹிட்லர்.

'ஏழ்மையான குடும்பத்தில் பிறந்தும் நாட்டு மக்களுக்காகத் தன் வாழ்நாளை அர்ப்பணிக்க விரும்பி, நம்முடைய மாபெரும் தலைவர் தாயைவிட்டுப் பிரிந்து வியன்னா கிளம்பினார். அங்கே ஓவியங்கள் வரையும் நேரத்திலெல்லாம் மக்களுக்காகப் புதியதொரு சித்தாந்தத்தை உருவாக்க வேண்டும் என்கிற ஒரே எண்ணம்தான் அவருக்கு!' என்கிற ரீதியில் பிற்பாடு ஜெர்மனியில் வரலாற்றுப் புத்தகங்களில் உணர்ச்சிப்பூர்வமாக ஹிட்லரின் பயணம் விவரிக்கப்பட்டது!

உண்மையில், வியன்னாவில் இருந்த புகழ்பெற்ற 'ஆர்ட் அகாடமி'யில் சேருவதற்காக முயற்சித்தார் ஹிட்லர். அதற்கான

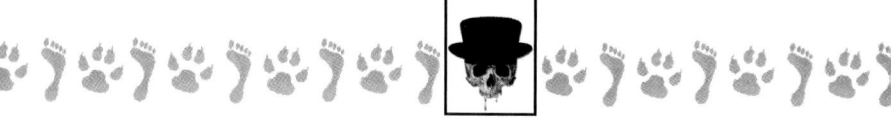

பரீட்சையிலும் கலந்துகொண்டார். ஹிட்லருடைய சுமாரான ஓவியங்களைப் பார்த்த அகாடமி குழு, அவருடைய அப்ளிகேஷனை நிராகரித்தது. அடுத்த ஆண்டு அகாடமியின் நுழைவுப் பரீட்சையில் கலந்துகொள்ளக்கூட ஹிட்லருக்கு அனுமதி கிடைக்கவில்லை. வேறுவழியில்லாமல் கட்டடக் கலைக்கான (Architecture) அகாடமியில் சேர ஹிட்லர் முயற்சித்தபோது, அதற்கான அடிப்படைக் கல்வி அவருக்கு இல்லையென்று அனுமதி மறுக்கப்பட்டது.

வியன்னா வந்த ஓராண்டில், ஹிட்லரின் தாய் இறந்த தகவல் வர... வெறுத்துப்போனார் ஹிட்லர். பிற்பாடு, தாய் க்ளாரா சேர்த்துவைத்திருந்த கணிசமான பென்ஷன் தொகையும் ஒரு வீடும் மகனுக்கு வந்து சேர... கூடவே இன்னொரு காரியத்தைக் கில்லாடித்தனமாகச் செய்தார் ஹிட்லர்! தான் இன்னும் மாணவராகத் தொடர்வதாகப் பொய்யான சர்டிஃபிகேட்டை அரசுக்கு அனுப்பி, அம்மாவுக்கு வந்த பென்ஷன் தொடர்ந்து தனக்கு வரும்படி ஏற்பாடு செய்துகொண்டார்!

ஹிட்லரின் வாழ்க்கை இப்போது சற்று நாடோடித்தனமாக மாறியது. வியன்னாவில் தெருவோர டீக்கடைகளில் அமர்ந்து பொழுதைப் போக்க ஆரம்பித்தார் அவர். அரசியலில் ஈடுபாடு வந்தது அப்போதுதான். புத்தகங்கள் படிக்கும் பழக்கம் ஹிட்லருக்கு அப்போது இல்லையென்றாலும், நாளிதழ்களை ஒருவரி விடாமல், நுணுக்கமாகப் படிக்கும் வழக்கம் அவருக்கு ஏற்பட்டது!

'தான் இன்னும் ஒரு ஓவியன்' என்பதை நிரூபிக்க, அவ்வப் போது வாட்டர்கலர் ஓவியங்களையும் கித்தாய்ப்பாக வரைவது ஹிட்லரின் ஹாபி. சில ஓவியங்கள் விற்கவும் செய்தன! நியாயமாக இந்நேரத்துக்கு ஹிட்லருக்கு நிறையவே நண்பர்கள் ஏற்பட்டிருக்க வேண்டும். ஆனால், மனம் திறந்து யாரிடமும் பேசாமல் இறுக்கமாகவே இருந்த காரணத்தால், ஒரு நட்புகூட அவருக்குக் கிடைக்காமல் போனது!

கையிலிருந்த பணம் கரைந்த பிறகு, ஹிட்லர் பிழைக்க வழி தேடி ஜெர்மனிக்குச் சென்றார். எப்படியாவது சிறிய அளவிலாவது 'ஹீரோ' ஆகவேண்டும் என்கிற ஆசை மட்டும்

'ஹிட்லருக்கு ஜே!'

அவருக்குள் கொப்பளித்துக் கொண்டிருந்தது.

ஓவியராகத்தான் முடியவில்லை... வேறு இன்னொரு வழி – ராணுவத்தில் சேருவதுதான் என்று இருபத்தைந்தாவது வயதில் முடிவு செய்தார் ஹிட்லர்.

முதலாம் உலகப்போர் வெடித்தது...

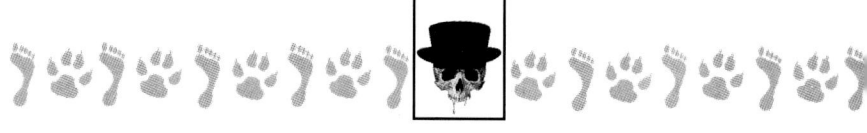

ஒரு ஓநாய் விசுவரூபம் எடுக்கிறது!

ஹிட்லரின் வாழ்க்கையை நெருக்கமாகப் பார்த்தால், அது தோல்விமயமாகவே காணப்படுகிறது! பள்ளிப் படிப்பை அவர் முடிக்கவில்லை. பிறகு ஓவியராகும் முயற்சியில் படுதோல்வி. வேலையில்லாமல் வியன்னா நகரில் நாடோடித்தனமான அலைச்சல். இளம்வயதில் பெற்றோர் இழப்பு. ஒரு நண்பர்கூடக் கிடையாது. காதல் என்பதே இல்லை. இறப்பதற்கு முன்புவரை திருமணம் செய்துகொள்ளவில்லை. குழந்தைகள் கிடையாது (ரகசியமாக ஒரு மகன் உண்டு என்று தகவலும் உண்டு!). ராணுவத்திலும் சாதாரண கார்ப்போரல் பதவிக்குமேல் வேலை உயர்வு ஹிட்லருக்குக் கிடைக்கவில்லை!

ஹிட்லர் பிறந்தது, 20-ம் தேதி ஏப்ரல் 1889-ல். இறந்தது, 30, ஏப்ரல் 1945-ல். இந்த ஐம்பத்தாறு ஆண்டுகளில் முதல் முப்பது ஆண்டுகளையும் மிச்ச இருபத்தாறு ஆண்டுகளையும் ஒப்பிட்டால் வியப்பாக இருக்கும்! முதல் முப்பது ஆண்டுகளுக்கு, ஹிட்லர் என்று ஒரு மனிதர் வாழ்ந்ததே அவர் சொந்த நாட்டில் கூட யாருக்கும் தெரியாது. அதுவே மிச்சம் 26 ஆண்டுகளில் அவரைத் தெரியாதவரே உலகில் கிடையாது!

முதலாம் உலகப் போர் துவங்கியவுடன், ஜெர்மனியின் ராணுவத்தில் பவேரியப் பிரிவில் ஹிட்லர் சோல்ஜராகச் சேர்ந்தார். அங்கே அவருக்கு எல்லையில் 'ரன்னர்' ஆக பணியாற்றும் வேலை தரப்பட்டது. முன்னணியில் போரிடும் வீரர்களுக்குத் தகவல்களையும் கட்டளைகளையும் சுமந்து ஓடிச் சென்று தருவதுதான் பணி. துப்பாக்கி ரவைகள் மழையாகப்

பொழிய, குண்டுகள் முழங்க... 'இது ஒன்றுதான் சான்ஸ், என் வீரத்தைக் காட்ட வேண்டும்!' என்று அந்தச் சூழ்நிலையிலும் ஹிட்லர் வெறி பிடித்ததைப்போல ஓடினார். ஒரு புல்லட்கூட அவர்மீது படவில்லை என்பது ஆச்சரியம்! அவர் துணிவையும் கடமை உணர்வையும் பாராட்டி, ராணுவம் அவருக்கு 'Iron Cross' என்னும் பதக்கம் அணிவித்துக் கௌரவப்படுத்தியது.

ஆனால், உலகப் போரின்போது எதிரிகளால் 'மஸ்டர்ட்' வாயு வீசப்பட, ஹிட்லரின் ஒரு கண் – தற்காலிகமாகப் பார்வை இழந்தது. நுரையீரலும் பாதிக்கப்பட, மருத்துவமனையில் அனுமதிக்கப்பட்டார் அவர். ஜெர்மனி முதலாம் உலகப்போரில் சரணாகதி அடைந்தபோது, மருத்துவமனையில் இருந்த ஹிட்லர் ஓவென்று அழுதார். 'துரோகம் இது!' என்று ஓலமிட்டார். "கம்யூனிஸ்ட்களும் யூதர்களும் ஜெர்மனியின் தோல்விக்கு ரகசியமாக வேலை செய்தார்கள். அவர்களை அழிக்காமல் விடமாட்டேன்!" என்று ஆவேசமாக முழங்கி, தன் மனதில் இருப்பதை முதன்முறையாக வெளிப்படுத்தினார் ஹிட்லர்.

மனிதனுக்குள்ளே ஒரு மிருகம்!

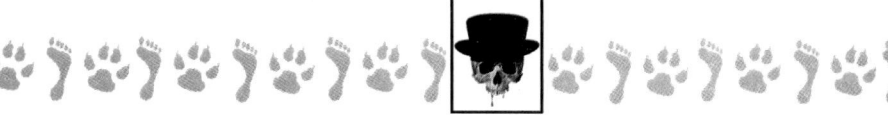

ஆஸ்பத்திரியிலிருந்து வெளியே வந்தவுடன் அப்போதுதான் துவங்கப்பட்டிருந்த 'தேசிய சோஷலிஸ்ட் ஜெர்மன் தொழிலாளர் கட்சி'யில் உறுப்பினராகச் சேர்ந்தார் ஹிட்லர் (இதற்கான ஜெர்மனி மொழியின் சுருக்கம்தான் 'நாஜி'. தமிழில் 'நாஜி' என்றே சொல்கிறோம். உண்மையில் 'நாட்ஜி' என்பதே சரி!).

சில நூறு பேர்களை மட்டுமே உறுப்பினர்களாகக் கொண்ட அந்தக் கட்சியில் சேர ஹிட்லர் முடிவு எடுத்ததற்குக் காரணம் தெரியவில்லை! மாலை நேரங்களில் யார் வீட்டு மாடியிலாவது கூடி, அரசைத் திட்டித் தீர்ப்பதுதான் அந்தக் கட்சியின் பொழுது போக்காக இருந்தது. 1920–ம் ஆண்டு, பிப்ரவரி 29–ம் தேதி 'நாஜி'க்கட்சி ஒரு பொதுக்கூட்டம் போட்டது. அந்தக் கூட்டத்தில் உரையாற்றியபோதுதான் ஹிட்லருக்குத் திடீரென்று தன் சக்தி புரிந்தது! உணர்ச்சிகரமாக, உடல் நடுங்க, கண்கள் கலங்க, ஆவேசமாக அவர் உரையாற்றியபோது கூட்டமும் உணர்ச்சிவசப் பட்டது. பரவசத்துடன் ஆரவாரம் செய்தது. அன்று, அந்தப் பெருங்கூட்டத்தை முழுமையாக 'ஹிப்னாடைஸ்' செய்தார் இளம் தலைவர் ஹிட்லர்!

தொடர்ந்து ஓரிரு ஆண்டுகளுக்கு, ஹிட்லர் உரையைக் கேட்க பல்லாயிரக்கணக்கில் மக்கள் கூடினார்கள். அவர் பேச்சைக் கேட்டவர்கள், 'ஜெர்மானிய மக்களை மிஞ்சியவர்கள் உலகில் இல்லை' என்கிற வீறுகொள்ளும் பெருமிதத்துடன் வீடு திரும்பினார்கள்.

கட்சிக்காக 'ஸ்வஸ்திகா' சின்னத்தையும் உருவாக்கினார் ஹிட்லர். அதே சமயம், அவருக்கு என்று ஒரு உருப்படியான சித்தாந்தம் இல்லாமல் இருந்தது!

1923–ல், அரசாங்கத்தைக் கவிழ்க்க முயற்சி செய்ததாக ஹிட்லரையும் அவரது சகாக்களையும் அரசு சிறையிலிட்டது. பல தலைவர்களுக்குச் சிறையில்தான் சித்தாந்தங்கள் உதிக்கும். ஹிட்லருக்கும் அது நிகழ்ந்தது! 'எனது போராட்டம்' (Mein kampf) என்கிற தலைப்பில் அவர் புத்தகம் எழுதியது சிறையில்தான் (அவர் 'டிக்டேட்' செய்ய, எழுதியவர் ரூடால்ஃப் ஹெஸ்!). 'இனம்' என்கிற விஷயத்தை மூலதனமாக அவர் பயன்படுத்த ஆரம்பித்தது அந்தப் புத்தகத்தில்தான்!

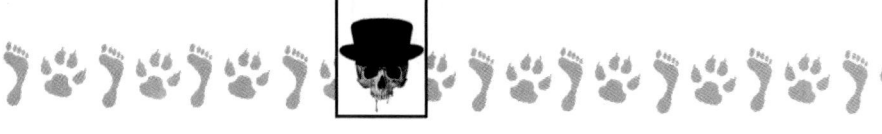

'நம் (ஜெர்மானிய) ஆரிய இனம் வாழ வேண்டும், பெருகித் தழைக்க வேண்டும். நம் ரத்தம் மிக மிகச் சுத்தமானது. இறைவனால் நேரடியாகப் படைக்கப்பட்ட இனம் ஜெர்மானிய இனம். இந்த அகண்ட கண்டத்தைப் படைத்த அந்தப் பெரும் இறை சக்தி, நம் இனத்துக்கு என்று பொறுப்புகளைத் தந்திருக்கிறது.

முசோலினியுடன் ஹிட்லர்...

உலகத்துக்கே வழிகாட்ட வேண்டிய பொறுப்பு அது. அதை நாம் நிறைவேற்றியாக வேண்டும்!' என்று முழங்கினார் ஹிட்லர்! அதேசமயம் யூதர்களையும் கம்யூனிஸ்ட்களையும் மிகக் கேவலமாக புத்தகத்தில் தாக்கினார் ஹிட்லர். 'பிறப்பாலும் சிந்தனையாலும் தாழ்ந்த யூதர்கள், குள்ளநரிகளைப் போலச் செயல்பட்டு ஜெர்மனியை முன்னுக்கு வராமல் தடுக்கிறார்கள்' என்றார் அவர். யூதர்கள், நாடோடிகள் (Gypsies) 'ஸ்லாவ்' இன மக்கள், ரஷ்யர்கள், மனநிலை பாதிக்கப்பட்டவர்கள்... இவர்களை எல்லாம் ஒரே தட்டில் வைத்த ஹிட்லர், 'இவர்கள் இல்லாத ஒரு புதுயுகத்தை நாம் உருவாக்க வேண்டும்' என்று

மனிதனுக்குள்ளே ஒரு மிருகம்! 289

ஆபத்தான கருத்தை முன்வைத்தார்! 'எனது போராட்டம்' புத்தகத்தில் ஹிட்லர் விளக்கிய இன்னொரு முக்கியமான திட்டம் அவருடைய மன ஓட்டத்தை வெளிப்படுத்துகிறது. அதன்படி பிரிட்டனும் இத்தாலியும் (எதிலும் தலையிடாத)

ஹிட்லரும் ஹிண்டன்பெர்கும்...

நட்பு நாடுகளாக அமைய வேண்டும். ஹங்கேரி, போலந்து போன்ற கிழக்கு ஐரோப்பிய நாடுகள், ஜெர்மனியின் துணை நாடுகளாக (Auxiliary Nations) இணைய வேண்டும். பிரான்ஸ், தங்கள் கலாசாரம் பற்றிய பெருமிதத்துடன் வாழ்கிற நாடு. அதைத் திருத்த முடியாது. ஆகவே, அந்த நாட்டை நாம் இரண்டாவது எதிரியாகக் கருதி அழிக்க வேண்டும். முதல் எதிரி? அது ரஷ்யா! 'பிரிட்டன், இந்தியாவை காலனியாக அடக்கி வைத்திருப்பது போல, ரஷ்யாவை ஜெர்மனி ஒரு காலனியாக அடிமைப்படுத்தி ஆளவேண்டும். அதாவது, 'அந்த நாடு ஜெர்மனியின் இந்தியாவாக இருக்கும்!' என்று புத்தகத்தில் குறிப்பிட்டிருக்கிறார் ஹிட்லர்!

'நாஜி'க் கட்சி பெரும் பலம் பொருந்திய அரசியல் கட்சியாக

வளர, ஹிட்லரின் பேச்சாற்றல் முக்கிய காரணம் என்பதில் சந்தேகமில்லை. ஜெர்மனியின் ஜனாதிபதி தேர்தலில் ஹிட்லர் நேரடியாக ஹிண்டன்பெர்க் என்னும் மூத்த தலைவருடன் போட்டியிட்டுத் தோற்றார். ஹிண்டன் பெர்க், ஜெர்மன் மக்களால் பெரிதும் மதிக்கப்பட்ட போர் ஹீரோ! ஹிண்டன்பெர்க்கின் கட்சி 'நாஜி'க்களுடன் கூட்டணி ஆட்சி அமைக்கவேண்டிய கட்டாயம் ஏற்பட, ஹிட்லரை 'சான்ஸலர்' ஆக நியமித்தார் ஜனாதிபதி. இது இரண்டாவது பெரிய பதவி. ஆனால், ஹிட்லரிடம் இருந்த அச்சம் காரணமாக, அதீத அதிகாரங்கள் அவர் கையில் தரப்படவில்லை. இதற்கிடையில் கம்யூனிஸ்ட்களுக்கும் யூத வியாபாரிகளுக்கும் எதிராக 'நாஜி'க் கட்சி தொடர்ந்து பிரசாரத்தில் ஈடுபட, திடீரென்று பார்லிமெண்ட்டில் ஒரு பகுதியில் தீப்பற்றிக்கொள்ள, 'கம்யூனிஸ்ட்களின் சூழ்ச்சி இது' என்று கர்ஜித்தார் ஹிட்லர். கம்யூனிஸ்ட்களுக்கு எதிராக அடக்குமுறை ஏவிவிடப்பட்டது. அதற்காக அதிக அதிகாரங்கள் ஹிட்லருக்குத் தரப்பட, 1934-ல் ஹிண்டன்பெர்க் இறந்தவுடனே சரேலென்று 'ஜனாதிபதி-சான்ஸலர்' பதவிகளை இணைத்து ஒரே பதவியாக்கி, ஜெர்மனியின் தனிப்பெரும் தலைவரானார் ஹிட்லர்!

ஜனநாயகம் என்கிற பசுத்தோலை போர்த்திக் கொண்டு குள்ளநரியாகச் செயல்பட்ட ஹிட்லர், வெறிபிடித்த ராட்சத ஓநாயாக விஸ்வரூபமெடுத்தது அதிலிருந்துதான். பிற்பாடு, இத்தாலிய சர்வாதிகாரி முசோலினியும் அவரோடு சேர்ந்து கொண்டார்!

ஆகவே, வாசகர்களே! ஏதோ ராணுவப் புரட்சி மூலமாகவோ (உ–ம்: இடிஅமீன்) அல்லது அரசப் பரம்பரையில் பிறந்து தொலைத்ததாலோ (உ–ம்: கலிக்யூலா) மட்டும் சர்வாதிகாரி ஆகமுடியும் என்று அவசியமில்லை. 'ஜனநாயகம்' என்ற பெயரில்கூட சர்வாதிகாரிகள் வளர்ந்து, அட்டகாசமாகச் செயல்பட முடியும்!

நகைப்புக்குரிய விஷயம் என்னவென்றால், பல நாடுகளில் சர்வாதிகாரிகள் ஆளத் துவங்கியவுடனே, தங்கள் நாட்டின் பெயரில் 'ஜனநாயக' என்ற வார்த்தையை மெனக்கெட்டு சேர்த்துக்கொண்டார்கள்!

மனிதனுக்குள்ளே ஒரு மிருகம்!

குளிக்கும் (மரண) அறைகள்...

ஒரு நாட்டின் எல்லைகளை விஸ்தரிப்பதற்காக வாளேந்திய மன்னர்கள் வரலாறு நெடுக பலருண்டு! உலகெங்கும் நாடுகளின் எல்லைகளை நிர்ணயித்தது யுத்தங்கள்தான் என்பது கசப்பானதொரு உண்மை. அலெக்ஸாந்தர், ஜூலியஸ் சீசர், நெப்போலியன் போன்றவர்கள் போர்க்களத்தில் குதித்ததால் உயிரிழந்தவர்கள் எத்தனை பேர்! இருப்பினும் வரலாறு அந்த மன்னர்களையும் அவர்கள் ஈடுபட்ட போர்களையும் ஏற்றுக் கொள்கிறது. அவர்கள் மாவீரர்கள் என்று போற்றப்பட்டார்கள். ஆம், யுத்தத்தை (புராணங்களில்) கடவுள்கள்கூட ஏற்றுக் கொண்டார்கள்!

இருப்பினும், இரண்டாம் உலகப்போர் துவங்கி நிகழ்ந்து முடிவதற்குள் யூதர்கள் மீது ஹிட்லர் கட்டவிழ்த்த இன்னொரு பிரத்யேகமான யுத்தத்தை மனித சமுதாயம் இன்றளவும் அருவருப்போடும் வேதனையோடும் பார்க்கிறது.

ஹிட்லர் தலைமையில் நாஜி அரசு அறுபது லட்சத்துக்கும் மேற்பட்ட, நிராயுதபாணிகளான யூதர்களை தீர்த்துக் கட்டியது உலக வரலாற்றில் நிகழ்ந்த மிகக் கொடூரமான சம்பவம்.

‘யூத இனம் அடியோடு அழிக்கப்பட வேண்டும். யூதராகப் பிறந்த ஒருவரைக்கூட உயிரோடு விட்டு வைக்கக்கூடாது!’ – இதையே தன் முக்கியமான முதற்பெரும் கொள்கையாக ஹிட்லர் அறிவித்தார். அதை ஆணையாக ஏற்று அரசு யந்திரம் முழுமூச்சோடு, அசுர பலத்துடன் செயல்படத் துவங்கியது நினைத்துப் பார்க்க முடியாத கொடுமை!

யூதர்கள் மீது ஹிட்லருக்கு அப்படி என்ன வெறுப்பு?

தன் பாட்டியை நிராதரவாக விட்டு ஓடிப்போனவர் ஒரு யூதர் என்கிற ஆத்திரம் ஹிட்லருக்கு இருந்தது என்றும், தாய்

மனிதனுக்குள்ளே ஒரு மிருகம்!

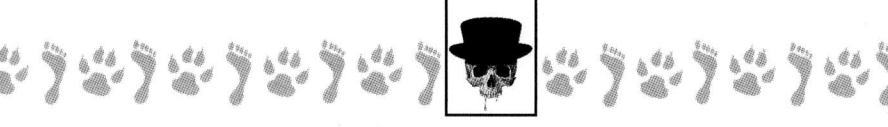

புற்று நோயால் பாதிக்கப்பட்டபோது தவறான மருந்துகளைத் தந்து அம்மாவின் விரைவான மரணத்துக்கு காரணமானவர் ஒரு யூத டாக்டர் என்றும் பலவிதமான காரணங்கள் சொல்லப் பட்டாலும் உண்மையான, தனிப்பட்ட காரணம் எதுவும் ஹிட்லருக்கு இருந்ததாகத் தெரியவில்லை.

எந்தவொரு அரசியல் தலைவருக்கும் உணர்ச்சிகரமான கொள்கையொன்று பிடிமானத்துக்காக தேவைப்படுகிறது! மக்களை ஒருங்கிணைக்கவும், உசுப்பிவிடவும், (மூட) நம்பிக்கை யோடு தன்னை ஆவேசமாகப் பின்தொடரச் செய்யவும் பல தலைவர்கள் உணர்ச்சிப்பூர்வமான (பல சமயங்களில் அபத்த மான) கொள்கைகளை முன்வைக்கிறார்கள்! முதல் உலகப் போர் முடிந்து, ஜெர்மனி அதில் தோற்றுப்போன அவலத்துக்கும் அவமானத்துக்கும் 'காரணம்' தேடவேண்டிய நிலை! கம்பீர சாம்ராஜ்யமாக திகழ்ந்த ஜெர்மனி வீழ்ந்ததற்கு யாரையாவது குற்றம்சாட்டியாக வேண்டும்! அதற்காகப் பலியாடுகள் தேவைப் பட்டன. ஹிட்லர், யூதர்களைத் தேர்ந்தெடுத்தார்!

இது வியப்பான விஷயமல்ல! உலகெங்கும் பார்த்தால், இப்படி ஏதாவது ஒரு இனத்தை அல்லது மதத்தைக் குறிவைத்துத் தாக்கி, அதில் குளிர் காயும் சுயநலத் தலைவர்கள் ஏராளமாக உண்டு என்பதைப் புரிந்துகொள்ள முடியும்!

'யூதர்கள் தேசத்துரோகிகள்! அவர்கள் பாதுகாப்பான வேலைகளை மட்டும் எடுத்துக்கொண்டு தங்கள் வசதிகளை கில்லாடித்தனமாக பெருக்கிக் கொண்டார்கள். ஜெர்மனியின் கௌரவம் அவர்களுக்கு பொருட்டல்ல. லட்சக்கணக்கான ஜெர்மனிய இளம் வீரர்கள் தங்கள் உயிரைப் பணயம் வைத்து யுத்தத்தில் குதித்தபோது யூதர்கள் சொகுசாக வாழ்ந்து நாட்டின் பொருளாதாரத்தைக் குலைத்தார்கள். வைரஸ் போன்று வளர்ந்துவிட்ட யூதர்கள் அடியோடு அழிக்கப்பட்டால்தான், நம் நாடு புதுப்பிறவி எடுக்கும்! மறுமலர்ச்சி பிறக்கும்!' என்று விபரீதமான பிரசாரத்தில் இறங்கினார் ஹிட்லர்.

ஆரம்பத்தில் அரசியல் காரணங்களுக்காக யூதர்கள் மீது தொடர்ந்து தாக்குதல் நடத்திய ஹிட்லர், போகப்போக நிஜமாகவே யூதர்களை அடியோடு வெறுக்க ஆரம்பித்தார்

என்றுகூடச் சொல்லலாம்!

ஹிட்லரின் குரலும், அந்தக் குரலில் இருந்த வசீகரமும் ஆவேசமும் ஜெர்மன் மக்களை வசியம் செய்தது உண்மை. விளைவாக, யூதர்கள் பல கொடுமைகளுக்கு ஆளாக்கப் பட்டார்கள். 'நாடெங்கும், யூதர்கள் தங்கள் சட்டையில் மஞ்சள் நிற நட்சத்திர சின்னத்தை அணிய வேண்டும்' என்று ஆணையிட்டார் ஹிட்லர். அந்தச் சின்னத்தோடு தெருவில் எதிர்ப்பட்ட யூதர்கள் மீது கல்லெறியப்பட்டன. டாக்டர்கள், யூதர்களுக்கு மருத்துவ சிகிச்சை தர மறுத்தனர். ஜெர்மனியில் ஒரு தெருவில் செயற்கைக் கால் பொருத்திக் கொண்ட வயதான ஒரு யூதர் நடைபாதையில் தடுக்கி விழுந்தார். அவருடைய செயற்கைக் கால் தூரப் போய் விழுந்துவிட்டது. மூன்று மணி நேரம் கடுங்குளிரில் நடைபாதை யிலேயே பரிதாபமாகக் கிடந் தார் அந்த முதியவர். யாருமே உதவிக்கு வரவில்லை!

யூதர்கள் மீது பிரசாரத்துக் காக நாஜி கட்சி திரைப்படங்கள் தயாரித்தது. அதில் யூதர்களை யும் பெருச்சாளிகளையும் மாற்றி மாற்றிக் காட்டி, 'இவர் களுக்குள் வித்தியாசமில்லை'

ஹிம்லர்

மனிதனுக்குள்ளே ஒரு மிருகம்!

என்று 'சப் டைட்டில்' போட்டார்கள்!

பிறகு நேரடியான தாக்குதல்கள் துவங்கின. வீடு வீடாகப் புகுந்து நாஜிப்படை வீரர்கள், யூதர்களை ஏதாவது குற்றம்சாட்டி கைது செய்தார்கள். முதியவர்களின் தாடிகளில் தீ வைத்து அடித்துத் துரத்தினார்கள். 1941-ம் ஆண்டு ஜூன் மாதத்தில் வியன்னா அருகில் உள்ள ஊரில் நாஜிப் படை புகுந்தது.

எழுநூறு யூதர்கள் கைது செய்யப்பட்டு, அங்கேயிருந்த அவர்களுடைய வழிபாட்டு ஆலயத்துக்குள் அடைக்கப்பட்டார்கள். நாஜி வீரர்கள் சிரித்தவாறு சுற்றி நின்று, அந்த அப்பாவிகள் மீது கூட்டமாக சிறுநீர் கழித்தார்கள். பிறகு பெட்ரோல் டின்களை வீசி, அத்தனை பேரையும் உயிரோடு மொத்தமாக எரித்தார்கள்.

யூதர்களை தீர்த்துக்கட்ட, நாடெங்கும் 'விசேஷ' சிறைச் சாலைகள் அமைக்கப்பட்டன. வேகமாக, கொத்துக்கொத்தாக அவர்களைக் கொல்லத் திட்டங்கள் போடுவதற்காகத் தனி இலாகா அமைக்கப்பட்டது!

ஹிட்லரின் வலதுகரங்களான அடால்ஃப் ஐக்மேன், ஹென்ரிக் ஹிம்லர் போன்றவர்கள் தலைவனின் பாராட்டுதல்களைப் பெறுவதற்காக விநோதமான, விபரீதமான கொலைத் திட்டங்களை உருவாக்கினார்கள்.

ஜெர்மனி கைப்பற்றிய போலந்து நாட்டில் உள்ள ஆவ்ஸ்விட்ச் என்கிற கொலைச் சிறைச்சாலையை இன்றைக்கும் காட்சிப் பொருளாக வைத்திருக்கிறார்கள்.

அங்கே தலைமை அதிகாரியாகப் பணியாற்றிய ருடால்ஃப் ஹெஸ், 'ஆகஸ்ட் 1941 முதல் டிசம்பர் 1943 வரை இருபத்தைந்து

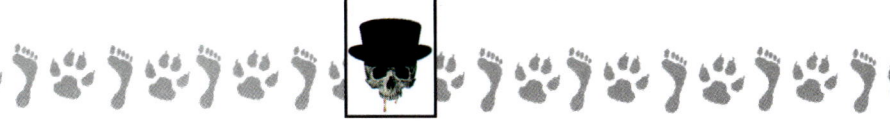

லட்சம் யூதர்களை நாங்கள் கொலை செய்தோம்' என்று போருக்குப் பிற்பாடு நடைபெற்ற நியூரம்பர்க் வழக்கில் ஒப்புக் கொண்டார்.

யூத குவியல்...

மொத்தம் பதினாறு பிரும்மாண்டமான சிறைச்சாலைகளில் 'குளிக்கும் அறைகள்' ஏற்படுத்தப்பட்டன. மிகப்பெரிய அந்த அறையில் ஒரே சமயத்தில் 2,000 பேர் குளிக்கலாம்.

அப்படித்தான் சொல்லி யூதர்களை குடும்பம் குடும்பமாக, பிறந்த மேனியோடு உள்ளே தள்ளினார்கள். அறையை வெளியிலிருந்து மூடி 'லாக்' செய்த பிறகு, 'ஷவர்'கள் திறந்து விடப்பட்டன.

ஷவர்களில் வந்தது தண்ணீர் அல்ல... உடனே கொல்லும் பயங்கர விஷவாயு!

மனிதனுக்குள்ளே ஒரு மிருகம்!

சுட்டுத் தள்ளுங்கள் செல்ல நாய்களை!

ஒரு தனிமனிதன் பல காரணங்களால் 'சைக்கோ'வாக, 'சாடிஸ்ட்' ஆக மாறி, மற்றவர்களைத் துன்புறுத்தி, இன்பம் காணக்கூடும். இந்தத் தொடரின் ஆரம்பக் கட்டத்தில் அப்படிப்பட்ட 'சீரியல்' கொலைகாரர்களை நாம் சந்தித்ததை வாசகர்கள் மறந்திருக்க முடியாது!

அதே சமயம், கொலைவெறி பிடித்த 'சைக்கோ'க்கள் சாம்ராஜ்யத்துக்கு அதிபதியாவதும் வரலாற்றில் நிகழ்ந்திருக்கிறது என்பதையும் பார்த்தோம்.

ஹிட்லர் விஷயத்தில் ஜெர்மனியே ஏதோ 'சாடிஸ நாடாக' மாறியதுபோல, அவரை நம்பிப் பின்தொடர்ந்தது! பல்லாயிரக் கணக்கான அதிகாரிகள் கொண்ட அரசு யந்திரமே ராட்சதத் தனமான கொலைக் கருவியாக மாறி, மும்முரமாக இயங்கியது!

இந்த அதிகாரிகள் எல்லோருமே நம்மைப் போன்ற சாமான்ய மனிதர்கள்தான். நமக்கு இருக்கும் மனிதாபிமானம், இரக்கம், குற்ற உணர்வு எல்லாமே இவர்களுக்கும் இல்லாமல் இருந்திருக்க வாய்ப்பில்லை. பின், எப்படி அத்தனைப் பேரும் மிருகங்களாக மாறினார்கள்?!

யூதர்களை அழித்தொழிக்கும் இலாகாவின் தலைமை அதிகாரியாகப் பணியாற்றிய ஐக்மேன், ஜெர்மனி சரணாகதி அடைந்த பிற்பாடு கைது செய்யப்பட்டார்.

அப்போது நிருபர்களிடம் 'ஐம்பது லட்சம் யூதர்களை நாங்கள் கொலை செய்தபோது, இனம்புரியாத ஆழ்ந்த திருப்தி ஏற்பட்டது. எனக்கு மரண தண்டனை தரப்பட்டாலும், நச்சுப் பூச்சிகளைத் தீர்த்துக் கட்டிய திருப்தியோடு சிரித்தவாறு செத்துப்போவேன்!' என்றார் அவர்.

தலைவனின் மோசமான கட்டளையைக் கடமை உணர்வோடு

செயல்படுத்துவது வேறு! அது நியாயமான கட்டளைதான் என்று முழுமையாக ஐக்மேன் போன்றவர்கள் நம்பியது எப்படி?

மாஜ்டேனக் என்கிற சிறைச்சாலையில் பணியாற்றிய நாஜி அதிகாரிகள், 'விஷவாயுக் குளியலறை'க்குச் செல்லும் பாதையைச் 'சொர்க்கப் பாதை' என்று கிண்டலாகப் பெயரிட்டு

'அறுவடை விழா!'

அழைத்தனர்.

ஆயிரம் யூதர்களைத் தீர்த்துக் கட்டிய ஒவ்வொரு முறையும் அதை 'அறுவடை விழா' என்கிற பெயரில் அதிகாரிகள் ஷாம்ப்பெய்ன் புட்டிகளுடன் கொண்டாடினார்கள்!

சில சமயம், ஒரே மாதிரி யூதர்களைக் கொல்வது அதிகாரி களுக்குப் போரடிக்கும். ஆகவே, யூதர்களை வரிசையாகத் தலைமீது ஒரு கண்ணாடி புட்டியுடன் நிற்கவைத்து, 'துப்பாக்கி சுடும் போட்டி' நடத்தினார்கள். புட்டியைச் சுட்டால் தோல்வி... நெற்றியில் சுட்டால் பரிசு!

ஆவ்ஸ்விட்ஸ் சிறைச்சாலையில் கொல்லப்பட்ட பல்லாயிரக்

மனிதனுக்குள்ளே ஒரு மிருகம்!

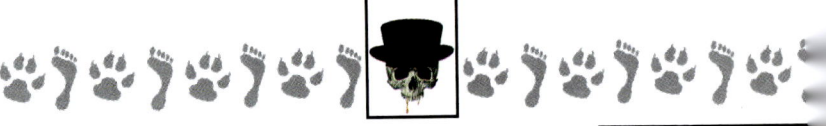

கணக்கான பெண்களின் தலைமுடியைச் சேகரித்துப் படுக்கைகள் தயாரிக்கப்பட்டன. இறந்தவர்களை மின்தகனம் செய்த பிறகு, சாம்பலில் கிடைத்த பற்கள், முதுகெலும்பு போன்ற எரியாத பாகங்கள் அரவை மெஷினில் துகள்களாக்கப்பட்டன.

பிறகு, அந்த 'மனிதப் பொடி மூட்டை'களை லாரியில் ஏற்றிச் சென்று, உரமாக நாஜிகள் பயன்படுத்தினார்கள். சிறைச்சாலைகளுக்கு அருகே உள்ள ஊர்களில் நடைபாதைகள் போடுவதற்கு சிமெண்ட் கலவையோடு கொல்லப்பட்ட யூதர்களின் மனித எலும்புகளும் பயன்படுத்தப்பட்டன.

'யூதர்கள் மனிதர்கள் அல்ல... அழிக்கப்பட வேண்டிய விலங்கினங்கள்!' என்று அதிகாரிகள் மூளைச்சலவை செய்யப்பட்டிருந்தனர். 'ஆடு, மாடுகளின் தோலைப் பைகள் செய்யப் பயன்படுத்துவது மாதிரிதான் இதுவும்' என்று எல்லோரும் நம்பினார்கள்!

'இரும்பு இதயத்துடன் செயல்படுவது பெருமையான விஷயம்' என்று அதிகாரிகளுக்குத் திரும்பத் திரும்ப எடுத்துச் சொல்லப்பட்டது. ஹிட்லர், அதிகாரிகளுக்கான மாபெரும் மாநாட்டில் முழங்கினார்:

'பல தலைமுறைகளாக, பல நூற்றாண்டுகளாக ஜெர்மனி என்னைப் போன்ற இரும்பு இதயம் கொண்ட தலைவனைக் கண்டதில்லை ('I am the hardest man ever...'). நீங்கள் ஒவ்வொருவரும் என்னைப் போல மாறவேண்டும்!'

ஒருமுறை, நாய்கள் வளர்த்த அதிகாரிகள் அனைவரையும் அவர்களுடைய செல்ல நாய்களுடன் வரவழைத்தார் ஹிட்லர். பிறகு, அவரவர் நாய்களைச் சுட்டுத் தள்ள ஆணையிட்டார்! 'வீக்னெஸ் என்பதே கூடாது' என்பதுதான் நாஜித் தத்துவம்.

உதாரணமாக, தாயின் மடியில் இருக்கும் குழந்தைகளை, அவைகள் வீறிட்டு அழஅழப் பறித்துக்கொண்டு சென்று, விஷவாயு அறைக்குள் தூக்கிப் போடுவது அதிகாரிகளுக்கு ஒரு டெஸ்ட்!

இப்படியாகப் பலவிதங்களில் 'உணர்ச்சிகளை, மனக் கட்டுப்பாடு வெற்றி கொள்ள'ப் பயிற்சி அளிக்கப்பட்டது! இத்தனையையும் மீறிப் பல அதிகாரிகள் குற்ற உணர்வினால்

அவதிப்பட்டார்கள் என்பதும் உண்மை!

க்ளோபோக்னிக் என்னும் போலீஸ் அதிகாரி, ஆயிரக்கணக்கான யூதக் குழந்தைகளை (சட்டைகளைக் கழற்றி), உறைந்து போன பாலைவனம் வழியே திறந்த லாரிகளில் பல நூறு மைல்கள் தொலைவில் இருந்த சிறைச்சாலைக்குக் கொண்டு சென்றார்.

அத்தனைக் குழந்தைகளும் வழியிலேயே ஜில்லிட்டு இறந்து போனார்கள். இதுபற்றி அவர் சக அதிகாரியான ஹாஃப்ஸ் என்பவரிடம் 'வீட்டுக்குத் திரும்பியவுடன், என் குழந்தைகளை என்னால் ஏறிட்டுப் பார்க்க முடியவில்லை' என்று சொல்லி அழுதார்!

பதிலுக்கு ஹாஃப்ஸ் அவரை இளக்காரமாகப் பார்த்து, 'இது முட்டாள்தனமான நினைப்பு' என்று கடிந்துகொண்டார். சில மாதங்களுக்குப் பிறகு, ஹாஃப்ஸ் வாழ்க்கையில் ஒரு சோகம் நிகழ்ந்தது.

அவருடைய இரட்டைக் குழந்தைகள் டிஃப்தீரியா நோயால் திடீரென்று பாதிக்கப்பட்டு இறந்தன. அந்தக் குழந்தைகளைப் புதைத்தபோது, தன் நண்பரைப் பார்த்து 'நான் செய்த கொடுமைகளுக்கு, இறைவன் தந்த தண்டனை இது' என்று மார்பில் அடித்துக்கொண்டு கதறி அழுதார் ஹாஃப்ஸ்!

மூளைச்சலவை செய்யப்பட்டு, இயந்திரகதியில் செயல்படும் மனிதர்களுக்கும் 'மயக்கத்திலிருந்து' மீண்ட மனிதர்களுக்கும் உள்ள வித்தியாசம் ஆச்சரியமானது!

நியாயம் – அநியாயம் பற்றிய சுயநினைவோடு, பகுத்தறிவோடு எடை போடும்போதுதான், மிருகத்தன்மை அகன்று, 'மனிதன்' தலையெடுக்கிறான்! இதை நிரூபிக்கும்படியான சம்பவம் ஆவ்ஸ்விட்ஸ் சிறைச்சாலையில் நிகழ்ந்தது.

விஷவாயு செலுத்தப்பட்டு இறந்துபோன ஆயிரக்கணக்கானவர்களின் உடல்களை நாஜி அதிகாரிகள் அப்புறப்படுத்தினார்கள். அப்போது Gas Chamber-ல் பல உடல்களுக்குக் கீழே பதினாலு வயதுப் பெண் கிடந்தாள் – உயிரோடு!

பல உடல்கள் அவள்மீது விழுந்து, விஷவாயு வீச்சிலிருந்து அவளைக் காப்பாற்றியிருக்க வேண்டும்! உடனே அதிகாரிகள் பரபரப்படைந்தனர். ஒருவர், தேநீர் தயாரித்துக்கொண்டு ஓடி வந்தார்.

பிறந்த மேனியோடு கிடந்த அந்தப் பெண்ணை அலாக்காகத் தூக்கிவந்து, போர்வையால் ஆதரவோடு மூடினார் ஒருவர். சரேலென்று எல்லோரிடமும் ஒரு மாற்றம்!

ஏதோ அந்தப் பெண்ணைத் தங்கள் குழந்தையைப் போல அனைவரும் பாவித்தார்கள். சிலர் கண்கலங்கினார்கள். அப்போது அங்கே உள்ளே நுழைந்தார், சிறைச்சாலையின் தலைமை அதிகாரி மஸ்ஃபெல்டு.

விஷயத்தை மற்றவர்கள் விவரிக்க, நடுங்கியவாறு அமர்ந்திருந்த பெண்ணைப் பல நிமிடங்கள் தீர்க்கமாகப் பார்த்தார் மஸ்ஃபெல்டு. அவரது உதடுகள் லேசாகத் துடித்தன.

விரல்கள் நடுங்க, கைத்துப்பாக்கியை எடுத்தார் மஸ்ஃபெல்டு. எல்லோரும் 'வேண்டாம் சார்... ப்ளீஸ்!' என்று கெஞ்ச, தலைமை அதிகாரி அந்தப் பெண்ணின் நெற்றிப்பொட்டில் சுட்டுக் கொன்றார்!

கூடவே, 'இந்தத் தகவல் தலைவருக்குத் தெரிந்தால், நம் அத்தனைப் பேரின் கதியும் என்னவாகும், தெரியுமா?' என்ற வார்த்தைகள் பெருமூச்சுடன் அவரிடமிருந்து வெளிப்பட்டது.

ஆம்... அந்தளவுக்கு ஹிட்லர், ஏதோ நெருக்கமாக நின்று தங்களை உற்றுக் கவனிப்பது போன்ற அச்சமும் நடுக்கமான நம்பிக்கையும் அவர்களைப் பீடித்திருந்தது!

மனிதனுக்குள்ளே ஒரு மிருகம்!

உலக மகா புளுகன்!

யுத்தத்தின்போது நிகழும் பல குற்றங்கள் பிற்பாடு மறக்கப்பட்டு விடுகின்றன. எந்தப் போரிலும் உணர்ச்சி மிகுதியால் பல அட்டூழியங்கள் நடப்பதுண்டு. உலகெங்கும், போர்க்களத்தில் கொல்லப்படும் வீரர்களின் எண்ணிக்கை ஒரு புள்ளி விவரமாகவே கருதப்படுகிறது.

மக்கள் வசிக்கும் பகுதியில் குண்டு வீசுவது, கைதிகளைத் துன்புறுத்துவது, சாமான்யர்களைச் சந்தேகத்தின் பேரில் சுட்டுக் கொல்வது, பயணிக் கப்பல்களை குண்டு வீசி மூழ்கச் செய்வது போன்றவை யுத்த கால குற்றங்களாகவே கருதப்படுகின்றன. இருப்பினும் இவை நிகழாத யுத்தங்கள் மிக அரிது!

எந்த வகையிலும் சேராத தனிப்பட்ட கொடூரனாக வரலாற்றில் ஹிட்லர் கருதப்படுவதற்கு மேற்கண்ட குற்றங்கள் காரணமல்ல. அவர் திட்டம் போட்டு செயல்படுத்திய இனக் கொலைகள்தான் திகைப்பூட்டுகிறது! இரண்டாம் உலகப் போர் மூண்டுவிட்ட சமயத்தில்தான், இந்த தனிப்பட்ட கொலைகள் உச்சத்துக்குப் போனது. உலகெங்கும் பத்திரிகைகளில் போர்ச் செய்திகள் முதலிடம் பெற்றதால், நாஜிக்கள் உள்நாட்டில் கொலை வெறியாட்டம் போட வசதியாகப் போய்விட்டது!

ஹிட்லர், யூதர்களை மட்டும் அழிக்கவில்லை. ஜெர்மனியில் உள்ள ஊனமுற்றவர்களையும் மனநிலை பாதிக்கப்பட்டவர் களையும் ஒட்டுமொத்தமாகத் தீர்த்துக் கட்ட ஆணை பிறப்பித் தார்! 'ஜெர்மனி ஆரோக்கியமான நாடாக மாற்ற வேண்டும்' என்கிற அவரது விருப்பம் விபரீதமாக, மிருகத்தனமாக செயல்படுத்தப்பட்டது.

1939–ம் ஆண்டு செப்டம்பர் 1–ம் தேதி உலகப்போர் மூண்டபோது, ஜெர்மனியெங்கும் வாழ்ந்த நோயுற்றவர்களையும்

கோயபெல்ஸ்

மனிதனுக்குள்ளே ஒரு மிருகம்!

ஊனமுற்றவர்களையும் (invalids) அழிப்பதற்காக ஒரு ஆணையில் கையெழுத்திட்டார் ஹிட்லர்.

அடுத்த ஒரு வருஷத்தில் அப்படிப்பட்ட ஒரு லட்சம் பேர் 'தண்டச்சோறு' தின்பவர்கள் (useless eaters) என்று பெயரிடப்பட்டு சுட்டுக் கொல்லப்பட்டனர். அந்தச் சாக்கில் மருத்துவமனைகளில் படுத்திருந்த அத்தனை யூதர்களையும் கொன்றுவிடலாம் என்றும் ரகசியமாகச் சொல்லப்பட்டது.

ஊனமுற்ற குழந்தைகளுக்கான பள்ளியில் இருந்த மூவாயிரம் குழந்தைகளை பிக்னிக் போல, பல லாரிகளில் ஏற்றிச் சென்று நாஜி வீரர்கள் சுட்டுக் கொன்று புதைத்தார்கள். யூதர்களுடன் நாடோடி இனமும் (Gypsies) அழிக்கப்பட வேண்டும் என்றார் ஹிட்லர்.

ஜெர்மனியின் நாலாபுறமும் கிளம்பிய நாஜிப்படை நாடோடிகளை வளைத்துப் பிடித்துக் கொன்று, மிகப் பெரிய புதைகுழிகளில் அவர்களது உடல்கள் தூக்கியெறியப்பட்டு, புல்டோசர்கள் கொண்டு குழிகள் மூடப்பட்டன.

ஒரு நாட்டின் அதிபர், இந்த வகையில் தன் நாட்டு மக்களில் ஒரு பகுதியினரைப் பூண்டோடு

அழிக்க, மெனக்கெட்டுத் திட்டம் தீட்டி, அதை அநேகமாக நிறைவேற்றியது வரலாற்றில் களங்கம் படிந்த இருண்ட பகுதியாகக் கருதப்படுகிறது.

ஆனால், ரத்தவெறி பிடித்த இந்தக் குறிக்கோளில் ஹிட்லர் வெற்றியடையவில்லை என்பது கண்கூடான உண்மை! 'நாமொன்று நினைக்க வரலாறு வேறு மாதிரி நினைக்கும்!' என்பதை அவர் புரிந்துகொள்ளவில்லை. யூதர்களை அழிப்பதற்காக ஹிட்லர் முழுமூச்சுடன் முனைந்ததுதான் அந்த இனத்துக்கே ஒரு ஆவேசத்தையும் மன உறுதியையும் தந்தது. யூதர்களுக்கான தனி நாடு கிளர்ந்தெழுந்ததற்கு ஹிட்லரின் கீழ் யூதர்கள் பட்ட துன்பங்கள்தான் முக்கிய காரணம் என்று வரலாற்று சிந்தனையாளர்கள் கூறுகிறார்கள்!

ஹிட்லர் ரஷ்யாவின் மீது தொடுத்த போருக்குப் பின்னால் சோவியத் ரஷ்யா வெறும் கம்யூனிச நாடாக மட்டுமல்லாமல் வல்லரசாகவும் மாறியது! இதற்கும் ஹிட்லர்தான் காரணம்! பிரிட்டனையும், பிரான்ஸையும் அவரால் அழிக்க முடியவில்லை. பிரான்ஸை அவர் கைப்பற்றினாலும்கூட இன்று வரை அந்த நாட்டின் கலாச்சாரம் துளிக்கூட சிதிலமடையவில்லை. மிகக் கடுமையாக நாஜிப்படையால் பாதிக்கப்பட்ட போலந்து நாடுகூட சக்திவாய்ந்த நாடாக இன்று தலைநிமிர்ந்து நிற்கிறது.

அழிந்தது ஹிட்லரின் கருத்துக்களும், நாஜிக்களின் 'கலாசாரமும்'தான்! ஜெர்மனியே பிற்பாடு ஹிட்லர் ஆட்சிக் காலத்தைக் களங்கமாகக் கருதித் துடைத்தெறிந்துவிட்டது!

'ஒரு பொய்யைத் திரும்பத் திரும்பச் சொன்னால் அது உண்மையாகிவிடும்' என்று விஷமத்தனமாகக் கொக்கரித்தவர் ஹிட்லரின் வலதுகரமாகவும் 'தனிப்பெரும் பிரச்சார பீரங்கி'யாகவும் விளங்கிய கோயபெல்ஸ்!

அப்படிப் பொய்களைக் கட்டவிழ்த்து, ஹிட்லரை ஏதோ ஆண்டவனுக்கு இணையாக உயர்த்திக் காட்டி, ஜெர்மனிய மக்களை நம்பவைத்து, கோயபெல்ஸுக்குப் பிற்பாடு வரலாற்றில் 'உலக மகா புளுகர்' என்ற பெயர்தான் மிஞ்சியது!

உலகப் போர் முடிவடையும் தருவாயில், ஹிட்லர் அடியோடு மாறிப் போயிருந்தார். நடை தளர்ந்துவிட்டது. 'வீடு இடிந்து விழுவதை, முடக்கு வாதத்தால் நகர முடியாமல் ஒருவர் பரிதாபத்தோடு பார்த்துக் கொண்டு இருப்பது போல' ஹிட்லர் காட்சி அளித்ததாகக் கூறப்படுகிறது.

ஜனவரியிலிருந்து ஏப்ரல் 1945 வரை பாதாள அறையில் அமர்ந்து 'இல்லாத ராணுவத்துக்கு' ஆணைகள் பிறப்பித்துக் கொண்டிருந்தார் ஹிட்லர்! துவண்டுப் போய் மணிக்கணக்கில் பேசாமல் இருந்துவிட்டு, திடீரென்று வெறி பிடித்துக் கூச்சல் போடுவதுமாக நேரத்தைக் கடத்தினார் அந்த சர்வாதிகாரி.

அப்போதும் (கோயபெல்ஸ் போல) அவருடன் கூட இருந்த விசுவாசிகள் உண்டு. கோயபெல்ஸ் தன் டயரியில் 'ஹிட்லரே இப்போது ஒரு பெரும் பிரச்னை' என்கிற தலைப்பில் தன் தலைவன் பற்றி கவலையோடு குறிப்பிட்டிருக்கிறார்.

ஹிட்லரின் கீழே பணியாற்றிய பல தலைவர்கள் போரில் தோல்வி நிச்சயம் என்று நம்ப ஆரம்பித்தார்கள். இந்தத் தகவல் தெரிந்தவுடன் வெறியாகிப்போன ஹிட்லர், தோல்வி மேகங்கள் சூழ்ந்த அந்த நிலையிலும் 'Operation Thunder Strom' என்கிற திடீர் திட்டத்தைச் செயல்படுத்தினார்.

அதன்படி, ஏககாலத்தில்

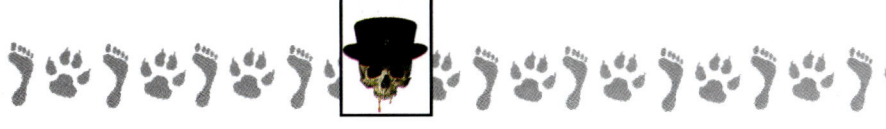

அமைச்சர்கள், மேயர்கள், பாராளுமன்ற உறுப்பினர்கள், அரசு அதிகாரிகள் என்று ஐந்தாயிரம் பேர் கைது செய்யப்பட்டு சிறையில் தள்ளப்பட்டனர். கடைசி காலகட்டத்தில் ஹிட்லரின் மனநிலை பாதிக்கப்பட்டுவிட்டதாகச் சில வரலாற்று ஆசிரியர்கள் கருதுகிறார்கள். சிலர், 'இல்லை... ஹிட்லரின் கோபம் ஜெர்மனியின் மீதே திரும்பிவிட்டது!' என்கிறார்கள்.

அந்தச் சூழ்நிலையிலும் (ஹிட்லர் சொல்லி) கோயபெல்ஸ் அவிழ்த்துவிட்ட மாபெரும் பொய், ஜெர்மன் மக்களுக்கு கலவரமான நம்பிக்கையை ஏற்படுத்தியது! பரிதாபமான ஜோக் அது

'ஹிட்லரின் தலைமையில் ஜெர்மானிய விஞ்ஞானிகள் ஒரு விசித்திரமான ஆயுதத்தைக் கண்டுபிடித்திருக்கிறார்கள். எதிரி களை அடியோடு அழிக்கும் ஆச்சர்யமான, பிரம்மாண்டமான ஆயுதம் அது – Miracle Weapon!" –இதுதான் கோயபெல்ஸ் பரப்பிய செய்தி.

அதை அணுகுண்டு என்று வைத்துக்கொண்டாலும், அதை உருவாக்கி தயாராகிவிட்டது ஜெர்மனி அல்ல... அமெரிக்கா என்கிற உண்மையும், ஜெர்மனியுடன் போரில் கூட்டணி அமைத்திருந்த ஜப்பானில் அந்த விபரீதம் விரைவில் வெடிக்கப் போகிறது என்பதும் யாருக்கும் அப்போது தெரியாது!

ஆல்பர்ட் ஸ்பீயர் (ஹிட்லரின் அரசவை ஆர்க்கிடெக்ட் மற்றும் ஆயுத சப்ளை அமைச்சர்!) இருட்டில் அமர்ந்திருந்த ஹிட்லரிடம் 'எல்லாம் முடிந்துவிட்டது..' என்று சற்றுத் துணிவோடு மெள்ளச் சொன்னபோது, ஹிட்லர் சிவந்த கண் களுடன் அவரை வெறித்துப் பார்த்துவிட்டு அடித்தொண்டையில் கர்ச்சித்தார்...

'போரில் தோற்றால் ஜெர்மனி அழிந்துவிடும். நாமே ஜெர்மனியை அழித்துவிடலாம்... தப்பேயில்லை! இந்த நாடு சக்தியிழந்த நாடாகத் தொடரக்கூடாது. தொடர்வதற்கான அருகதை ஜெர்மனிக்குக் கிடையாது. நான் எதிர்பார்த்ததைச் சாதிக்காத மக்களைப் பற்றி நான் எதற்குக் கவலைப்பட வேண்டும்?'

சாத்தானுக்கும் சாதனைகள் உண்டு!

ஹிட்லர் நாத்திகரா, ஆத்திகரா?!

ஐரோப்பாவில் கிறிஸ்துவ மதம் பெரிய அளவில் பரவி வேரூன்றியிருந்த காலகட்டத்தில்தான், ஹிட்லர் ஜெர்மனி நாட்டின் அதிபரானார். கிறிஸ்துவ மதத்தின் கோட்பாடுகளும் இயேசுநாதரின் அன்பில் தோய்த்தெடுக்கப்பட்ட போதனைகளும் ஹிட்லரைக் கொஞ்சம்கூடவா பாதிக்கவில்லை? ஒருவேளை, அவர் 'கடவுள் எதிர்ப்பு'க் கொள்கை கொண்டவரா?!

ஹிட்லர் நாத்திகரும் அல்ல! கம்யூனிஸத்தை அவர் அடியோடு வெறுத்ததற்குப் பல காரணங்கள் உண்டு. அதில், கம்யூனிஸ்ட்டுகள் நாத்திகத்தை ஆதரிக்கிறார்கள் என்பதும் ஒன்று. தவிர, கிறிஸ்துவ மதத்தையும் ஹிட்லர் அடியோடு வெறுத்தார்!

அந்த மதத்தின் போதனைகள், தன் கொடூரமான 'லட்சியங்கள்' நிறைவேறத் தடையாகவும் இடைஞ்சலாகவும் இருக்கும் என்று அவர் கருதியிருக்க வேண்டும். 'நாஜி அதிகாரிகளுக்கும் ராணுவ வீரர்களுக்கும் ரகசிய போலீஸாருக்கும் மனசாட்சி உறுத்துவதற்கு அந்த மதம் காரணமாக இருக்கக் கூடாது' என்று நினைத்த ஹிட்லர், நீண்ட அறிக்கையொன்றை வெளியிட்டார்.

அதன் சுருக்கம் – "கிறிஸ்துவ மதம் என்பது உருவாக்கப்பட்ட ஒரு பொய். அந்த மதத்தால் பீடிக்கப்பட்டவர்களை நோய்வாய்ப் பட்டவர்களாகவே நாம் கருத வேண்டும். அதிகபட்சம் நூறு அல்லது இருநூறு ஆண்டுகள்தான் கிறிஸ்துவர்களின் சூழ்ச்சி செல்லுபடியாகும். பிறகு, அந்த 'நோய்' ஒழிந்துவிடும். அடிமைகள் ஒன்றுசேர்ந்து, ஆள்பவர்களுக்கு எதிராகத்

துவக்கிய ஓர் அபத்தமான புரட்சியை, நாம் ஒரு மதமாகக் கொண்டாடிக் கொண்டிருக்கிறோம். சமூகத்தைச் சிதைப்பதற்காக கம்யூனிஸ்ட்டுகள் தூண்டிவிடும் போராட்டத்தைப் போன்றது

மனிதனுக்குள்ளே ஒரு மிருகம்!

தான் இதுவும்!"

தொழிலாளர்களுடன்...

ஹிட்லரின் அறிக்கையைத் தொடர்ந்து, நாஜித் தலைவர்கள் சர்ச்சுகளுக்குப் போவதை நிறுத்திக் கொண்டார்கள்! கிறிஸ்துவ மதத்தை கம்யூனிஸ்ட் புரட்சியுடன் ஒப்பிட்ட ஹிட்லர், (கம்யூனிஸக் கொள்கையான) நாத்திகத்தையும் ஏற்றுக்கொள்ள வில்லை!

மத விஷயத்தில் ஹிட்லருக்கு இந்த விதமான குழப்பம் இருந்திருந்தாலும், கோயபெல்ஸ் கில்லாடித்தனமாக அதைத் தீர்த்துவைத்தார்! ஒரு பொதுக்கூட்டத்தில் கோயபெல்ஸ், 'கிறிஸ்துவ மதத்தின் கடவுளையெல்லாம் மிஞ்சிய, அவரைவிட மேலானதொரு கடவுளைத் தலைவர் சொல்படி நாம் பின்பற்றுவோம்!' என்று ஒரு போடு போட்டார்.

ஒருவேளை, பழங்குடிகளும் மூடநம்பிக்கைகளும் நிறைந்த, படிப்பறிவில்லாத ஒரு தீவு நாட்டின் அதிபராக ஹிட்லர் இருந்திருந்தால், 'நான்தான் கடவுள்!' என்றுகூட அறிவித்திருக்கக் கூடும்!

அல்லது, கலிக்யூலா போல ராஜ வம்சத்தில் வந்த மன்னனாக இருந்திருந்தாலும் இப்படிச் சொல்லி மிரட்ட முடியும். ஆனால், ஜெர்மனி என்னதான் இருந்தாலும் ஒரு முன்னேறிய, படிப்பறிவு மிகுந்த நாடு என்பதால், ஹிட்லரால் அந்தளவுக்குப் போக முடியாத நிலை!

'நாஜிக்கள் சும்மா கடமைகளை மட்டும் செய்துவிட்டுப் போய் ஓய்வெடுத்துக் கொள்ளக்கூடாது. ஒரு நாஜியாகவே ஒவ்வொருவரும் நாள் முழுவதும் உணரவேண்டும். நாஜியாகவே சிந்திக்க வேண்டும்.

நாஜியாகவே பிரார்த்திக்க வேண்டும். நாஜி என்னும் நம்பிக்கை உடல் முழுவதும் பரவி, ஆன்மாவுக்குள் ஊடுருவி ஒளி வீசவேண்டும்!' என்று மட்டுமே அதிகபட்சமாக ஹிட்லரால் முழங்க முடிந்தது!

அதே சமயம் கலிக்யூலா, நீரோ போன்ற கிறுக்குப் பிடித்த வெறியர்கள் ரோம் நாட்டை ஆண்டபோது நிகழ்ந்த ஆபாசங் களை ஹிட்லர் அனுமதிக்கவில்லை என்பதும் உண்மை! விபசார விடுதிகள் ஒன்றுகூட அவர் ஆட்சிக் காலத்தில் இல்லை!

'விபசாரம் 'ப்ளேக்' நோய் போன்றது. இரக்கமில்லாமல் அது அழிக்கப்பட வேண்டும். சமுதாயத்தின் அழுகிப் போன பகுதி களை நாம் சுத்தப்படுத்த வேண்டும். இலக்கியம், கலை, சினிமா, பத்திரிகைகள், சுவரொட்டிகள், கடைகளின் 'ஷோகேஸ்'கள் எதிலும் ஆபாசம் இருக்க, நான் அனுமதிக்க மாட்டேன்!' என்று எச்சரித்தார் ஹிட்லர்.

பொதுவாகவே வெண்மையான துணியில் ஒரு கறுப்புப் புள்ளி இருந்தாலே, நம் கண்களை அது நெருடும். துணி முழுவதும் கறுப்புக் களங்கங்கள் பரவிக் கிடந்தால் சொல்லவே வேண்டாம். இப்போது அந்தக் கறுப்புக் களங்கங்களுக்கு

ரசிகைகளுடன்...

இடையிடையே வெண்மைப் பகுதியைத் தேடிக் கண்டுபிடிக்க வேண்டிய நிலை!

ஹிட்லரின் சாதனைகளும் அந்த வெண்மைப் பகுதிகள் போலத்தான் அமைந்தன!

சாதனைகள் என்றால், மகத்தான சாதனைகள் என்றுகூடச் சொல்ல முடியும்! ஹிட்லர் பற்றிய நினைவுகள் அடியோடு உலக சமுதாயத்தால் ஒதுக்கப்பட்டபோது, அந்தச் சாதனைகளும் கூடவே மறக்கப்பட்டுவிட்டன!

1,035 பக்கங்கள் கொண்ட 'அடால்ஃப் ஹிட்லர்' என்னும் வாழ்க்கை வரலாற்றை எழுதிய பேராசிரியர் ஜான் டோலேண்ட், 'ஹிட்லர் ஆட்சிக்கு வந்த நாலாவது ஆண்டில் (1937–ல்) அவர் ஏதாவது காரணத்தால் இறந்திருந்தால், உலகமே ஹிட்லரை 'ஜெர்மனியின் சரித்திரத்தில் தோன்றிய மிகச் சிறந்த மாமனிதன்' என்று பாராட்டியிருக்கும்!' என்கிறார்.

முதலாம் உலகப் போரைத் தொடர்ந்து வாடி வதங்கிப் போயிருந்த ஜெர்மனியின் பொருளாதார நிலைமையை மூன்றே ஆண்டுகளில் தூக்கி நிறுத்தியவர் ஹிட்லர்!

ஜனவரி 1933–ல் ஹிட்லர் 'சான்ஸலர்' பதவியை ஏற்றபோது, அறுபது லட்சம் மக்கள் வேலையில்லாமல் தவித்துக் கொண்டு இருந்தார்கள். 1936–ல் ஜெர்மனியில் வேலையில்லாதவர் ஒருவர் கூடக் கிடையாது!

இத்தனைக்கும் ஹிட்லருக்கு 'எகனாமிக்ஸ்' தெரியாது! பொருளாதார அமைச்சராக அவர் நியமித்த ஒரு தனிமனிதர், ஜெர்மனியை அடியோடு மாற்றக் காரணமானார்!

உண்மையில், ஹிட்லரால் தேடிக் கண்டுபிடிக்கப்பட்ட ஜால்மர் ஷ்ஹாக்ட் என்கிற அந்தப் பொருளாதார ஜீனியஸ், ஒரு முன்னணித் தலைவர்கூட இல்லை!

ஹிட்லரின் ஆட்சியில் வேலைக்கேற்ற ஊதியம், போனஸ், விலைவாசி எல்லாம் கச்சிதமாக நிர்ணயிக்கப்பட்டது. படுவேக மாக கார்கள் போவதற்கான மிக நீண்ட 'ஹைவேஸ்' (Auto Bahn) உலகில் முதலில் கட்டப்பட்டது, ஜெர்மனியில் ஹிட்லரின் ஆட்சியில்தான்!

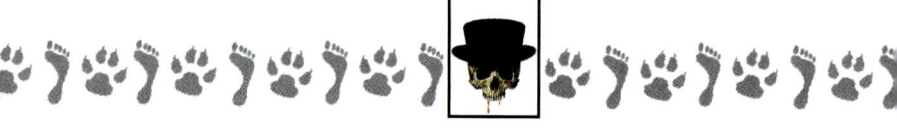

முதியவர்களுக்கு பென்ஷன் மற்றும் இலவச வைத்தியம், எல்லோருக்கும் ஹெல்த் இன்ஷூரன்ஸ் திட்டங்கள் எல்லாம் படுவேகமாக நடைமுறைக்கு வந்தன.

'சாமான்யர்களும் காரில் பயணிக்க வேண்டும். அவர்களுடைய பட்ஜெட்டுக்கு ஏற்றமாதிரி கார்கள் தயாரிக்கப்பட வேண்டும். ஒரு காலன் பெட்ரோலுக்கு அது நாற்பது மைல் போக வேண்டும்' என்று Porsche கார் நிறுவனத்தின் அதிபர் பெர்டினாண்ட் போர்ஷைக் கூப்பிட்டுச் சொன்னார் ஹிட்லர்.

பின்பகுதியில் இன்ஜின் அமைப்புடன் தயாரிக்கப்பட்ட அந்த மினி கார்களுக்கு 'வோக்ஸ்வேகன்' என்று பெயரிடப்பட்டது. பிற்காலத்தில் அந்த கார்கள் உலகப் புகழ்பெற்றது.

'தொழிற்சாலைகளால் சுற்றுச்சூழல் மாசு அடையக்கூடாது' என்று ஹிட்லர் சட்டம் கொண்டுவர, அத்தனை தொழிற்சாலை களும் அதற்கான Anti-pollution சாதனங்களையும் ஃபில்டர்களையும் பொருத்திக் கொண்டது! ஜெர்மனியில் ஓடிய நதிகள் படுசுத்தம்!

ஹிட்லர் காலத்தில் எந்தத் தொழிற்சாலையிலும் சம்பளப் பிரச்னை, வேலைநிறுத்தம் எதுவும் கிடையாது! முதலாளிகள் பக்கமும் அவர் சாயவில்லை, தொழிற்சங்கங்களுக்கும் அவர் ஆதரவு தரவில்லை!

முதலாளி பிரச்னை செய்தாலும், தொழிலாளர் தகராறு செய்தாலும் இரு தரப்பினரையும் சிறையில் தள்ளினார் ஹிட்லர். சர்வாதிகாரியாக இருந்ததால், ஹிட்லரால் இந்தக் கண்டிப்பைச் சுலபமாகக் காட்டி, பிரச்னையை முடிக்க முடிந்தது என்பதும் உண்மைதான்!

ஹிட்லர் ஆட்சிப் பொறுப்பை ஏற்றபோது, ஜெர்மனியின் ராணுவ வீரர்களின் மொத்த எண்ணிக்கை சுமார் ஒரு லட்சம். அப்போது உருப்படியான, நவீனரகத் துப்பாக்கிகள்கூட ராணுவத்தில் கிடையாது! நான்கே ஆண்டுகளில் ஐரோப்பாவின் மிகப் பிரமாண்டமான 'ஆர்மி'யாக அது மாறியது!

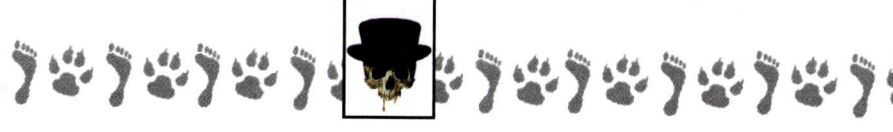

'லேட்டஸ்ட் போர்விமானங்கள், பீரங்கிகள், துப்பாக்கிகள், டாங்கிகள் கொண்ட அசுர சக்தியாக ஜெர்மனியின் ராணுவம் இவ்வளவு விரைவாக மாறியது, வரலாற்றிலேயே அதுவரை நிகழ்ந்ததில்லை' என்று உலகப் பெரும் ராணுவ ஆராய்ச்சி யாளர்கள் இன்னும் வியக்கிறார்கள்!

பன்னிரண்டு ஆண்டு கால ஹிட்லரின் ஆட்சியில் இனவெறி, யூதக் கொலைகள், எதிரிகளை ரகசியமாகத் தீர்த்துக் கட்டுவது போன்ற பல தீயசெயல்கள் துவங்கிவிட்டதுதான். இருந்தும்கூட, அவரின் முதல் ஐந்தாண்டு சாதனை, இப்போதுகூடப் பொருளாதார மேதைகளை வியக்க வைக்கிறது!

இப்படிப் பல சாதனைகள் மூலம், அநேகமாகக் கடவுளுக்கு இணையாக ஜெர்மன் மக்களால் போற்றப்படும் நிலையை ஹிட்லர் நெருங்கிய சமயத்தில், அவர் அடியோடு கொலைகாரச் சாத்தானாக மாறி, வெறியாட்டம் போட்டு, பிறகு ஒரேயடியாக வீழ்ச்சியின் விளிம்புக்குப் போனது உலக வரலாற்றுச் சோகம்...

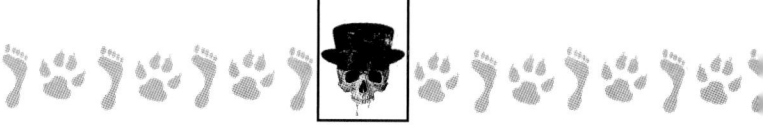

கடைசி தருணக் காதல்...

வல்லமை பொருந்திய சர்வாதிகாரிகளின் வீழ்ச்சிகள் அந்தந்த நாட்டு மக்களிடையே நிம்மதிப் பெருமூச்சை ஏற்படுத்தினாலும், அந்த வீழ்ச்சியிலிருந்து மற்ற ஏதேச்சாதிகாரிகள் யாருமே பாடம் கற்றுக் கொண்டதாகத் தெரியவில்லை!

காரணம் – அதீத அதிகாரம் என்பது அந்த அளவுக்குப் போதை ஏற்படத்தக்கூடியது. அந்த மயக்கம் பலவற்றோடு, பழைய வரலாற்றுப் பாடங்களையும் மறக்கடித்துவிடுகிறது!

ஹிட்லரின் கடைசி தருணங்களைப் பற்றிப் படிக்கும்போது சிலருக்குப் பரிதாப உணர்வுகூட ஏற்படலாம்! நம்முடைய புராண கால அரக்கர்கள் நல்ல தகுதிகளையும் கொண்டவர் களாகப் படைக்கப்பட்டதன் காரணம் – எத்தனை மேன்மை யான சாதனைகள் இருப்பினும், யாராக இருந்தாலும், பெரும் வீழ்ச்சி அடைய சில பெரும் தவறுகள் போதும் என்பதை நாம் புரிந்துகொள்வதற்காகத்தான்!

நேசநாடுகளின் படைகள் பெர்லின் நகரைச் சூழ்ந்து கொண்ட நிலையில், 'தோல்வி நிச்சயம்' என்கிற கால கட்டத்தில் ஹிட்லர் தான் செய்த தவறுகளை, கொடூரங்களை, கொலைகளை உணர்ந்தாரா?! இல்லை என்றுதான் சொல்ல வேண்டியிருக்கிறது...

அந்தக் கடைசி நாட்கள்... மார்ஷல் ஷுகோவ் தலைமையில் ரஷ்ய ராணுவ டாங்கிகள் பெர்லின் தெருக்களில் நுழைந்து விட்டன. இன்னொருபுறம் அமெரிக்க ஜெனரல் ஜார்ஜ் பேட்டன் நூற்றுக்கணக்கான டாங்கிகளுடன் பெர்லின் நகரில் ஓடும் புகழ்பெற்ற ரைன் நதியைக் கடந்தார்.

பாதி பாலத்தில் டாங்கியிலிருந்து கீழே குதித்த பேட்டன் ஓரமாக நின்று பாண்ட் 'ஜிப்'பை கழற்றியது கண்டு மற்ற

குழந்தை ஹிட்லர்...

வெற்றியின் உச்சி...

மனிதனுக்குள்ளே ஒரு மிருகம்!

ராணுவ வீரர்கள் சற்றுத் திகைத்தனர். பாலத்தின் மேலேயிருந்து பேட்டன் ரைன் நதியின் மீது சிறுநீர் கழித்தார்! பிறகு திரும்பிப் பார்த்து புன்னகையுடன் 'இது என் நீண்ட நாள் கனவு!' என்று அவர் சொல்ல, அமெரிக்க வீரர்கள் பலமாகச் சிரித்தனர்.

பெர்லினில், ஒரு பாதாள அறையில் அதிகாரி கவலையோடு காத்திருக்க, பிரத்யேக அறையிலிருந்து வெளிப்பட்ட ஹிட்லரின் தோள்களில் கம்பீரம் இல்லை. முகம் வெளிறிப் போயிருந்தது. யுத்த நிலவரம் பற்றி அவரிடம் அதிகாரிகள் குரலைத் தாழ்த்தி விளக்கினார்கள்...

ரஷ்யாவுக்கும் அமெரிக்கா மற்றும் பிரிட்டனுக்கும் இடையே கருத்து வேறுபாடுகள் ஏற்பட்டு இருப்பதாக ஒரு அதிகாரி சொன்னதும், ஹிட்லரின் முகம் சற்றுப் பளிச்சிட்டது.

'பிரிட்டனோடும் அமெரிக்கா வோடும் நான் போரிட விருப்பப் படவேயில்லை. ஆனால், என்மீது போர் திணிக்கப்பட்டது.

இப்போது சொல்கிறேன்! – நிச்சயமாக அமெரிக்காவும், ரஷ்யாவும் அடித்துக் கொள்ளப் போகிறார்கள். அமெரிக்கர்கள் ஸ்டாலினை இன்னும் புரிந்து கொள்ளவில்லை. என் எதிரி கம்யூனிஸம்தான். அவர்களுக்கு எதிரியாக இருக்கப் போவதும் கம்யூனிஸம்தான்.

ஈவா ப்ரான்

ரூஸ்வெல்ட்டும் சர்ச்சிலும் இப்போதுகூட என்னோடு சமாதானமாகி இணைந்து நின்றால், ஸ்டாலினை ஒரு கை பார்க்க முடியும். விதி வேறு மாதிரி விளையாடிவிட்டது' என்று முணுமுணுத்தார் ஹிட்லர்.

பிறகு தட்டுத்தடுமாறி எழுந்து நின்ற ஹிட்லர், கோயபெல்ஸை வரவழைத்து ஒரு அறிக்கையை 'டிக்டேட்' செய்ய ஆரம்பித்தார் –

மனிதனுக்குள்ளே ஒரு மிருகம்!

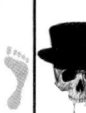

மார்ச், 1945 – இறப்பதற்கு ஒரு மாதம் முன்பு...

'யூதர்கள் தூண்டிவிட்ட பொறாமையும் வெறுப்பும் இந்த யுத்தத்துக்குக் காரணம்! சர்ச்சிலும், ரூஸ்வெல்ட்டும் யூதர்களின் எடுபிடிகளாக மாறிவிட்டார்கள். பரவாயில்லை. உறுதியாகச் சொல்கிறேன் – நான் சரணாகதி அடைய மாட்டேன். கடைசி முறை 'விசில்' ஊதும் வரை ஆட்டம் தொடரும். கடைசி மீட்டரில்கூட ஓட்டப் பந்தயத்தில் தோல்வி வெற்றியாக மாறுவதுண்டு!'

நம்பிக்கையோடு ஹிட்லர் சொன்னதையெல்லாம் எழுதிய கோயபெல்ஸ் தவிர, மற்ற அதிகாரிகள் (ஆர்மி சீஃப் உட்பட) ஒருவரை ஒருவர் பரிதாபமாகப் பார்த்துக் கொண்டார்கள்.

கடைசிகாலத்தில்தான் ஹிட்லரின் மனதில் காதல் மலர்ந்தது. பெரிய அளவில் காதலுக்கு முக்கியத்துவம் கொடுத்ததில்லை ஹிட்லர். முன்பு ஒரு சமயம் ஜெலி ராபால் என்கிற சகோதரியின் மகள் மீது ஹிட்லர் ஆர்வம் காட்டியதுண்டு.

இருவருக்கும் வயது வித்தியாசம் நிறைய... ஈவா ப்ரான் என்கிற பெண்ணின் நட்பு ஏற்பட்ட பிறகு, ராபாலிடம் ஹிட்லர் பழகுவது குறைந்தது. ஹிட்லருக்கு ஈவா எழுதிய காதல் கடிதம் ஒன்றைப் படிக்க நேர்ந்த ராபால், அதைத் தாங்கிக் கொள்ள முடியாமல் துப்பாக்கியால் சுட்டுத் தற்கொலை செய்து கொண்டாள்.

ஏப்ரல் 22. அமெரிக்கா, பிரிட்டிஷ் போர் விமானங்கள் தொடர்ந்து பெர்லின் மீது குண்டு வீசின. ஹிட்லர் தங்கியிருந்த பாதாள அறையின் மேற்புறமிருந்த அவருடைய தலைமை அலுவலகத்தின் சுவர்கள் குண்டுவீச்சில் தரைமட்டமாகிப் போனது.

'தயவுசெய்து மனதை மாற்றிக் கொள்ளுங்கள். அர்ஜெண்டினா, அல்லது ஏதாவது அரபு நாட்டுக்குத் தப்பிப் போய்விடலாம். யூதர்களின் எதிரி என்பதால் அரபு நாடுகள் நிச்சயம் உங்களை வரவேற்கும்!' என்று ராணுவ தலைமை அதிகாரி தயக்கத்துடன் ஹிட்லரிடம் சொன்னதற்கு ஹிட்லர் உடன்படவில்லை.

'பெர்லினை விட்டு நான் நகரமாட்டேன்' என்றார் ஹிட்லர் முடிவாக.

முசோலினியின் கதறல்...

ஹிட்லர் சொல்லியனுப்ப, அவருடைய பிரத்தியேக செயலாளர்கள் (இரண்டு பெண்கள்) சமையல் செய்யும் பெண் மற்றும் ஈ.வா ப்ரான் உள்ளே தயங்கியபடி வந்தனர். நிமிர்ந்து அவர்களைக் கனிவோடு பார்த்த ஹிட்லர், 'எல்லாமே முடிந்துவிட்டது. நீங்கள் எப்படியாவது தப்பித்துச் செல்லுங்கள். குடிநீர்கூட இங்கே கிடையாது..' என்றவுடன் எல்லோரும் விம்ம ஆரம்பித்தனர்.

ஈவா மட்டும் அருகில் சென்று ஹிட்லரின் கைகளை மென்மையாக எடுத்துத் தாங்கியவாறு 'கடைசி வரை உங்களோடுதான் இருப்பேன் என்பது உங்களுக்கு இன்னுமா புரியவில்லை? உங்களை விட்டு நான் நகர மாட்டேன்' என்று கண்களில் நீருடன் சொல்ல, அதுவரை எவர் முன்னிலையிலும் செய்யாத காரியத்தை ஹிட்லர் செய்தார். ஈவாவை இறுக அணைத்துக்கொண்டு அவருடைய உதடுகளில் அழுத்தமாக முத்தமிட்டார்.

பாதாள அறையின் இன்னொரு பகுதியில் கோயபெல்ஸின் மனைவி மாக்டா தங்களுடைய ஆறு குழந்தைகளையும் எழுப்பி, 'தலைவரைப் பார்க்கப் போகிறோம்!' என்று மென்மையாகச் சொல்ல, ஒரு குழந்தை 'எப்போதும் போல அங்கிள் (ஹிட்லர்) சாக்லெட் தருவாரா மம்மி?' என்று கேட்டது. 'நிச்சயமாக! ஆனால், ஆளுக்கொரு சாக்லெட்தான் எடுத்துக்கொள்ள வேண்டும்...' என்றார் மாக்டா உடைந்த குரலில். குழந்தைகளுக்குப் புரியவில்லை.

நெருக்கமான அதிகாரிகளுடன் வெகுநேரம் தன் பழைய வெற்றிகளையும் கனவுகளைப் பற்றியும் பேசினார் ஹிட்லர்.

சில நிமிடங்கள் மௌனமாக இருந்தார். பிறகு, 'என் ஒரே

மனிதனுக்குள்ளே ஒரு மிருகம்!

பயம்... ரஷ்யர்களிடம் நான் சிக்கிவிடக்கூடாது என்பதுதான். ஸ்டாலின் என்னைக் கூண்டில் வைத்து, ஒரு காட்சிப் பொருளாகத் தெருத் தெருவாகக் கொண்டு செல்வார். என்ன ஆனாலும் சரி, அவர்களிடம் மட்டும் நான் சிக்கிவிடக்கூடாது. பிற்பாடு என் உடலைக்கூட அந்த ஆள் பதப்படுத்தி மெழுகு மியூசியத்தில் வைப்பார்..!' என்றார் ஹிட்லர். நரம்புத் தளர்ச்சியால் அவர் கரம் தொடர்ந்து நடுங்கிக்கொண்டே இருந்தது.

ஒரு ரஷ்ய டாங்கி மீது, ஓடிச்சென்று குண்டு வீசி, அதை வெடிக்கச் செய்த ஒரு சிறுவனை உள்ளே அழைத்துக்கொண்டு வந்தார்கள். அந்தச் சிறுவனுக்கு பதக்கம் அணிவித்து ஆதரவாக அணைத்துக் கொண்ட ஹிட்லர், 'உன் வீரம் கண்டு பெருமைப்படுகிறேன்..' என்று பாராட்டினார்.

...geschlossen.

Berlin, am [illegible] April 1945

Vorgelesen und unterschrieben:

1.) Ehemann:

2.) Ehefrau:

3.) Zeuge zu 1:

4.) Zeuge zu 2:

5.)

als Standesbeamter

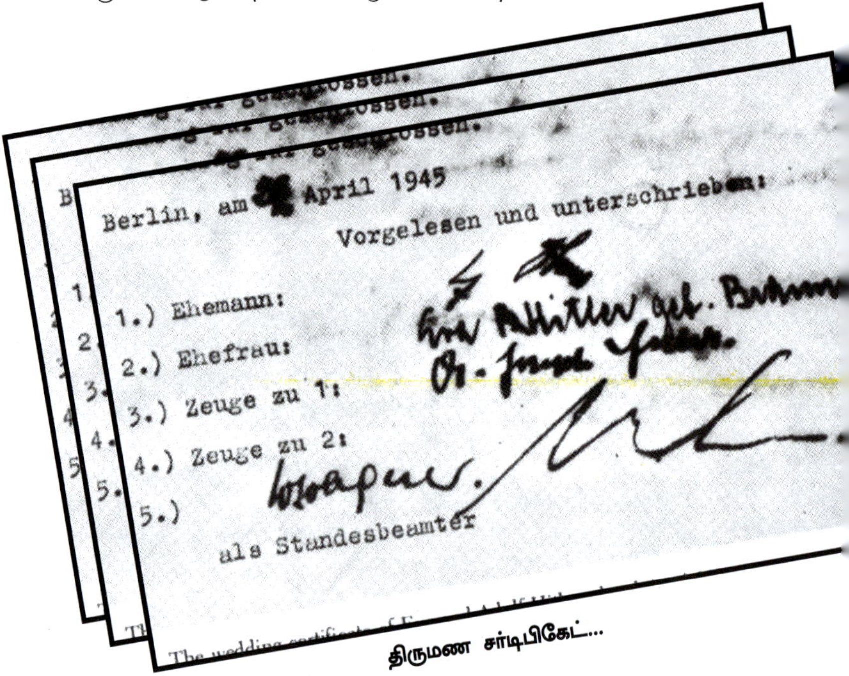

திருமண சர்டிபிகேட்...

அந்த மெடலுடன் ஒரு மூலையில் சென்று, 'நான் இங்கு படுத்துக் கொள்ளலாமா?' என்றான் அந்தச் சிறுவன். ஹிட்லர் புன்னகையுடன் தலையசைத்தார்.

பிறகு வெகுநேரம் டைனிங் டேபிளை வெறித்துப் பார்த்த ஹிட்லர் தலைநிமிர்ந்து, 'கோய பெல்ஸ்... என் உயிலை டிக்டேட் பண்ணப் போகிறேன்... எழுதிக் கொள்ளுங்கள்.' என்றார். கலங்கியவாறு நின்ற கோயபெல்ஸ் அதற்குத் தயாரானார்.

ஈவா...

திடீரென்று ஹிட்லர், 'இத்தனை காலப் போராட்டத்தின் இடையில் திருமணம் என்கிற பொறுப்பையும் என்னால் ஏற்க முடியாமல் போனது. எனக்காகவே வாழ்ந்து, கடைசிவரை என்னைப் பிரியாமல் துணைநிற்கும் ஈவாவை – இந்த உலகத்திலிருந்து நான் விடைபெற்றுக் கொள்வதற்கு முன்பு – திருமணம் செய்துகொள்ள முடிவு செய்திருக்கிறேன். ஈவா அவளாகவே என்னிடம் வந்தாள். என் சுக துக்கங்களில் பங்கு கொண்டாள். என்மீது அவள் வைத்திருந்த காதல் ஆச்சரிய மானது. என்னோடு தானும் இறக்கவேண்டும் என்பது அவள் விருப்பம். மக்களுக்காகவே என்னை அர்ப்பணித்துக்கொண்ட நான் அவளுக்கு என்று எந்த மகிழ்ச்சியையும் தரவில்லை. மரணத்தையாவது நாங்கள் கைகோத்து ஒன்றாக சந்திக்கிறோம்..' என்று முடித்தார்.

பெருமிதத்துடனும், வேதனையுடனும், விம்ம ஆரம்பித்தார் ஈவா ப்ரான்!

மனிதனுக்குள்ளே ஒரு மிருகம்!

ஹிட்லர் நல்ல 'மூடி'ல் இருந்தபோதெல்லாம் அவருடைய விசுவாசிகள், 'தலைவர் திருமணம் செய்துகொள்ள வேண்டும்..' என்று மெள்ள எடுத்துச் சொன்னதுண்டு. 'இல்லை... திருமணம் என்பது ஒரு தனி பொறுப்பு... எனக்கு அது சரிப்படாது!' என்பார் ஹிட்லர். ஒருவேளை... ஹிட்லர் ஹோமோசெக்ஷுவலோ என்கிற (தப்பான) வதந்திகள்கூட இருந்தன!

உண்மையில், 'திருமணம் தன்னுடைய தனிப்பெரும் கவர்ச்சியையும் ஆளுமையையும் சரேலென்று குறைத்து, தன்னை ஒரு சராசரி மனிதனாக்கிவிடும்' என்று ஹிட்லர் நினைத்தார்.

கடைசியில், காதல் வென்றது!

ஜெர்மனியின் இந்தத் தனிப்பெரும் சர்வாதிகாரியின் திருமணச் சடங்கு நடந்தபோது கோயபெல்ஸ் குடும்பம், போர் மென், ஹிட்லரின் விசுவாசம் மிகுந்த கார் டிரைவர் கெம்கா, சமையல்காரப்பெண் போன்ற மிகச்சிலரே கூட இருந்தனர்!

முசோலினி

இசைமேதை வேக்னர் (Wagner), 'சிம்பனி'கள் ஹிட்லருக்கு மிகவும் பிடிக்கும். திருமணச் சடங்கை நடத்தி வைப்பதற்காக, இதுபற்றித் தெரிந்த ஒரு சாதாரண அதிகாரி அழைத்து வரப்பட்டார். 'உங்கள் பெயர் என்ன?' என்று அவரிடம் ஹிட்லர் கேட்டதற்கு, அந்த அதிகாரி பவ்யமாக 'வேக்னர்' என்று சொன்னபோது ஹிட்லர் வியப்புடன் உணர்ச்சிவசப்பட்டார்!

எப்போதாவது மனம் மாறி தன்னை ஹிட்லர் மணம் செய்து கொள்வார் என்கிற நம்பிக்கையில் ஈவா ப்ரான் கறுப்பு சில்க் திருமண கவுன் ஒன்றை கையோடு கொண்டு செல்வது

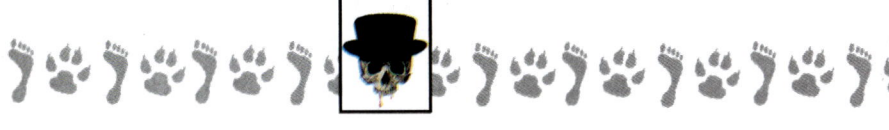

வழக்கம்! அந்த 'கவுனை' அணிந்தபோது ஈவாவின் கண்கள் உணர்ச்சி மிகுதியால் கலங்கின. ஹிட்லர் எப்போதும்போல ராணுவ யூனிஃபார்மில்!

பிறகு இருவரும் திருமண ஒப்பந்தத்தில் கையெழுத்திட்டனர். படபடப்பில் ஈவா ப்ரான் 'Eva B...' என்று எழுதி, ஹிட்லர் புன்னகையோடு அதைச் சுட்டிக்காட்ட உடனே ஈவா 'B'–யை அடித்துவிட்டு, 'Eva Hitler' என்று கையெழுத்திட்டார். கோயபெல்ஸூம் போர்மென்னும் சாட்சிக் கையெழுத்து இட்டனர்.

ஈவா மிகவும் ரசிக்கும் Redroses (சிவப்பு ரோஜாக்கள்) பாடல் கிராமபோனில் ஒலித்தது. அன்று 1945, ஆகஸ்ட் 28–ம் தேதி.

இரவு மணி 11.55.

மறுநாள் அதிகாலையிலேயே நேசநாடுகளின் டாங்கிகள் பெர்லின் தெருக்களில் உருள ஆரம்பித்தன. வீடுகள் அதிர்ந்தன. ஆங்காங்கே துப்பாக்கி வேட்டுச் சத்தம்...

உலக மகா யுத்தத்தில் ஹிட்லரின் தோளோடு தோள் நின்ற இத்தாலிய சர்வாதிகாரி முசோலினியின் கதியையும் சுருக்கமாகவாவது சொல்லவேண்டும்! போரில் இத்தாலி தோற்ற பிறகு முசோலினி ஒரு வேனில் ஏறிக்கொண்டு எல்லையைக் கடந்து தப்பிக்க முயன்றார். அவரோடு இணைபிரியாத காதலி க்ளாரா பெட்டாசி!

1945–ம் ஆண்டு ஏப்ரல் 26–ம் தேதி அதிகாலையில் முசோலினியின் வேன் ஊர் எல்லையைத் தாண்ட முயன்றபோது அவருக்கு எதிரான புரட்சிப் படையினரால் வேன் தடுத்து நிறுத்தப்பட்டது. புரட்சிப் படையின் இளம் வீரர்கள் முசோலினியைத் திகைப்போடு அடையாளம் கண்டு கொண்டார்கள்.

இருவர் வேனுக்குள் ஏறி முடங்கி, நடுங்கி அமர்ந்திருந்த முசோலினியைக் காதலியோடு கீழே இழுத்துக்கொண்டு வந்தனர். 'இவனைக் கைது செய்து நேச நாடுகளிடம் ஒப்படைத்துவிடலாம்' என்று சிலர் சொன்னார்கள். 'நோ!

தொங்கவிடப்பட்ட க்ளாரா... முசோலினி!

இங்கேயே தீர்த்துக் கட்ட வேண்டும்' என்றார்கள் பலர்.

முடிவு நெருங்கிவிட்டதைப் புரிந்து கொண்ட முசோலினி மண்டியிட்டு, 'என்னைக் கொல்லாதீர்கள்...' என்று கெஞ்சிக் கதற ஆரம்பித்தார். அவருடைய கால்சராய் சிறுநீரால் ஈரமானதாகத் தகவல்...

எதிரே நின்ற இளஞர்களின் கைத் துப்பாக்கிகள் நிமிர்ந்தன. மண்டியிட்டிருந்த முசோலினி, அவருடைய காதலி இருவருடைய உடல்களும் சல்லடையாக்கப்பட்டு மல்லாக்க விழுந்தன.

பிற்பாடு அவர்களுடைய உடல்களைக் கொண்டு சென்று, மிலான் நகரின் பிரதான வீதியில் நட்டநடுவே போட்டார்கள். பல்லாயிரக்கணக்கான இத்தாலிய மக்கள் மௌனமாக உடல்களை வெறித்துப் பார்க்க...

திடீரென்று ஒரு சாமான்யப் பெண், முசோலினியின் உடலருகே வந்து 'தூ' என்று துப்பினாள். பிறகு, பல

பெண்கள் நெருங்கிச் சென்று துப்பிவிட்டு, முசோலினியின் உடலை எட்டி உதைத்தனர். சில இளஞர்கள் உடல்மீது சிறுநீர் கழித்தார்கள்.

இருவருடைய உடல்களும் இழுத்துச் செல்லப்பட்டு, ஒரு பெட்ரோல் பங்க் வாயிலில் தலைகீழாகத் தொங்கவிடப் பட்டன. கிளாரா பெட்டாசியின் பாவாடை கீழ்நோக்கிதி தொங்கியதால், அவளுடைய தொடைப்பகுதியும் உள்ளாடையும் தெரிய... பரிதாபப்பட்ட ஒரு இளைஞர், கம்பத்தின்மீது ஏறி பாவாடையைச் சரிப்படுத்தி, 'பின்' ஒன்றைப் பொருத்திவிட்டு இறங்கினார்.

லேட்டாகத்தான் முசோலினியின் இந்தக் கொடூரமான முடிவு ஹிட்லருக்குத் தெரியவந்தது. ஹிட்லர் உடல் நடுங்கியது...

ஹிட்லர் 'இந்தக் கதி எனக்கு வரக்கூடாது... நான் இறந்த பிறகு என் உடலை எரிந்து விடுங்கள். என் சாம்பல்கூட எதிரிகள் கைகளில் கிடைத்துவிடக்கூடாது. சத்தியம் பண்ணிக் கொடுங்கள்...' என்று பதற்றமாகச் சொல்ல, எல்லோரும் அதிர்ச்சியோடு தலைவரைப் பார்த்துக்கொண்டு நின்றனர்.

'இப்போதுகூட காலம் கடந்துவிடவில்லை... தாங்கள் தப்பித்துச் செல்ல முடியும்' என்று ஒருவர் தயக்கமாக எடுத்துச் சொல்ல... ஹிட்லர் நிமிர்ந்து பார்த்து, 'தப்பித்த பிறகு..? எங்கே செல்ல முடியும்..? ஒவ்வொரு இடமாக ஓடிச் சென்று, வயல்களிலும் மரத்தடியிலும் எந்த நிமிடமும் மரணத்தை எதிர்பார்த்து வாழச் சொல்கிறீர்களா?' என்று மறுத்தார் ஹிட்லர்.

பிறகு மெள்ள எழுந்து நின்று, கடைசிவரை விசுவாச மாகத் தன்னோடு நின்ற சகாக்கள் ஒவ்வொருவரையும் அணைத்துக் கொண்டு, தட்டிக்கொடுத்தபோது அந்தச் சர்வாதிகாரியின் கண்களிலும் நீர்வழிந்தது...

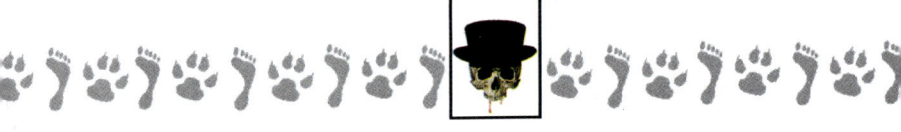

வீழ்ந்தது சாம்ராஜ்யம்!

நியாயமாக ஹிட்லர் ஏதாவதொரு நாட்டுக்குத் தப்பி ஓடியிருக்க முடியும். ஆனால், கடைசிவரை அந்த எண்ணமே அவருக்கு வரவில்லை.

'எந்த விளைவுகளையும் சந்திக்கும் துணிவு ஒரு தலைவனுக்கு இருக்கவேண்டும். நான் வாழ்ந்த இடம் இது. இங்கிருந்தபடியே என் முடிவைச் சந்தித்துக் கொள்ளப்போகிறேன். நாளை... கோடிக்கணக்கான மக்கள் என்னைச் சபிக்கப் போகிறார்கள் என்பது எனக்குத் தெரியும். விதி அப்படியொரு நிலைமையை எனக்குத் தந்துவிட்டது. ஜெயித்திருந்தால் வேறு விஷயம்!' என்று

ஹிட்லரின் கொலை 'சாதனை'!...

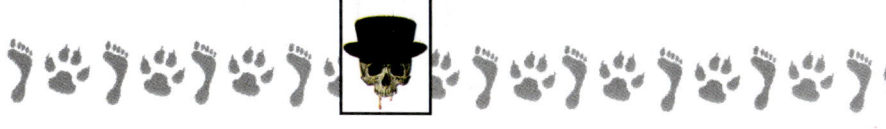

சொன்ன ஹிட்லர், உள்அறைக்கு ஈவா ப்ரானுடன் கைகோத்த வாறு மெள்ள நடந்து சென்றார். அங்கே இருந்த சோபாவில் இருவரும் அமர்ந்தனர். வழியில் தொங்கிய வெல்வெட் திரைச்சீலையை மெய்க்காப்பாளர் ஒருவர் மூடினார்.

ஏப்ரல் 30. மணி, பிற்பகல் 3.30.

முதலில் சயனைட் விழுங்கி தற்கொலை செய்து கொண்டார் ஈவா. பிறகு ஹிட்லர் தன்னுடைய வால்த்தர் தயாரிப்பான கைத்துப்பாக்கியை *(7.65* Caliber) கையிலெடுத்துக்கொண்டார். அரசியலில் குதித்த ஆரம்ப காலத்திலிருந்து அந்தக் கைத்துப்பாக்கி ஹிட்லரின் நெருங்கிய நண்பன்! சகாக்களிடம் ரொம்ப கோபம் வரும் போதெல்லம் பலமுறை 'சுட்டுக்கொண்டு சாகப்போகிறேன்' என்று ஆவேசத்துடன் ஹிட்லர் துப்பாக்கியை எடுத்து பயமுறுத்தியதுண்டு! இந்த முறை நிஜம்!

வலது நெற்றிப்பொட்டில் கைத்துப்பாக்கியை வைத்து அழுத்தி தற்கொலை செய்து கொண்டார் ஹிட்லர்.

பக்கத்து அறையில் கோயபெல்ஸின் மனைவி குழந்தைகளுக்கு கரடிக் கதை எதையோ சொல்லிக் கொண்டிருந்தபோது... அந்த வேட்டுச் சத்தம் கேட்டது.

பெர்லின்...

எல்லோரும், கோயபெல்ஸைத் தொடர்ந்து உள்ளே ஓடினார்கள். ஹிட்லர் சோபாவில் உட்கார்ந்த நிலையில், நடுவில் இருந்த குட்டி டேபிள் மீது குப்புறக் கவிழ்ந்து கிடந்தார். அவருக்குப் பக்கத்தில் ஈவா சரிந்த நிலையில். ஈவாவின் உடை நனைந்திருந்தது. ரத்தத்தினால் அல்ல! ஹிட்லர் குப்பற விழுந்தபோது தண்ணீர் ஜாடியை இடித்துக் கவிழ்த்திருக்கிறார்!

மெய்க்காவல் படைத்தலைவர் கூன்ஷ் மற்றும் டிரைவர் கெம்கா உள்ளே நுழைந்தார்கள். 'ஐயோ' என்ற அலறல் கெம்காவிடமிருந்து வெளிப்பட்டது.

கெம்காவிடம் கூன்ஷ், 'தலைவரின் ஆணையை முதலில் நாம் செயல்படுத்த வேண்டும். உடனே இருநூறு லிட்டர்

பெட்ரோல் வேண்டும்...' என்று பரபரத்தார்.

'இருநூறு லிட்டர்! திடீரென்று எங்கே போவது?' என்று கெம்கா கவலைப்பட கூன்ஷ், 'அதெல்லாம் தெரியாது. எப்படி யாவது கொண்டு வாருங்கள்... வெளியே எத்தனை கார்கள் கிடக் கின்றன..! அதிலிருக்கும் பெட்ரோலையெல்லாம் சேகரியுங்கள்!' எனறு ஆணையிட.... கெம்கா வெளியே ஓடினார்.

மற்றவர்கள், ஹிட்லர் – ஈவா உடல்களைத் தூக்கிக்கொண்டு வெளியே வந்தார்கள். படிக்கட்டுகளில் ஈவாவின் உடல் ஒருமுறை சரிந்து விழுந்தது.

இருண்ட மேகங்களும், குண்டு வெடிப்பினால் கிளம்பிய புகை மண்டலமும் விரைவாகவே இரவு வந்துவிட்டது போன்ற உணர்வைத் தந்தது. ரஷ்ய விமானம் போட்ட ஒரு குண்டு வெடித்ததில், பாதாள அறைக்கு வெளியே திறந்த வெளியில் கிடந்த ஹிட்லரின் உடல் பளிச்சிட்டதை கெம்கா பார்த்தார். பாண்ட்டை ஹிட்லர் முழங்கால் வரை மடித்து விட்டுக் கொண்டிருந்தார். ஒரு கால் மடங்கியிருந்தது. காரில் போகும்போதெல்லாம் பின்ஸீட்டிலிருப்பவர்களுடன் பேச வசதியாக அப்படித்தான் ஒரு காலை ஸீட்மீது மடக்கிக்கொண்டு உட்காருவது அவர் வழக்கம்!

கெம்காவும், கூன்ஷும் தம்பதியின் உடல்களை அருகருகே சரியாகப் படுக்க வைத்தனர். அதற்கு முன் மண்ணை அகற்றி, அங்கே சற்று பள்ளம் ஏற்படுத்தினார் கூன்ஷ்.

கெம்கா பெட்ரோல் டின்களை எடுத்துக் கொண்டு ஓடிவந்தார். ஓரிரு நிமிடங்கள் வெறித்துப் பார்த்துவிட்டு, ஹிட்லரின் கைகளை மார்பின் மீது மடக்கி வைத்துப் பிறகு... பெட்ரோலே கவிழ்த்துக் கொட்டினர்.

திடீரென வீசிய காற்றில் ஹிட்லரின் புகழ்பெற்ற முடி சரேலென்று நிமிர்ந்து பறந்தது. வெளியே தெருவில் மிக அருகே மீண்டும் குண்டு வெடித்தது. அதிலிருந்து சிதறிய துகள்கள் மழைபோலப் பொழிய, எல்லோரும் சரேலென்று குனிந்து கண்களை மூடிக்கொண்டார்கள்.

பிறகு சுதாரித்துக் கொண்டு மீண்டும் பெட்ரோலை உடல்கள் மீது உற்றினார் கெம்கா. கூடவே 'என்னால் இந்தக் காரியத்தைச்

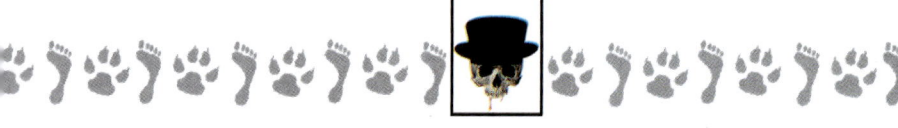

செய்யமுடியவில்லையே.' என்று அழஆரம்பித்தார் அந்த விசுவாசி.

மீண்டும் பலத்த காற்று வீசியது. இப்போது ஹிட்லர், ஈவா உடைகள் துளியும் அசையவில்லை. அந்த அளவுக்கு பெட்ரோலால் அவை நனைத்து தோய்ந்திருந்தன.

கூன்ஷ், 'ஒரு கைக்குண்டை வீசிப் பற்ற வைக்கலாமா?' என்று உடைந்த குரலில் கேட்க... கெம்கா மறுத்தார். 'வேண்டாம்!

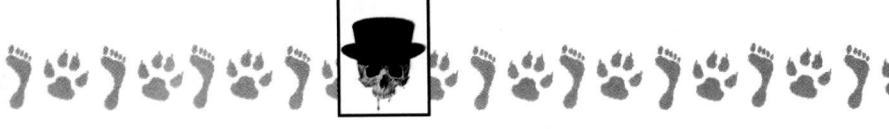

என்னால் அந்தக் காட்சியைத் தாங்க முடியாது. மென்மையாகவே பற்ற வைப்போம்' என்று சொன்ன கெம்கா, ஒரு கிழிந்த துணியைப் பெட்ரோலால் நனைத்துக் கொண்டுவர, கூன்ஷ் தீக்குச்சியைக் கிழித்து அதைப் பற்ற வைக்க, கெம்கா நடுங்கிய கைகளால் துணியை வீசி உடல்கள் மீது போட்டார்.

'குபுக்'கென்று பற்றிக்கொண்டு மேலே ஜுவாலைகள் கிளம்பின.

பெர்லின் நகரில் எங்கு பார்த்தாலும் பெரிய தீப்பிழம்புகள் அசைந்தாடிக் கொண்டிருந்தாலும் அந்த வெற்றிடத்தில் ஒரு தீவுபோல, தன்னந்தனியாக குபுகுபுவென்று எரிந்த தீ வித்தியாசமாக இருந்தது.

மூன்று மணிநேரம் தொடர்ந்து பெட்ரோல் ஊற்றி உடல்களை முழுமையாக எரித்தார்கள். பிறகு கொதித்துக்கொண்டிருந்த எலும்புத்துண்டுகளையும், சாம்பலையும் ஒரு சிறு கோணிப்பையில் சேகரித்து ஆழமாகப் பள்ளம் தோண்டிப் புதைத்துத் தரையைத் தேய்த்து மிதித்து சமனப்படுத்தினார்கள்...

ஹிட்லரோடு ஒரு சாம்ராஜ்யமாக ஜொலித்த நாஜி ஜெர்மனியும் வீழ்ந்து மண்ணுக்கடியில் போனது!

மேகங்கள் மேலும் இருண்டன...

முன்பு ஒருமுறை ஹிட்லர் சில வார்த்தைகளை எடுத்துக்கொடுக்க, அவருடை நண்பரான ஷிராக் என்னும் கவிஞர் அந்த வார்த்தைகளுக்குக் கவிதை வடிவம் தந்தார். அதன் கடைசி வரிகள்...

'நம்பிக்கையோடு நிற்பேன்,
யார் என்னை விட்டு அகன்றாலும்...

என் புன்னகை உதடுகள் பைத்தியக்காரத்தனமாக
ஏதோ வார்த்தைகளை உச்சரிக்கும்...

நான் விழுந்த பிறகே
என் கையிலிருக்கும் கொடி கீழே விழும்...

இறந்து கிடக்கும் என் உடலுக்கு...
அந்தக் கொடி மெள்ளப் போர்வையாக மாறும்...!

★ ★ ★

அச்சம் நல்லது!

எந்தவொரு போரிலும் இறக்கும் இளம் வீரர்களின் எண்ணிக்கையை நிச்சயமாக, சரியாகச் சொல்ல முடியாது. இருப்பினும் அதற்கான புள்ளி விவரங்கள் எடுக்கப் படுகின்றன...

உலக மகாயுத்தங்களில்தான் அதிகபட்ச வீரர்கள் இறந்ததாக நாம் கருதுகிறோம். அப்படியில்லை! 1980-ல் துவங்கி எட்டாண்டுகள் தொடர்ந்த இரான் - இராக் போரில் இறந்தவர்களில் எண்ணிக்கை பத்து லட்சம். வியட்நாம் போரில் 20 லட்சம் பேர் இறந்தார்கள். கொரியப் போரில் 30 லட்சம் பேர் இறந்தார்கள். 1900-லிருந்து 1989 வரை உலகெங்கும் நடந்த சிறுசிறு(!) யுத்தங்களில் இறந்தவர்களின் மொத்த எண்ணிக்கை சுமார் ஒன்பது கோடி! இதோடு ஒப்பிடும்போது முதல் இரு உலக யுத்தங்களில் மட்டும் இறந்தவர்களின் எண்ணிக்கை, சுமார் ஐந்தரை கோடிதான்.

கணக்குப் போட்டுப் பார்த்தால் இனம், மதம், எல்லை போன்ற பல காரணங்களுக்காக உலகெங்கும் நிகழும் யுத்தங்களில் உயிரிழப்பவர்களின் எண்ணிக்கை நாள் ஒன்றுக்கு - 2,500 பேர்! அதாவது கடந்த 90 ஆண்டுகளாக ஒருமணிக்கு நூறு பேர் மனிதனின் யுத்தவெறி காரணமாக மடிகிறார்கள்!

ஏன் இந்த மிருகவெறி?!

கொல்வதில் மனிதர்கள் மிகச் 'சிறந்தவர்களாக' ஆனபிறகுதான் சமாதானத்துக்கும், அமைதிக்கும் போராடுகிற மனிதர்களும் தோன்றினார்கள் என்பது குறிப்பிடத்தக்கது!

இன்னும்கூட மனிதர்கள் கொலைக்கு அஞ்சாத பழங்குடி மக்களாகவே வாழ்ந்து வருகிறார்கள். அந்த வெறியைக் கிளப்ப ஒரு பொறி போதும்!

நாம் வன்முறையாளர்கள். அதேசமயம் வன்முறையால் அருவருப்பும் அடைகிறவர்கள். மனிதனும் மிருகமும் கலந்த ஒரு கலவை நாம்!

இன்று, வன்முறை உணர்வால் ஏற்படும் ஆபத்து

அதிகமாகியிருக்கிறது. இதற்கு 'டெக்னாலஜி' ஒரு முக்கிய காரணம். இப்போது மனிதனிடம் உள்ள ராட்சத ஆயுதங்களால் மனித இனத்தையே அடியோடு அழிக்க முடியும்! இந்த அச்சம் பரவலாக மனித இனத்தில் பரவியிருப்பது, நம்பிக்கை தரும் நல்ல விஷயம்!

இன்று மீடியாக்களின் சக்தி விசுவரூபமெடுத்திருக்கிறது. குறைந்தபட்சம் உலகின் ஏதோ மூலையில் ஒரு சர்வாதிகாரி கொலைவெறியாட்டம் போட்டால்கூட, உலகம் முழுவதும் அதைத் தெரிந்துகொள்ள மீடியா உதவுகிறது.

தவிர, இன்று உலகெங்கும் ஏராளமாக சமாதான மாநாடுகள் கவலையோடு நடைபெறுகின்றன. வல்லரசுகளின் தலையீடுகள் இல்லாமல் இருந்தால், ஐ.நா.சபை மேலும் சக்திபெற்று பல உலக அநியாயங்களைத் தடுக்க முடியும்.

கோபம் மற்றும் மன அழுத்தத்தின் காரணமாக நாம் சமூகவிரோதமான கனவுகளை காணலாம். அதை செயல்படுத்தாமல் இருக்கும் கட்டுப்பாட்டை நாம் வளர்த்துக்கொள்வது மிகவும் முக்கியம். 'நானா இப்படிச் செய்தேன்?' என்று பிற்பாடு அவமான உணர்வோடு ஆச்சரியப்படுவதில் அர்த்தமில்லை!

இனி...

நீங்களே சிந்தியுங்கள்!

•

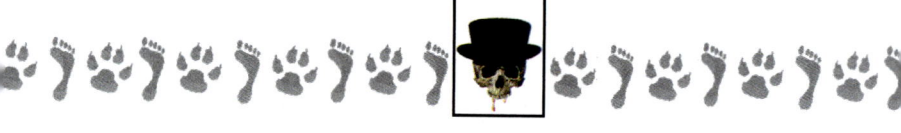

**'மனிதனுக்குள்ளே ஒரு மிருக'த்தை
துணிவோடும் நம்பிக்கையோடும் சந்திக்க
என்னைத் தயார்படுத்திய புத்தகங்கள் –**

1. **TRIBES** - Desmond Morris
2. **PRE HISTORY** - Irfan Habib
3. **UNQUIET MINDS** - Hugh Miller
4. **SERIAL KILLERS** - Joel Norris
5. **THE DRACULA SYNDROME** - Richard Monaco
6. **THE WORLD'S MOST EVIL MEN** - Hamlyn
7. **ONE WORLDS WORST ATROCITIES** - Hamlyn
8. **DARK DREAMS** - Roy Hazelwood
9. **I, CLADIUS** - Robert Graves
10. **ROGUE STATES** - Noam Chomsky
11. **ANIMAL BEHAVIOUR** - Time - Life
12. **LIFE ON EARTH** - David Atten Borough
    TRIALS OF LIFE - David Atten Borough
13. **AMAZING SNAKES** - Alexandra Parson
14. **WILD SEX** - Susan Windy Bank
15. **ANIMALS OF THE WORLD** - Time - Life

16. **THE FOREST** - Life Nature Library
17. **MAMMALS** - Time - Life
18. **GENGHIS KHAN** - Jacob Abcot
19. **HITLER** - John Toland
20. **HUMANITY - MORAL HISTORY** - Glover
21. **PENGUIN DICTIONARY OF MODERN HISTORY**
22. **CHANGE OF HABIT** - Arnold Toynbee
23. **THE LESSONS OF HISTORY** - Will and Ariel Durant
24. **WAR AND ANTI WAR** - Alvin and Heidi Toffler
25. **WRITTEN IN BLOOD** - Bevenlay Mac Donall
26. **SHADOWS OF FORGOTTEN ANCESTORS**
    - Carl Sagan and Ann Druyan
27. **GUNS, GERMS AND STEEL** - Jarred Diamond
28. **GIFT OF FEAR** - Gavin De Becker
29. **ANATOMY OF TERROR** - Andrew Sinclair
30. **HISTORY OF WARFARE** - John Keegan
31. **MAN'S SEARCH FOR MEANING** - Victor E Frankl
32. **CELEBRATION OF LIFE** - Norman cousins

விகடன் பிரசுரம்

சூப்பர் ஹிட் வெளியீடுகள்

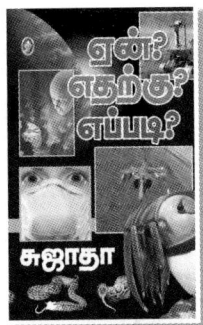

விகடன் பிரசுரம்

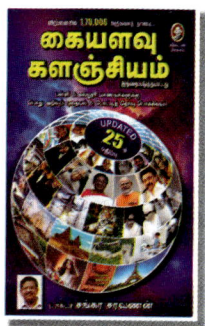

ஆன்லைனில் ஆர்டர் செய்ய:

https://books.vikatan.com/

விகடன் பிரசுரம்,
757, அண்ணா சாலை, சென்னை-600 002.
தொடர்புக்கு:
80560 46940 / 97899 77823 / 95000 68144